한국어뱅크

TOPIK I
한 권이면 OK

한국어뱅크

TOPIK I
한 권이면 OK

한국어능력시험 I
초급(1~2급)

Phiên bản tiếng Việt

초판 1쇄 발행 | 2022년 4월 20일

지은이 | 김훈·김승옥·김혜민·신인환·최은옥
발행인 | 김태웅
편　집 | 김현아
디자인 | 남은혜, 신효선
총　괄 | 나재승
제　작 | 현대순

발행처 | (주)동양북스
등　록 | 제 2014-000055호
주　소 | 서울시 마포구 동교로 22길 14 (04030)
구입문의 | 전화 (02)337-1737　팩스 (02)334-6624
내용문의 | 전화 (02)337-1762　dybooks2@gmail.com

ISBN 979-11-5768-800-5 13710

한국어뱅크

TOPIK I
한 권이면 OK

Phiên bản tiếng Việt

한국어능력시험 I
초급(1~2급)

동양북스

머리말

아무리 좋은 재료와 요리 도구를 가지고 있다고 하더라도 그것을 맛있게 조리하는 방법을 모르면 절대 맛있는 음식은 완성할 수 없을 것입니다. 한국어능력시험(TOPIK)을 준비하는 수험생들은 좋은 점수를 얻고 싶어 하지만, 실제로는 어떻게 시험을 대비해야 하는지는 모르는 경우가 많습니다. 본 책은 수험생들에게 시험의 유형에 익숙해지고 자신의 언어 능력을 발휘할 수 있는 방법, 더 나아가 TOPIK에서 효율적으로 좋은 성과를 올리는 방법을 제시하고 있습니다.

본 책은 TOPIK을 준비하는 외국인 수험생을 위한 종합 학습서입니다. 준비 단계와 유형 분석, 문제 분석과 적용의 단계로 이루어져 있습니다. 수험생들은 준비 단계를 통해 TOPIK에서 필수적으로 나타나는 어휘와 문법을 익힐 수 있습니다. 또한 유형 분석을 통해 시험의 유형을 숙지하고, 직접 기출 문제와 샘플 문제를 통해 문제를 해석하여 올바른 정답을 찾아내는 연습을 하게 됩니다. 마지막으로 실전과 유사한 형태의 연습 문제를 통해 최종 점검을 하도록 구성하였습니다.

본 책에서 나오는 어휘와 문법은 그동안 출제되었던 TOPIK 문제와 국제 통용 한국어교육 표준 모형(국립국어원), 주요 대학의 한국어 교재를 분석한 결과를 바탕으로 하고 있습니다. 또한 읽기와 듣기, 쓰기 문제의 주제와 소재는 그동안의 TOPIK 기출 문제와 다년간의 시험의 흐름을 면밀히 분석하여 선정하였습니다.

또한 본 책은 선생님들이 직접 수업을 하는 것 같은 친절하고 자세한 설명을 제공합니다. 이는 집필진 모두가 한국어 교육 현장에서 TOPIK 관련 프로그램을 운영하거나 교재 집필, TOPIK 문제 출제와 평가를 한 경험이 있는 전문가들이기에 가능한 것이었습니다. 또한 이와 같은 경험은 많은 TOPIK 수험생들이 현장에서 바라고 있는 시험 관련 대비서로서의 요구 사항을 분석하여 본 책에 반영할 수 있는 바탕이 되었습니다.

이 책이 나올 때까지 세심한 부분까지 도와주시고 격려해 주신 세종대학교 세종어학당의 원장님과 직원 선생님들, 그리고 한국어 선생님들에게 감사의 말씀을 드립니다. 또한 책을 좀 더 나은 모습으로 구성하고 디자인해 주신 동양북스에도 감사의 인사를 드립니다. 모쪼록 본 책이 TOPIK을 준비하는 수험생들에게 좋은 길잡이가 되기를 바라며, TOPIK을 준비하는 모든 수험생들에게 격려와 응원을 보냅니다.

집필진 일동

Introduction

Dù có nguyên liệu và dụng cụ nấu ăn tốt đến mấy đi nữa mà không khéo nấu, chúng ta không thể nào tạo nên những món ăn ngon. Tương tự như vậy, nhiều thí sinh chuẩn bị thi Năng lực tiếng Hàn(TOPIK) muốn đạt điểm cao nhưng lại không biết ôn thi như thế nào. Cuốn sách này sẽ giúp thí sinh cách làm quen với các dạng đề thi và phát huy khả năng ngôn ngữ của mình, và cách để đạt được kết quả cao trong kỳ thi TOPIK.

Đây là cuốn sách học tập tổng hợp dành cho các thí sinh nước ngoài đang ôn luyện TOPIK. Cuốn sách bao gồm các bước: chuẩn bị, phân tích dạng đề và phân tích đề thi và áp dụng. Dựa vào bước chuẩn bị, thí sinh có thể học các từ vựng và cấu trúc ngữ pháp cần thiết thường xuyên xuất hiện trong các đề thi TOPIK. Dựa vào bước phân tích dạng đề, thí sinh sẽ được làm quen với dạng đề thi và dựa vào các đề thi thực tế và đề thi mẫu, thí sinh sẽ thực hành giải đề để tìm ra đáp án đúng. Cuối cùng, dựa vào các đề thi thực hành có hình thức tương tự với thực tế, thí sinh sẽ ôn tập lần cuối.

Các từ vựng và cấu trúc ngữ pháp trong cuốn sách này được biên soạn dựa trên kết quả phân tích các đề thi TOPIK, các mô hình chuẩn quốc tế về giáo dục tiếng Hàn Quốc(Viện Quốc ngữ Quốc gia), và các giáo trình tiếng Hàn được sử dụng tại các trường đại học. Các chủ đề và nội dung của đề thi kỹ năng Đọc, Viết được chọn lọc sau khi phân tích kỹ các đề thi TOPIK trước đó và xu hướng ra đề trong nhiều năm..

Ngoài ra, cuốn sách này còn trình bày lời giải chi tiết và thân thiện giống như các thầy cô giáo đang trực tiếp giảng dạy cho thí sinh. Điều này có thể thực hiện được là nhờ tất cả các tác giả đều là những chuyên gia đã có kinh nghiệm tổ chức các chương trình liên quan đến TOPIK trong ngành giáo dục tiếng Hàn, viết sách giáo khoa, ra đề và chấm điểm TOPIK. Ngoài ra, những kinh nghiệm như vậy là nền tảng để chúng tôi phân tích yêu cầu của kỳ thi cũng như mong muốn của nhiều thí sinh TOPIK để phản ánh nó trong cuốn sách này.

Tôi xin gửi lời cảm ơn đến viện trưởng, các nhân viên và giáo viên tiếng Hàn của Học viện Ngôn ngữ Sejong - Đại học Sejong đã tận tình giúp đỡ và động viên để cuốn sách này được xuất bản. Tôi cũng gửi lời cảm ơn đến Dongyang Books đã trình bày và thiết kế cho bộ của chúng tôi. Chúng tôi hy vọng cuốn sách này sẽ là kim chỉ nam cho các thí sinh đang ôn luyện TOPIK, đồng thời, chúng tôi gửi lời động viên và khích lệ đến tất cả các thí sinh đang chuẩn bị thi TOPIK.

Nhóm tác giả

TOPIK 소개

시험의 목적
— 한국어를 모국어로 하지 않는 재외동포·외국인의 한국어 학습 방향 제시 및 한국어 보급 확대
— 한국어 사용능력을 측정·평가하여 그 결과를 국내 대학 유학 및 취업 등에 활용

응시대상
한국어를 모국어로 하지 않는 재외동포 및 외국인으로서
— 한국어 학습자 및 국내 대학 유학 희망자
— 국내외 한국 기업체 및 공공기관 취업 희망자
— 외국 학교에 재학 중이거나 졸업한 재외국민

유효기간
성적발표일로부터 2년간 유효

시험의 활용처
— 정부초청 외국인장학생 진학 및 학사관리
— 외국인 및 12년 외국 교육과정이수 재외동포의 국내 대학 및 대학원 입학
— 한국기업체 취업희망자의 취업비자 획득 및 선발, 인사기준
— 외국인 의사자격자의 국내 면허인정
— 외국인의 한국어교원자격시험(2~3급)응시 자격 취득
— 영주권 취득
— 결혼이민자 비자 발급 신청

시험시간표

구분	교시	영역	중국 등			한국, 일본			기타 국가			시험시간(분)
			입실시간	시작	종료	입실시간	시작	종료	입실시간	시작	종료	
TOPIK I	1교시	듣기 읽기	08:30	09:00	10:40	09:20	10:00	11:40	09:00	09:30	11:10	100
TOPIK II	1교시	듣기 쓰기	11:30	12:00	13:50	12:20	13:00	14:50	12:00	12:30	14:20	100
	2교시	읽기	14:10	14:20	15:30	15:10	15:40	16:30	14:40	14:50	16:00	70

※ 중국 등 : 중국(홍콩 포함), 몽골, 대만, 필리핀, 싱가포르, 브루나이, 말레이시아
※ 시험 시간은 현지 시간 기준 / TOPIK I과 TOPIK II 복수 지원 가능
※ TOPIK I은 1교시만 실시함
※ 중국 TOPIK II는 13:00에 시작

시험의 수준 및 등급

— 시험수준: TOPIKI, TOPIKII
— 평가등급: 6개 등급(1~6급)
  획득한 종합점수를 기준으로 판정되며, 등급별 분할점수는 아래와 같습니다.

구분	TOPIK I		TOPIK II			
	1급	2급	3급	4급	5급	6급
등급결정	80점 이상	140점 이상	120점 이상	150점 이상	190점 이상	230점 이상

  ※ 35회 이전 시험기준으로 TOPIK I은 초급 TOPIK II는 중고급 수준입니다.

문항구성

1) 수준별 구성

시험 수준	교시	영역(시간)	유형	문항수	배점	총점
TOPIK I	1교시	듣기(40분)	객관식	30	100	200
	2교시	읽기(60분)	객관식	40	100	
TOPIK II	1교시	듣기(60분)	객관식	50	100	300
		쓰기(50분)	주관식	4	100	
	2교시	읽기(70분)	주관식	50	100	

2) 문제유형

  — 객관식 문항(사지선다형)
  — 주관식 문항(쓰기 영역)
    문장완성형(단답형): 2문항
    작문형: 2문항(200~300자 정도의 중급 수준 설명문 1문항, 600~700자 정도의 고급 수준 논술문 1문항)

성적 확인 방법 및 성적증명서 발급

① 성적 확인 방법
  홈페이지(www.topik.go.kr) 접속 후 확인 및 발송된 성적증명서 확인
  ※ 홈페이지에 접속하여 성적을 확인할 경우 시험 회차, 수험번호, 생년월일이 필요함
  ※ 해외응시자도 홈페이지(www.topik.go.kr)를 통해 자기 성적 확인

② 성적증명서 발급 대상
  부정행위자를 제외하고 합격·불합격 여부에 관계없이 응시자 전원에게 발급

③ 성적증명서 발급 방법
  ※ 인터넷 발급
    — TOPIK 홈페이지 성적증명서 발급 메뉴를 이용하여 온라인 발급(성적발표 당일 출력 가능)
  ※ 우편수령 선택
    — 한국 응시자의 경우 성적발표일로부터 3일 후(근무일 기준)발송
    — 일반우편으로 발송되므로 수취 여부를 보장하지 못함
    — 주소 오류 또는 반송된 성적증명서는 다시 발송 되지 않음(3개월 이내 방문 수령 가능)

구성 및 활용

➤ 1단계 – 준비 Bước 1 - Chuẩn bị

이 단계는 씨를 뿌리는 단계입니다. TOPIK을 풀기 이전에 먼저 한국어 능력을 키워야 합니다. 아무리 좋은 설계도가 있어도 재료가 없으면 집을 지을 수 없는 것처럼 기본적인 어휘와 문법 실력 없이는 TOPIK을 잘 볼 수 없습니다.

Đây là giai đoạn gieo hạt. Trước khi giải đề TOPIK, các bạn phải nâng cao năng lực tiếng Hàn của mình. Bản thiết kế có tốt đến đâu đi nữa, bạn cũng, không thể xây nhà nếu không có vật liệu; tương tự như vậy, bạn cũng không thể làm bài TOPIK tốt nếu không trang bị vốn từ vựng và ngữ pháp cơ bản.

오늘의 어휘&문법

Từ vựng & Ngữ pháp của ngày hôm nay

TOPIK에 자주 출제된 중요 기출 어휘와 문법, 국립국어원에서 제시한 '국제통용 한국어교육 표준모형'의 중요 어휘와 문법, 그리고 주요 대학 교재를 분석하여 앞으로 자주 출제될 어휘와 문법을 제시하였습니다. 문장으로 자연스럽게 학습할 수 있도록 예문을 제시하였고 기출, 샘플, 연습 문제의 지문에도 오늘의 어휘와 문법이 포함되어 있습니다. 항상 가지고 다니며 공부할 수 있도록 핸드북을 따로 만들어 두었으니 적극적으로 활용하시기 바랍니다. 오늘의 어휘와 문법은 반드시 외우기 바랍니다.

Sau khi phân tích các từ vựng và cấu trúc ngữ pháp quan trọng thường gặp trong các kỳ thi TOPIK, từ vựng và ngữ pháp quan trọng được trình bày trong 'Mô hình tiêu chuẩn quốc tế về giáo dục tiếng Hàn cho mục đích sử dụng quốc tế' của Viện Ngôn ngữ Quốc gia và sách giáo khoa của các trường đại học, chúng tôi trình bày các từ vựng và cấu trúc ngữ pháp có thể xuất hiện trong các bài thi TOPIK. Chúng tôi trình bày các ví dụ thành câu văn hoàn chỉnh để thí sinh có thể học chúng một cách tự nhiên; đồng thời, mục 'Từ vựng & ngữ pháp của ngày hôm nay' cũng bao gồm các văn bản xuất hiện trong các kỳ thi trước đây, các bài mẫu và các bài tập thực hành. Chúng tôi đã thiết kế một cuốn sổ tay riêng để các bạn có thể luôn mang theo bên mình để học tập; vì vậy, các bạn hãy tích cực sử dụng nó! Hy vọng các bạn học thuộc lòng từ vựng và ngữ pháp của ngày hôm nay.

핸드북 **Sổ tay**

오늘의 어휘와 문법은 가지고 다니면서 공부할 수 있도록 따로 핸드북을 만들어 두었습니다. TOPIK을 준비하는 학생이라면 반드시 알아야 할 최소한의 어휘와 문법입니다. 항상 가지고 다니면서 반복해서 보고 꼭 외우시기 바랍니다. 어휘와 문법은 뜻만 외우는 것보다는 문장과 함께 외우는 것이 더 좋습니다.

Mục 'Từ vựng và ngữ pháp của ngày hôm nay' được soạn trong một cuốn sổ tay riêng để bạn có thể dễ dàng mang theo và học tập. Đây là những từ vựng và ngữ pháp tối thiểu mà học viên chuẩn bị thi TOPIK cần phải biết. Hãy luôn mang theo, đọc đi đọc lại để ghi nhớ chúng! Thay vì chỉ nhớ nghĩa của từ vựng và ngữ pháp, bạn nên học thuộc cả câu.

➤ 2단계 – 유형 연구 Bước 2 - Nghiên cứu dạng đề

이 단계는 숲을 보면서 전체적인 틀을 파악하는 단계입니다. 문제 하나하나를 보기 전에 전체적인 문제의 유형과 구성을 알아야 합니다. 아무리 한국어 능력이 뛰어나다 해도 시험 유형에 익숙하지 않으면 좋은 점수를 받을 수 없습니다.

Đây là quá trình nắm bắt mô hình tổng thể của đề thi giống như nhìn vào một khu rừng. Trước khi xem xét từng vấn đề riêng lẻ, bạn cần nắm bắt khái quát dạng đề thi và cấu trúc của đề thi. Dù trình độ tiếng Hàn của bạn có giỏi đến đâu đi nữa, bạn cũng không thể đạt được điểm cao nếu không làm quen với dạng đề thi.

유형 분석 Phân tích dạng đề

해당 문제들에 대한 전체 설명과 각 문제를 푸는 구체적인 방법을 제시하였습니다. TOPIK 문제 하나하나를 분석하여 가장 빠르고 정확하게 답을 고를 수 있도록 하였습니다. 꼼꼼히 읽고 숙지하기 바랍니다. 진한 글씨 부분은 문제를 푸는 데 핵심적인 내용이므로 더욱 주의 깊게 보십시오.

Chúng tôi sẽ giải thích khái quát về các đề thi và trình bày phương cách giải đề một cách cụ thể. Chúng tôi đã phân tích từng đề thi một để giúp bạn có thể chọn được đáp án đúng một cách nhanh nhất và chính xác nhất. Hãy đọc kỹ đề thi và các đáp án để hiểu rõ hơn! Bạn nên đọc thật kỹ phần chữ in đậm vì đây chính là nội dung cốt lõi giúp bạn có thể giải đề thành công.

➤ 3단계 – 문제 분석 Bước 3 - Phân tích đề thi

이 단계는 한 그루 한 그루 나무를 자세히 관찰하는 단계입니다. 왜 이 문제의 답이 ③번인지 문제 하나하나를 분석하고 답을 고르는 방법을 상세히 설명해 줄 겁니다.

Đây là giai đoạn quan sát chi tiết từng đề thi giống như quan sát từng cây trong một khu rừng. Tôi sẽ phân tích từng đề thi một và giải thích chi tiết tại sao đáp án cho câu hỏi này là số ③.

기출 문제 Đề thi trước đây

각 유형을 파악할 수 있도록 TOPIK 기출 문제 35~37회 중 하나를 선택하여 제시하였습니다. 새롭게 바뀐 TOPIK 경향을 파악하는 데 큰 도움이 될 것입니다. 빨간 펜으로 중요한 부분에 밑줄을 긋고 구체적인 설명을 달아 두었습니다. 주의 깊게 보시기 바랍니다. 기출문제는 한 번 푸는 걸로 끝내지 마시고 문제에 나왔던 주제, 어휘, 문법을 반드시 복습해야 합니다.

Để giúp bạn nắm vững từng dạng đề, chúng tôi đã lựa chọn và trình bày một trong các đề thi TOPIK từ kỳ 35 đến kỳ 37. Đề thi này sẽ giúp bạn tìm hiểu xu hướng ra đề TOPIK mới thay đổi. Chúng tôi gạch chân bằng bút đỏ những phần quan trọng và đưa ra lời giải thích chi tiết. Hãy đọc thật kỹ phần này! Đừng giải đề một lần rồi thôi, nhưng hãy ôn đi ôn lại chủ đề, từ vựng và ngữ pháp được sử dụng trong đề thi thực tế trước đây.

샘플 문제 Đề thi mẫu

연습 문제를 풀기 전에 문제 유형을 다시 한 번 확인하는 단계입니다. 빨간 펜으로 밑줄을 그어 놓은 부분을 주의 깊게 보시기 바랍니다. 샘플 문제는 각 문제 유형에 나올 만한 주제와 어휘, 문법으로 구성되어 있기 때문에 풀고 나서 꼭 어휘와 문법을 정리해 두시기 바랍니다.

Đây là bước kiểm tra một lần nữa dạng đề trước khi giải đề thi thực hành. Hãy chú ý những phần được gạch chân bằng bút đỏ! Vì các đề thi mẫu bao gồm các chủ đề, từ vựng và cấu trúc ngữ pháp có khả năng xuất hiện trong mỗi dạng đề nên hãy tổng hợp và ghi nhớ từ vựng và cấu trúc ngữ pháp sau khi giải chúng.

추가어휘   Từ vựng bổ sung

지문에 나온 새로운 어휘들을 정리해 두었습니다. 오늘의 어휘와 함께 충분히 공부하시기 바랍니다.

Trong phần này, chúng tôi đã tổng hợp các từ vựng mới xuất hiện trong đoạn văn. Hãy học kỹ phần này cùng với mục 'Từ vựng của ngày hôm nay'!

문제 풀이   Giải đề

기출 문제와 샘플 문제의 해설입니다. 유형 분석한 내용을 바탕으로 왜 답이 되는지 구체적으로 설명하고 있으니 자세히 읽고 문제를 푸는 방법을 파악하시기 바랍니다.

Đây là phần giải thích Đề thi trước đây và đề thi mẫu. Dựa trên phân tích dạng đề, chúng tôi sẽ giải thích cụ thể lý do đưa ra đáp án; vì vậy, hãy đọc kỹ để tìm ra cách giải đề!

➤ 4단계 – 적용   Bước 4 - Áp dụng

자! 이제 준비와 분석은 끝났습니다. 실전이라고 생각하면서 문제를 풀어 보시기 바랍니다.

Chà, vậy là quá trình chuẩn bị và phân tích đã hoàn tất. Bây giờ, chúng ta cùng giải đề nhé?

연습 문제   Đề thi thực hành

유형 분석의 내용과 기출 문제, 샘플 문제의 문제 풀이를 잘 활용하여 실전이라고 생각하면서 풀어 보십시오. 연습 문제에도 각 유형에 나올 만한 주제와 어휘, 문법이 포함되어 있습니다. 한 번 푸는 데 그치지 마시고 어휘와 문법은 반복하여 공부하시기 바랍니다.

Hãy vận dụng nội dung 'Phân tích dạng đề' và giải 'đề thi trước đây' và 'đề thi mẫu'! Đề thi thực hành cũng bao gồm chủ đề, từ vựng và ngữ pháp có khả năng xuất hiện trong các dạng đề. Thay vì chỉ giải đề một lần, hãy ôn đi ôn lại từ vựng và ngữ pháp!

연습 문제 해설

Giải thích đề thi thực hành
Câu trả lời chìa khóa cho câu hỏi thực hành

연습 문제의 해설입니다. 틀린 문제는 해설을 보고 참고하여 왜 틀렸는지 알아 두고 같은 실수를 반복해서 하지 않도록 해야 합니다.

Đây là lời giải thích cho đề thi thực hành. Đối với đáp án sai, bạn nên đọc phần giải thích để hiểu vì sao nó sai và tránh lặp lại lỗi sai tương tự!

차례

듣기 영역

TOPIK I
한 권이면 OK

듣기 시험을 보기 위한 TIP

손자병법에 '지피지기 백전불태(知彼知己 白戰不殆)'라는 말이 나옵니다. '적을 알고 나를 알면 백번 싸워도 위태롭지 않다'라는 의미이지요. TOPIK 시험도 마찬가지입니다. 아무리 한국어 실력이 좋아도 시험의 구성이나 문제의 유형 등 그 시험에 대해 분석해 두지 않으면 좋은 점수를 받을 수 없습니다. 아래 내용을 꼭 읽어 보고 문제를 풀어 보시기 바랍니다.

1. 시험의 구성 알아 두기

― 1급은 듣기, 읽기 합쳐서 200점 만점 중 80점, 2급은 140점 이상을 받아야 통과할 수 있습니다.

구분	TOPIK I	
	1급	2급
등급결정	80점 이상	140점 이상

― TOPIK I 듣기는 **40분 동안 30문제**를 풀어야 합니다. 1급 수준의 문항 14개 정도, 2급 수준의 문항 16개 정도가 출제되는데 1번부터 30번까지 순서대로 어려워집니다.

― 자신이 목표로 하는 등급에 맞추어 점수를 득점해야 합니다. 1급을 목표로 한다면 적어도 14번까지는 집중해서 문제를 풀고 나머지에서 좀 더 점수를 받아야 합니다. 2급을 목표로 한다면 당연히 끝까지 집중해서 문제를 풀어야 합니다.

― 듣기는 1번부터 30번까지 계속 듣기 지문을 들으면서 문제를 풀어야 하기 때문에 읽기와 달리 자신이 시간을 나누어 풀기 어렵습니다. 그리고 다시 들을 수 없기 때문에 집중해서 들어야 합니다.

2. 듣기 지문 들려주는 방법 알아 두기

― 듣기 지문은 바로 연결해서 두 번 들려줍니다. 1~6번은 "다시 들으십시오"라는 말이 나오지 않습니다. 7~30번은 지문과 지문 사이에 "다시 들으십시오"라는 말이 나옵니다.

― 문제에 〈보기〉가 있는 경우는 보기 부분을 읽어 준 후 문제를 읽습니다.

― 1~24번까지는 한 지문에 한 문제가 제시됩니다. 문제와 문제 사이에 1~14번은 15초 정도, 15~24번은 20초 정도의 생각할 시간(무음)을 줍니다.

― 25~26번, 27~28번, 29~30번은 한 지문에 두 문제가 출제됩니다. 이 경우 지문을 두 번 연속으로 들려 준 후 문제 번호를 불러줍니다. 25~26번은 20초 정도, 27~30번 35초 정도의 생각할 시간(무음)을 줍니다.

― 예를 들어 아래와 같이 진행이 됩니다.

[5~6] 문제 (1~6번 문제는 같은 패턴입니다.)

"띵~똥~"		5~6번 문제	
"보기"	보기 지문	보기 지문 반복	"정답은 ( )입니다"
"5번"	5번 지문	5번 지문 반복	무음(15초 정도)
"6번"	6번 지문	6번 지문 반복	무음(15초 정도)

[7~10] 문제 (7번~14번 문제는 같은 패턴입니다.)

"띵~똥~"			7~10번 문제	
"보기"	보기 지문	"다시 들으십시오"	보기 지문 반복	"정답은 ( )입니다"
"7번"	7번 지문	"다시 들으십시오"	7번 지문 반복	무음(15초 정도)
"8번"	8번 지문	"다시 들으십시오"	8번 지문 반복	무음(15초 정도)
9, 10번 반복				

[22~24] 문제 (15~24번 문제는 같은 패턴입니다.)

"띵~똥~"			22~24번 문제	
"22번"	22번 지문	"다시 들으십시오"	22번 지문 반복	무음(20초 정도)
"23번"	23번 지문	"다시 들으십시오"	23번 지문 반복	무음(20초 정도)
"24번"	24번 지문	"다시 들으십시오"	24번 지문 반복	무음(20초 정도)

[25~26] 문제 (25~30번 문제는 같은 패턴입니다.)

"띵~똥~"			25~26번 문제	
25~26번 지문		"다시 들으십시오"		25~26번 지문 반복
"25번"	무음(20초 정도)	"26번"		무음(20초 정도)

* 27~28번, 29~30번은 무음이 35초 정도입니다.

3. 문제유형 미리 파악해 두기

— 지문을 듣기 전에 먼저 전체 문제 유형을 파악하고 있어야 합니다. TOPIK은 아래와 같이 매회 같은 유형의 문제가 출제됩니다. 정확하게 문제가 무엇을 요구하는지 꼭 파악하고 들어가시기 바랍니다. 자세한 설명은 각 문제들의 〈유형분석〉에 해 두었습니다. 꼼꼼히 읽어 보시기 바랍니다.

[1~4] 다음을 듣고 〈보기〉와 같이 물음에 맞는 대답을 고르십시오.

[5~6] 다음을 듣고 〈보기〉와 같이 이어지는 말을 고르십시오.

[7~10] 여기는 어디입니까?〈보기〉와 같이 알맞은 것을 고르십시오.

[11~14] 다음은 무엇에 대해 말하고 있습니까? 〈보기〉와 같이 알맞은 것을 고르십시오.

[15~16] 다음 대화를 듣고 알맞은 그림을 고르십시오.

[17~21] 다음을 듣고 〈보기〉와 같이 대화 내용과 같은 것을 고르십시오.

[22~24] 다음을 듣고 여자의 중심 생각을 고르십시오.

[25~26, 27~28, 29~30] 다음을 듣고 물음에 답하십시오.

— 1번부터 4번까지는 질문의 종류에 따라 '네, 아니요'로 대답하거나 질문의 대상을 구체적으로 설명하는 문제가 제시됩니다. 언제 '네, 아니요'로 대답할지 아니면 구체적인 대상을 이야기해야 할지 질문을 주의 깊게 들어야 합니다.

- 5, 6번 문제는 상황이나 기능에 맞게 연결되는 관용적이 표현이나 대화쌍을 고르는 문제가 나옵니다. 〈유형분석〉에 상황과 기능에 맞는 표현들을 제시해 두었습니다. 꼭 암기하시기 바랍니다.
- 7번부터 14번까지는 듣기 지문을 듣고 그 내용과 같은 주제의 단어를 선택지에서 고르는 문제가 주로 출제가 됩니다. 그렇기 때문에 '영화-극장, 찍다-사진, 숙제-교실'과 같은 비슷한 의미의 단어나 같은 주제의 단어를 찾는 연습이 필요합니다. 〈유형분석〉에 주제나 장소와 관련된 단어들을 정리해 두었습니다. 꼭 외우시기 바랍니다.
- 17번부터 30번까지는 대화의 내용을 듣고 선택지에서 답을 찾는 문제로 선택지에 제시된 내용이 깁니다. 그래서 선택지에 반복적으로 나오는 단어를 찾아 미리 어떤 이야기가 나올지 파악해 두는 것이 좋습니다. 그리고 지문을 들으면서 선택지의 구체적인 내용을 듣고 답을 찾으십시오.

4. 문제와 선택지를 미리 파악하고 지문 듣기

- 지문을 듣기 전에 문제를 파악하고 선택지 ①②③④를 먼저 읽어 두는 것이 좋습니다.
  TOPIK 듣기는 아주 느리게 말하기 때문에 들으면서 선택지를 읽을 시간이 있습니다. 지문을 모두 듣고 선택지를 읽으면 시간이 부족합니다.

5. 목소리에 익숙해지기

- 듣기의 경우 성우의 목소리에 익숙해지는 것이 중요합니다. 대화자의 나이, 성별 등에 따라 목소리는 달라집니다. 한국어 실력과 상관없이 목소리에 익숙하지 않으면 들리지 않기 마련입니다. 그래서 계속해서 듣기 녹음을 반복해서 들으면서 성우의 목소리에 익숙해지는 것은 아주 중요합니다. TOPIK 홈페이지에 가면 기출문제가 제공되어 있습니다. 꼭 듣기 파일을 다운 받아 반복해서 들으시기 바랍니다.

Hãy đọc kỹ!

Mẹo cho bài thi Nghe

Có một câu nói trong binh pháp Tôn Tử nói rằng "Bách chiến bất đãi, bách chiến bách thắng", nghĩa là "Nếu biết kẻ thù và biết chính mình, bạn sẽ không gặp nguy hiểm cho dù bạn chiến đấu một trăm lần." Kỳ thi TOPIK cũng vậy, dù trình độ tiếng Hàn của bạn có giỏi đến đâu đi nữa, nhưng nếu không phân tích cấu trúc và dạng đề, vv thì bạn sẽ không thể đạt điểm cao. Hãy đọc kỹ nội dung dưới đây trước khi giải đề!

1. Tìm hiểu cấu trúc của đề thi

- Muốn đậu cấp 1, bạn phải đạt tối thiểu 80 điểm, muốn đậu cấp 2, bạn phải đạt tối thiểu 140 điểm trong tổng số 200 điểm cho cả kỹ năng Nghe và Đọc.

Phạm trù	TOPIK I	
	Cấp 1	Cấp 2
Số điểm cần thiết	80 điểm trở lên	140 điểm trở lên

- Trong bài thi Nghe TOPIK I, bạn phải trả lời 30 câu hỏi trong vòng 40 phút. Có khoảng 14 câu hỏi dành cho cấp 1 và 16 câu hỏi dành cho cấp 2, và các câu hỏi khó dần theo thứ tự từ 1 đến 30.
- Bạn phải ghi điểm theo cấp độ mà bạn đã đặt mục tiêu. Nếu đặt mục tiêu đạt cấp độ 1, bạn nên tập trung làm ít nhất đến câu số 14 lần và đạt được nhiều điểm hơn trong các phần còn lại. Nếu đặt mục tiêu đạt cấp 2, tất nhiên, bạn phải tập trung làm đến câu cuối cùng.
- Khác với kỹ năng Đọc, trong kỹ năng Nghe, bạn phải vừa giải đề vừa nghe từ câu 1 đến câu 30 nên không dễ dàng để phân bổ thời gian và giải đề. Ngoài ra, bạn phải chú ý lắng nghe, vì bạn không được nghe lại.

2. Mẹo cho kỹ năng Nghe

- Đoạn văn sẽ được đọc liên tiếp 2 lần. Từ câu 1 đến 6, bạn sẽ không nghe được "다시 들으십시오 (Hãy nghe lại)", nhưng từ 7 đến câu 30, bạn sẽ nghe được "다시 들으십시오" giữa 2 lần đọc đoạn văn.
- Nếu câu nào có <보기(ví dụ)> trong đề thi, hãy đọc ví dụ trước rồi mới đọc câu hỏi!
- Từ câu 1 đến 24, có một câu hỏi cho mỗi đoạn văn. Bạn có một khoảng thời gian ngắn để suy nghĩ (im lặng): từ câu 1 đến câu 14 là 15 giây, từ câu 15 đến câu 24 là 20 giây.
- Trong câu 25~26, câu 27~28, câu 29~30, sẽ có 2 câu hỏi cho mỗi đoạn văn. Trong trường hợp này, sau khi nghe đoạn văn 2 lần liên tiếp, bạn sẽ nghe số của mỗi câu. Bạn sẽ có một khoảng thời gian ngắn(im lặng) để suy nghĩ: 20 giây cho câu 25~26, 35 giây cho câu 27~30.
- Ví dụ, bài thi được tiến hành như sau.

Câu [5-6] (Câu hỏi 1-6 có cùng hình thức ra đề)

"Ding~Dong~"			Câu #5-#6
"Ví dụ"	Đoạn văn ví dụ	Đọc lại đoạn văn ví dụ	"Đáp án đúng là ( )"
"Câu 5"	Đoạn văn số 5	Đọc lại đoạn văn số 5	Im lặng (khoảng 15 giây)
"Câu 6"	Đoạn văn số 6	Đọc lại đoạn văn số 6	Im lặng (khoảng 15 giây)

Câu [7-10] (Câu 7-10 có cùng hình thức ra đề)

"Ding~Dong~"				Câu #7-#10
"Ví dụ"	Đoạn văn ví dụ	"Hãy nghe lại!"	Đọc lại đoạn văn ví dụ	"Đáp án đúng là ( )"
"Câu 7"	Đoạn văn số 7	"Hãy nghe lại!"	Đọc lại đoạn văn số 7	Im lặng (khoảng 15 giây)
"Câu 8"	Đoạn văn số 8	"Hãy nghe lại!"	Đọc lại đoạn văn số 8	Im lặng (khoảng 15 giây)
Đọc lại câu 9 và 10				

Câu [22-24] (Câu 15- 24 có cùng hình thức ra đề)

"Ding~Dong~"				Câu 22-24
"Câu 22"	Đoạn văn 22	"Hãy nghe lại!"	Đọc lại đoạn văn 22.	Im lặng (khoảng 20 giây)
"Câu 23"	Đoạn văn 23	"Hãy nghe lại!"	Đọc lại đoạn văn 23.	Im lặng (khoảng 20 giây)
"Câu 24"	Đoạn văn 24	"Hãy nghe lại!"	Đọc lại đoạn văn 24.	Im lặng (khoảng 20 giây)

Câu [25-26] (Câu 25-26 có cùng hình thức ra đề)

"Ding~Dong~"			Câu 25-26
Đoạn văn 25-26		"Hãy nghe lại!"	Đọc lại đoạn văn 25-26
"Câu 25"	Im lặng (khoảng 20 giây)	"Câu 26"	Im lặng (khoảng 20 giây)

* Trong câu 27-28 and 29-30, bạn có khoảng 35 giây im lặng.

3. Tìm hiểu dạng đề

- Trước khi nghe đoạn văn, bạn cần phải hiểu toàn bộ dạng đề. Các kỳ TOPIK được ra đề dưới dạng sau đây. Hãy tìm hiểu chính xác các dạng đề trước khi bước vào kỳ thi! Chúng tôi đã giải thích chi tiết trong <Phân tích dạng đề> của từng câu. Hãy đọc kỹ phần này!

[1-4] Hãy lắng nghe đoạn hội thoại và chọn đáp án đúng giống như <ví dụ>!

[5-6] Hãy lắng nghe đoạn hội thoại sau và chọn đáp án đúng giống như <ví dụ>!

[7-10] "Đây là đâu?" Hãy chọn đáp án đúng giống như <ví dụ> [11-14] !

[11-14] Đoạn hội thoại sau nói về điều gì? Hãy chọn đáp án đúng giống như <ví dụ>!

[15-16] Hãy lắng nghe đoạn hội thoại sau và chọn hình ảnh mô tả đoạn hội thoại chính xác nhất!

[17-21] Hãy lắng nghe đoạn hội thoại và chọn câu trả lời tương tự với nội dung đoạn hội thoại giống như <ví dụ>.

[22-24] Hãy lắng nghe đoạn hội thoại sau và chọn ý chính của người phụ nữ.

[25-26, 27-28, 29-30] Hãy lắng nghe đoạn hội thoại và trả lời câu hỏi!

- Từ câu 1 đến câu 4, tùy theo yêu cầu đề thi, bạn phải trả lời '네' hoặc '아니요' hoặc phải giải thích cụ thể về đối tượng được đề cập. Bạn cần lắng nghe kỹ câu hỏi để biết khi nào phải trả lời '네' hoặc '아니요', hoặc khi nào phải giải thích về một đối tượng cụ thể.

- Dạng đề của câu 5 và câu 6 là lựa chọn các quán ngữ hoặc các cặp hội thoại có liên quan đến tình huống hoặc kỹ năng. Chúng tôi đã trình bày các cụm từ phù hợp với tình huống và kỹ năng trong mục <Phân tích dạng đề>. Hãy học thuộc lòng những cụm từ đó!

- Dạng đề từ 7 đến câu 14 là nghe đoạn văn và chọn từ ngữ có cùng chủ đề với nội dung đã nghe. Vì vậy, cần luyện tập tìm những từ gần nghĩa hoặc có cùng chủ đề, chẳng hạn như 'phim - rạp chiếu phim, quay phim - chụp ảnh, bài tập - lớp học'. Trong phần <Phân tích dạng đề>, chúng tôi đã trình bày các từ liên quan đến chủ đề hoặc địa điểm. Hãy học thuộc lòng những từ ngữ đó!

- Từ câu 17 đến câu 30 là dạng đề nghe hội thoại và tìm đáp án đúng từ các đáp án, nội dung trình bày trong các đáp án khá dài. Vì vậy, bạn nên dựa vào các từ ngữ được lặp đi lặp lại trong đoạn các đáp án để suy luận xem đoạn hội thoại nói về điều gì. Hãy lắng nghe nội dung đoạn hội thoại để tìm ra đáp án đúng!

4. Trước khi nghe, hãy đọc đề thi và các đáp án!

- Bạn nên đọc đề thi và các đáp án ①, ②, ③, ④ trước khi nghe đoạn văn! Các đoạn văn trong kỳ thi TOPIK được đọc rất chậm, vì vậy bạn có đủ thời gian để có thể vừa nghe, vừa đọc các đáp án. Nhưng bạn sẽ không có đủ thời gian để đọc tất cả các đáp án sau khi đã nghe đoạn văn.

5. Làm quen với giọng nói của phát thanh viên

- Trong kỹ năng Nghe, làm quen với giọng nói của phát thanh viên là yếu tố rất quan trọng. Giọng nói thay đổi tùy theo độ tuổi, giới tính, vv của phát thanh viên. Bất kể trình độ tiếng Hàn của bạn như thế nào, nếu không làm quen với giọng nói của phát thanh viên, bạn không thể nghe chính xác được. Đó là lý do tại sao việc làm quen với giọng nói của các phát thanh viên trong khi nghe đi nghe lại đoạn ghi âm rất quan trọng. Bạn có thể tìm Đề thi trước đây trong trang web TOPIK. Hãy tải file nghe về máy và nghe đi nghe lại nhiều lần!

1-4

어디	Đâu	Đại từ	은행이 어디에 있어요? Ngân hàng ở đâu?
가방	Túi xách/cặp/ va-li	Danh từ	제 가방 안에는 책과 공책이 있어요. Có sách và vở trong cặp của tôi.
공원	Công viên	Danh từ	저는 친구와 공원에서 자전거를 타요. Tôi đi xe đạp trong công viên với bạn.
시장	Chợ	Danh từ	시장에서 과일을 사요. Tôi mua hoa quả ở chợ.
식당	Quán ăn	Danh từ	학교 앞 식당은 맛있어요. Quán ăn trước trường học rất ngon.
아침	Buổi sáng	Danh từ	저는 아침 7시에 일어나요. Tôi thức dậy lúc 7 giờ sáng.
오전	Buổi sáng	Danh từ	저는 오전에 수업이 있어요. Tôi có tiết học vào buổi sáng.
운동	Thể dục/ thể thao/ vận động	Danh từ	'축구, 수영, 테니스'는 모두 운동이에요. 'Bóng đá, bơi lội, tennis' đều là các môn thể thao.
일주일	Một tuần	Danh từ	일주일 동안 여행을 갔다 왔어요. Tôi đã đi du lịch trong vòng 1 tuần.
주말	Cuối tuần	Danh từ	이번 주말에 부산 여행을 가요. Tôi sẽ đi du lịch cuối tuần này.
책상	Bàn	Danh từ	책상에서 공부를 해요. Tôi học bài ở bàn.
친구	Bạn	Danh từ	제 친구는 한국 사람이에요. Bạn tôi là người Hàn Quốc.
학교	Trường học	Danh từ	오늘은 일요일이라서 학교에 안 가요. Hôm nay là chủ nhật nên tôi không đến trường.

무슨	Gì/nào	Định từ	무슨 음식을 좋아해요? Bạn thích món ăn nào?
아주	Rất	Trạng từ	제 동생은 공부를 아주 잘해요. Em tôi học rất giỏi.
얼마나	Bao nhiêu	Trạng từ	한국어를 얼마나 공부했어요? Bạn học tiếng Hàn bao lâu rồi?
가다	Đi	Động từ	저는 매일 학교에 가요. Tôi đến trường mỗi ngày.
공부하다	Học	Động từ	저는 한국어를 열심히 공부해요. Tôi học tiếng Hàn chăm chỉ.
좋아하다	Thích	Động từ	저는 축구를 좋아해요. Tôi thích bóng đá.
마시다	Uống	Động từ	운동을 한 후에 물을 마셔요. Sau khi tập thể dục, tôi uống nước.
만나다	Gặp	Động từ	학교 앞에서 친구하고 만날 거예요. Tôi sẽ gặp bạn tôi trước trường học.
먹다	Ăn	Động từ	아침에 밥을 먹었어요. Tôi đã ăn cơm vào buổi sáng.
배우다	Học	Động từ	저는 한국에서 한국어를 배워요. Tôi học tiếng Hàn ở Hàn Quốc.
사다	Mua	Động từ	시장에서 사과를 사요. Tôi mua táo ở chợ.
여행하다	Du lịch	Động từ	주말에 제주도를 여행했어요. Tôi đã đi du lịch ở đảo Jeju vào cuối tuần.
많다	Nhiều	Tính từ	공항에 사람이 많아요. Ở sân bay có nhiều người.

맛없다	Không ngon	Tính từ	음식이 맛없어서 조금만 먹었어요. Món ăn không ngon nên tôi đã ăn ít.
맛있다	Ngon	Tính từ	음식이 맛있어서 많이 먹었어요. Món ăn ngon nên tôi đã ăn nhiều.
비싸다	Đắt	Tính từ	사과 값이 비싸요. Giá táo rất đắt.
싸다	Rẻ	Tính từ	학교 식당은 음식이 싸요. Món ăn trong nhà ăn của trường học rẻ.
예쁘다	Đẹp	Tính từ	꽃이 예뻐요. Hoa rất đẹp.
작다	Nhỏ	Tính từ	동생은 손이 작아요. Bàn tay của em tôi nhỏ.
크다	To	Tính từ	수박은 사과보다 커요. Dưa hấu to hơn táo.
어제	Hôm qua	Danh từ/ trạng từ	어제는 토요일이고 오늘은 일요일이에요. Hôm qua là thứ bảy còn hôm nay là chủ nhật.

V-고 있다	1. 지금 진행되는 행동을 말할 때 사용합니다. Sử dụng khi miêu tả hành động đang diễn ra tại thời điểm hiện tại. 예 저는 지금 밥을 먹고 있습니다. Bây giờ, tôi đang ăn cơm. 2. '입다, 신다, 쓰다', '타다, 만나다' 등의 동사와 사용될 때는 상황에 따라 지금 하는 행동을 나타내기도 하고, 그 행동이 끝난 후의 지속된 상태를 나타내기도 합니다. Khi được sử dụng với các động từ như '입다(mặc), 신다(mang), 쓰다(đội)', '타다(đi), 만나다 (gặp gỡ)', vv, tùy thuộc vào tình huống, cấu trúc này có thể diễn đạt hành động đang được thực hiện tại thời điểm nói hoặc diễn đạt trạng thái duy trì sau khi hành động đó đã kết thúc. 예 선생님은 하얀색 옷을 입고 있어요.(옷을 입고 있는 중) Thầy giáo đang mặc áo trắng(đang mặc áo). 선생님은 하얀색 옷을 입고 있어요.(옷을 입은 상태) Thầy giáo đang mặc áo trắng(trạng thái đã mặc áo). 저는 택시를 타고 있어요.(택시를 타는 중) Tôi đang đi taxi(đang lên taxi). 저는 택시를 타고 있어요.(택시를 탄 상태) Tôi đang đi taxi(trạng thái đã lên taxi).
N에서	1. 어떤 행동을 하는 장소를 나타냅니다. Diễn đạt địa điểm diễn ra một hành động nào đó. 예 저는 커피숍에서 커피를 마십니다. Tôi uống cà-phê trong quán cà-phê. 2. 어떤 일이 시작되는 곳을 나타냅니다. Diễn đạt địa điểm bắt đầu một sự việc nào đó. 예 집에서 학교까지 가깝습니다. Từ nhà tôi đến trường (rất) gần.
-았/었-	과거의 일을 나타냅니다. Diễn đạt sự việc đã diễn ra trong quá khứ. 예 어제 밤에 비빔밥을 먹었습니다. Tối qua, tôi đã ăn bibimbap.

1-4

질문을 듣고 알맞은 대답을 고르는 문제입니다. 질문이 짧고 간단하며, 1급 초반의 문법과 어휘를 사용하므로 질문의 핵심을 잘 파악한다면 쉽게 답을 고를 수 있습니다. 1~2번은 **의문사가 없는 질문을 듣고, '네/아니요' 대답을 고르는 문제**이고, 3~4번은 **의문사가 있는 질문을 듣고, 설명하는 대답을 고르는 문제**입니다. 1, 2번 문제는 배점이 4점이고, 3, 4번 문제는 배점이 3점입니다. 하지만 문제별 난이도는 크게 다르지 않으므로 배점 차이는 신경 쓰지 않아도 됩니다.

Đây là dạng đề nghe và chọn đáp án đúng. Vì câu hỏi ngắn và đơn giản, đồng thời sử dụng ngữ pháp và từ vựng của giai đoạn đầu trình độ cấp 1; vì vậy, nếu hiểu được trọng tâm của câu hỏi, thí sinh có thể dễ dàng chọn được đáp án đúng. Câu 1, 2 là câu hỏi không có từ nghi vấn, mà là dạng đề chọn câu trả lời 'có/không', câu 3, 4 là dạng đề nghe câu hỏi có từ nghi vấn rồi chọn câu trả lời giải thích. Điểm số được phân bổ như sau: 4 điểm cho câu 1, 2, và 3 điểm cho câu 3, 4. Tuy nhiên, độ khó giữa các câu không chênh lệch nhiều nên bạn không cần bận tâm đến sự chênh lệch về điểm số.

1~2 '네/아니요' 대답 고르기(의문사가 없는 질문)

의문사가 없는 질문을 듣고, '네' 또는 '아니요'로 시작하는 대답 중에서 올바른 것을 고르는 문제입니다. 선택지의 ①, ②번은 **보통 '네'로 시작하는 긍정적인 대답이 제시**되고, ③, ④번은 **'아니요'로 시작하는 부정적인 대답이 제시**됩니다.

주로 'N예요/이에요?, N이/가 있어요?' 등의 명사와 결합하는 질문과 초급 초반 수준의 간단한 형용사나 동사를 사용한 질문이 나오고, 시제는 현재입니다. 명사와 결합한 질문에서는 대답이 '네'일 경우, 'N예요/이에요, N이/가 있어요' 등과 같이 질문과 같은 문장이 이어서 나오는 경우가 많고, 대답이 '아니요'일 경우, 'N이/가 아니에요, N이/가 없어요' 등의 문장이 나옵니다.

1~2 Chọn câu trả lời '네/아니요'(câu hỏi không có từ nghi vấn)

Đây là dạng đề nghe câu hỏi không có từ nghi vấn và chọn câu trả lời bắt đầu bằng '네' hoặc '아니오'. Đáp án ① và ② thường là các câu trả lời khẳng định bắt đầu bằng '네', ③ và ④ là các câu trả lời phủ định bắt đầu bằng '아니요'.

Các câu hỏi chủ yếu kết hợp "N예요/이에요?", 'N이/가 있어요?' với các tính từ, động từ đơn giản ở giai đoạn đầu của trình độ sơ cấp, và thì hiện tại. Trong các câu hỏi hết hợp với danh từ, trong trường hợp câu trả lời là '네', thì câu hỏi thường là "N예요/이에요?", 'N이/가 있어요?"; trong trường hợp câu trả lời là 'a니요' thì thường xuất hiện câu "N이/가 아니에요", "N이/가 없어요"

형용사나 동사를 사용한 질문에서는 대답이 '네'일 경우, 질문에서 사용한 형용사나 동사와 같거나 비슷한 어휘가 나오고, 대답이 '아니요'일 경우에는 질문의 어휘와 반대되는 어휘가 나오거나 부정적인 문장(-지 않다, 안 A/V)이 나옵니다.

	긍정적인 대답 Câu khẳng định	부정적인 대답 Câu phủ định
명사 결합 문장 Câu kết hợp với danh từ	네, N예요/이에요 네, N이/가 있어요	아니요, N이/가 아니에요 아니요, N이/가 없어요
형용사/동사 결합 문장 Câu kết hợp với tính từ/ động từ	네, A/V-아/어요	아니요 A/V(반대어)-아/어요 아니요, A/V(반대어)-지 않아요

3~4 설명하는 대답 고르기(의문사가 있는 질문)

의문사가 있는 질문을 듣고, 의문사에 대한 구체적인 정보를 설명하는 대답을 고르는 문제입니다. 현재 시제뿐만 아니라 과거(-았/었-), 현재 진행(-고 있다), 미래(-(으)ㄹ 거예요) 시제도 나옵니다. '무엇(뭐), 누구, 어디, 언제' 등의 의문사가 있는 질문과 '몇 (단위 명사), 무슨, 얼마나, 어때요' 등을 사용한 확장된 질문이 출제됩니다.

Trong câu hỏi có sử dụng tính từ hoặc động từ, nếu câu trả lời là '네' thì trong câu trả lời đó thường xuất hiện các từ vựng giống hoặc tương tự với tính từ hoặc động từ đã sử dụng trong câu hỏi. Nếu câu trả lời là '아니요' thì trong câu trả lời thường có từ vựng trái nghĩa với từ vựng được sử dụng trong câu hỏi hoặc được trình bày dưới dạng phủ định (-지 않다, 안 A/V).

3~4 Chọn câu trả lời giải thích(câu hỏi có từ nghi vấn)

Đây là dạng đề nghe câu hỏi có từ nghi vấn và chọn câu trả lời giải thích thông tin cụ thể về từ nghi vấn đó. Trong dạng đề này, không chỉ thì hiện tại mà thì quá khứ(-았/었-), thì hiện tại tiếp diễn(-고 있다), và thì tương lai(-(으)ㄹ 거예요) cũng thường xuất hiện. Và câu hỏi thường sử dụng các từ nghi vấn như '무엇(뭐), 누구, 어디, 언제' và các câu hỏi mở rộng sử dụng các từ nghi vấn như '몇 (danh từ chỉ đơn vị), 무슨, 얼마나, 어때요'.

🔍 문제분석 Phân tích đề thi

기출문제 Đề thi trước đây

※ [1~4] 다음을 듣고 〈보기〉와 같이 물음에 맞는 대답을 고르십시오.

1 4점 의문사 X   🎵 track 01

> 여자: 공책이에요?
>
> 남자: _____

① 네, 공책이에요.   ② 네, 공책이 없어요.

③ 아니요, 공책이 싸요.   ④ 아니요, 공책이 커요.

2 4점 의문사 X

> 남자: 사과가 싸요?
>
> 여자: _____

① 네, 사과가 작아요.   ② 네, 사과가 있어요.

③ 아니요, 사과가 비싸요.   ④ 아니요, 사과가 아니에요.

〈TOPIK 36회 듣기 [1]〉

• 공책 Vở
• 없다 Không có

1

공책인지 묻고 있습니다. '네'일 경우에는 '공책이에요'로 대답하고, '아니요'일 경우에는 '공책이 아니에요'로 대답합니다. 따라서 정답은 ①입니다.

Cô gái hỏi đây có phải là quyển vở không. Trong trường hợp '네' thì trả lời là '공책이에요', trong trường hợp '아니요' thì trả lời là '공책이 아니에요'. Vì vậy, đáp án đúng là ①.

〈TOPIK 37회 듣기 [2]〉

• 사과 Táo
• 있다 Có

2

사과가 싼지 묻고 있습니다. '네'일 경우에는 질문과 똑같이 '사과가 싸요'로 대답하면 됩니다. 그리고 '아니요'일 경우에는 '사과가 안 싸요, 사과가 비싸요'로 대답합니다. 따라서 정답은 ③입니다.

Người đàn ông hỏi táo có rẻ không. Nếu '네' thì câu trả lời là '사과가 싸요 (Táo rẻ)' giống câu hỏi. Còn '아니요' thì trả lời là '사과가 안 싸요' hoặc '사과가 비싸요'. Vì vậy, đáp án đúng là ③.

3 3점 의문사○

> 남자: 뭐 살 거예요?   의문사
>
> 여자: _____

① 두 개 살 거예요. 몇 개   ② 지갑을 살 거예요. 무엇
③ 주말에 살 거예요. 언제   ④ 시장에서 살 거예요. 어디

〈TOPIK 36회 듣기 [3]〉
• 뭐(무엇) Cái gì
• 두(둘) Hai
• 개 Cái/chiếc(danh từ chỉ đơn vị)
• 지갑 Ví

3

무엇(뭐)을 살 것인지 묻고 있습니다. '무엇 (뭐)'을 묻는 질문이므로 대답에 '지갑과 같 은 물건이 나와야 합니다. 따라서 정답은 ② 입니다.

Người đàn ông hỏi cô gái mua gì. Nếu câu hỏi có từ nghi vấn '무엇(뭐)' thì câu trả lời phải có đồ vật như '지갑(ví)'. Vì vậy, đáp án đúng là ②.

4 3점 의문사○

> 남자: 무슨 운동을 배우고 있어요?
>
> 여자: _____

① 아침에 배워요. 언제   ② 수영을 배워요. 무슨 운동
③ 친구한테 배워요. 누구   ④ 운동장에서 배워요. 어디

〈TOPIK 37회 듣기 [4]〉
• 수영 Bơi lội
• 운동장 Sân vận động

4

무슨 운동을 배우고 있는지 묻고 있습니다. '무슨' 운동에 대한 질문이므로, 대답에 '수 영'과 같은 운동의 종류가 나와야 합니다. 따라서 정답은 ②입니다.

Người đàn ông hỏi người phụ nữ học môn thể thao nào. Đây là câu hỏi có từ nghi vấn '무슨' nên trong câu trả lời phải có tên môn thể thao như 'bơi lội'. Vì vậy, đáp án đúng là ②.

※[1~4] 다음을 듣고 〈보기〉와 같이 물음에 맞는 대답을 고르십시오.

1 4점
🔘 track 02

여자: 볼펜이 <u>있어요?</u>
남자: _____

① 네, 볼펜이에요.   ② 네, 볼펜이 아니에요.
③ 아니요, 볼펜이 없어요.   ④ 아니요, 볼펜이 많아요.

2 4점

남자: 친구가 <u>많아요?</u>
여자: _____

① 네, 친구예요.   ② 네, 친구를 만나요.
③ 아니요, 친구가 적어요.   ④ 아니요, 친구를 좋아해요.

3 3점

남자: 어제 어디에 있었어요?
여자: _____

① 책상이 있었어요.   ② 공원에 있었어요.
③ 주말에 있었어요.   ④ 동생하고 있었어요.

· 볼펜 Bút bi

1

볼펜이 있는지 묻고 있습니다. '네'일 경우에는 '<u>볼펜이 있어요, 볼펜이 많아요</u>'로 대답하면 됩니다. '아니요'일 경우에는 '<u>볼펜이 없어요</u>'로 대답할 수 있습니다. 따라서 정답은 ③입니다.

Người phụ nữ hỏi có bút bi không. Nếu ' 네', thì câu trả lời là "볼펜이 있어요, 볼펜이 많아요". Nhưng nếu ' 아니요' thì câu trả lời là "볼펜이 없어요". Vì vậy, đáp án đúng là ③.

· 적다 Ít

2

친구가 많은지 묻고 있습니다. '네'일 경우에는 '<u>친구가 많아요</u>'로 대답할 수 있습니다. '아니요'일 경우에는 '<u>친구가 적어요, 친구가 없어요</u>' 등으로 대답할 수 있습니다. '많아요'와 '만나요'의 발음을 주의해서 들어야 합니다. 따라서 정답은 ③입니다.

Người đàn ông hỏi người phụ nữ có nhiều bạn bè không. Nếu ' 네', thì có thể trả lời là ' 친구가 많아요'. Nếu ' 아니요' thì câu trả lời là ' 친구가 적어요' hoặc ' 친구가 없어요'. Hãy nghe rõ phát âm ' 많아요' và ' 만나요'. Vì vậy, đáp án đúng là ③.

· 동생 Em

3

어디에 있었는지 묻고 있습니다. '<u>어디</u>'를 묻는 질문이므로 대답에 '<u>공원</u>'과 같은 장소를 골라야 합니다. 따라서 정답은 ②입니다.

Người đàn ông hỏi người phụ nữ đã ở đâu. Đây là câu hỏi có từ nghi vấn ' 어디' nên trong câu trả lời, chúng ta phải chọn địa điểm, ví dụ như ' 공원'. Vì vậy, đáp án đúng là ②.

4 `3점`

남자: 이 학교에서 (얼마나) 공부했어요?

여자: _____

① 6개월 공부했어요.   ② 오전에 공부했어요.

③ 친구하고 공부했어요.   ④ 도서관에서 공부했어요.

- 개월 Tháng
  (danh từ đơn vị chỉ thời gian)
- 도서관 Thư viện

얼마나 공부했는지 묻고 있습니다. '얼마나'
는 공부한 기간을 묻는 것이므로 '6개월'과
같은 기간을 고르면 됩니다. 따라서 정답은
①입니다.

Người đàn ông hỏi người phụ nữ đã
học được bao lâu. Vì '얼마나' là từ nghi
vấn dùng để hỏi về khoảng thời gian
đã học nên chúng ta chọn câu trả
lời có khoảng thời gian, ví dụ như '6
tháng'. Vì vậy, đáp án đúng là ①.

🖱 연습문제 Đề thi thực hành

※[1~4] 다음을 듣고 〈보기〉와 같이 물음에 맞는 대답을 고르십시오. 🔴 track 03

1 4점
① 네, 가방이 있어요.　　　② 네, 가방이 없어요.
③ 아니요, 가방이 예뻐요.　④ 아니요, 가방이 아니에요.

2 4점
① 네, 커피가 많아요.　　　② 네, 커피를 마셔요.
③ 아니요, 커피가 맛있어요.　④ 아니요, 커피가 맛없어요.

3 3점
① 주말에 여행할 거예요.　　② 부산을 여행할 거예요.
③ 일주일 여행할 거예요.　　④ 두 사람이 여행할 거예요.

4 3점
① 식당에 가요.　　　② 아주 맛있어요.
③ 친구가 먹었어요.　④ 음식이 있어요.

이거(이것) Cái này | **커피** Cà-phê | **몇** Mấy | **명** Người (đơn vị chỉ người) | **부산** Busan | **어떻다** Như thế nào | **음식** Món ăn

5-6

오늘의 어휘 Từ vựng của ngày hôm nay

다음	Tiếp theo/sau	Danh từ	이번 주말은 바쁘니까 다음 주말에 만나요. Cuối tuần này tôi bận nên cuối tuần sau chúng ta gặp nhau nhé!
연락	Liên lạc	Danh từ	부모님께 전화로 연락을 해요. Tôi liên lạc cho bố mẹ bằng điện thoại.
요즘	Dạo này	Trạng từ/ danh từ	요즘 저는 한국어를 배워요. Dạo này, tôi học tiếng Hàn.
전화	Điện thoại	Danh từ	친구에게 전화를 해요. Tôi điện thoại cho bạn tôi.
집	Nhà	Danh từ	내일은 집에서 쉴 거예요. Ngày mai, tôi nghỉ ngơi ở nhà.
처음	Lần đầu tiên	Trạng từ	우리는 한국에서 처음 만났어요. Chúng tôi gặp nhau lần đầu tiên ở Hàn Quốc.
너무	Quá	Trạng từ	밥을 많이 먹어서 배가 너무 불러요. Tôi ăn cơm nhiều nên bụng quá no.
다시	Lại	Trạng từ	제주도는 정말 아름다워요. 내년에 다시 가고 싶어요. Đảo Jeju rất đẹp. Năm sau, tôi muốn trở lại đó.
또	Lại	Trạng từ	어제 입은 옷을 오늘 또 입어요. Hôm nay, tôi mặc lại chiếc áo hôm qua tôi đã mặc.
도와주다	Giúp đỡ	Động từ	친구가 이사를 해서 제가 친구를 도와줬어요. Bạn tôi chuyển nhà nên tôi đã giúp đỡ bạn.
들어오다	Đi vào/ bước vào	Động từ	동생이 제 방에 들어와요. Em tôi bước vào phòng của tôi.
받다	Nhận	Động từ	친구의 전화를 제가 받았어요. Tôi nhận được điện thoại của bạn.
부탁하다	Nhờ vả	Động từ	친구에게 도움을 부탁해요. Tôi nhờ bạn tôi giúp đỡ.

알다	Biết	Động từ	저는 민수 씨를 알아요. Tôi biết anh Min Su.
오다	Đến	Động từ	친구가 우리 집에 와요. Bạn tôi đến nhà tôi.
축하하다	Chúc mừng	Động từ	결혼을 축하해요. Chúc mừng bạn kết hôn.
고맙다	Cảm ơn	Động từ	도와줘서 고마워요. Cảm ơn đã giúp đỡ tôi.
괜찮다	Không sao	Tính từ	가: 늦게 와서 미안해요. / 나: 괜찮아요. A: Xin lỗi tôi đã đến trễ. / B: Không sao.
미안하다	Xin lỗi	Tính từ	전화를 못 받아서 미안해요. Xin lỗi vì tôi đã không nghe điện thoại được.
바쁘다	Bận rộn	Tính từ	할 일이 많아서 바빠요. Tôi bận rộn vì có nhiều việc phải làm.
반갑다	Vui	Tính từ	만나서 반가워요. Rất vui được gặp anh/cô.
죄송하다	Xin lỗi(trang trọng hơn 미안하다)	Tính từ	약속 시간에 늦어서 죄송해요. Xin lỗi vì tôi trễ hẹn.
감사하다	Cảm ơn(trang trọng hơn 고맙다)	Động từ	도와주셔서 감사해요. Xin cảm ơn vì đã giúp đỡ tôi.

V-(으)세요	듣는 사람에게 부드럽게 명령할 때 사용합니다. 어떤 행동을 금지할 때는 '-지 마세요'를 사용합니다. '있다, 자다, 먹다/마시다'의 경우는 '계시다, 주무시다, 드시다'를 사용합니다. Sử dụng khi ra lệnh cho người nghe một cách lịch sự. Khi cấm một hành động nào đó, chúng ta sử dụng "-지 마세요". Khi áp dụng cấu trúc ngữ pháp này, các động từ '있다, 자다, 먹다/마시다' phải chuyển thành '계시다, 주무시다, 드시다'. 예 의자에 앉으세요. Xin mời ngồi! 여기에 앉지 마세요. Đừng ngồi đây! 안녕히 계세요. Tạm biệt.(Chúc đi bình an!)
V-(으)십시오	듣는 사람에게 공식적으로 명령할 때 사용합니다. 어떤 행동을 금지할 때는 '-지 마십시오'를 사용합니다. Diễn đạt câu mệnh lệnh một cách trang trọng đối với người nghe. Khi cấm một hành động nào đó, chúng ta sử dụng '-지 마십시오'. 예 의자에 앉으십시오. Xin mời ngồi! 담배를 피우지 마십시오. Đừng hút thuốc lá!
-겠-	1. 말하는 사람의 미래의 행동에 대한 강한 의지를 나타냅니다. 의지를 나타낼 때 주어는 '나(저), 우리'가 나와야 합니다. Diễn đạt ý định mạnh mẽ của người nói về một hành động trong tương lai. Khi diễn đạt ý định, chủ ngữ phải là '나(저)' và '우리'. 예 다음부터 학교에 일찍 오겠습니다. Từ lần sau, tôi sẽ đi học sớm. 2. 자신이 보거나 들은 내용으로 추측할 때 사용됩니다. Diễn đạt sự suy đoán dựa vào nội dung mà bản thân đã thấy hoặc nghe. 예 내일은 비가 오겠습니다. Ngày mai, trời sẽ mưa. 가: 어제 잠을 잘 못 잤어요. Hôm qua, tôi không ngủ được. 나: 정말 피곤하겠어요. Chắc bạn mệt lắm.
A/V-아/어서	'-아/어서' 앞의 내용이 뒤의 내용의 이유가 될 때 사용합니다. 명사일 때는 'N(이)라서'를 사용합니다. Sử dụng khi nội dung trước '-아/어서' là lý do cho nội dung sau đó. Trước '-아/어서' là danh từ, chúng ta sử dụng cấu trúc 'N(이)라서'. 예 머리가 아파서 병원에 갑니다. Tôi đau đầu nên đi bệnh viện. 오늘은 친구 생일이라서 생일파티를 합니다. Hôm nay là sinh nhật của bạn tôi nên tôi/chúng tôi tổ chức tiệc sinh nhật.

5-6

5~6 이어질 수 있는 대화 고르기

자주 사용되는 인사나 상대방의 이야기를 듣고 이어지는 말을 고르는 문제입니다. '**만남과 헤어짐, 감사와 사과**' 등의 기본 인사뿐만 아니라 '**전화, 방문**' 등과 같은 일상생활에서 사용하는 관용적 표현이나 '**안부 인사, 부탁, 축하**' 등의 상황에서 사용되는 전형적인 대화쌍을 고르는 문제가 자주 출제됩니다. 5번 문제는 배점이 4점이고, 6번 문제는 배점이 3점입니다. 하지만 문제별 난이도는 크게 다르지 않으므로 배점 차이는 신경 쓰지 않아도 됩니다.

아래와 같이 일상생활에서 자주 사용하는 인사말이나 표현 등을 잘 알아 두면 좋습니다.

5~6 Chọn câu hội thoại tiếp theo

Đây là dạng đề nghe lời chào hỏi thông dụng hoặc câu nói tiếp theo của đối phương. Ngoài những câu chào hỏi cơ bản được sử dụng trong cuộc sống hàng ngày như 'gặp mặt và chia tay, cảm ơn và xin lỗi', các quán ngữ được sử dụng trong đời sống hằng ngày hoặc các cặp hội thoại điển hình được sử dụng trong các tình huống như hỏi thăm, nhờ vả, chúc mừng, vv cũng thường xuyên xuất hiện trong dạng đề này. Điểm số dành cho câu 5 là 4 điểm, câu 6 là 3 điểm. Tuy nhiên, độ khó giữa các câu hỏi không chênh lệch nhiều nên bạn không phải bận tâm tới sự chênh lệch về điểm số.

Bạn nên biết những câu chào hỏi và các cụm từ thường sử dụng trong cuộc sống hàng ngày sau đây.

상황/기능 Kỹ năng	가능한 표현 Các từ vựng có thể sử dụng
만남 Gặp gỡ	안녕하세요, 처음 뵙겠습니다, 잘 부탁드립니다, 오랜만이에요/오랜만입니다, 만나서 반가워요/반갑습니다
안부 Hỏi thăm	잘 지냈어요?/지냈습니까?, 잘 지냈어요/지냈습니다
헤어짐 Chia tay	다음에 또 오세요/오십시오, 안녕히 계세요/계십시오, 잘 가요/안녕히 가세요, 주말 잘 보내세요, 다음 주에 뵙겠습니다
감사 Cám ơn	고마워요, 감사합니다, 〈대답〉 별말씀을요, 아니에요
사과 Xin lỗi	미안해요/미안합니다, 죄송해요/죄송합니다, 〈대답〉 괜찮아요, 별말씀을요, 아니에요
축하 Chúc mừng (결혼, 생일 등) (Kết hôn, sinh nhật, etc.)	축하해요/축하합니다, 고마워요/고맙습니다
도움/부탁 Giúp đỡ/nhờ vả	도와 드리겠습니다, 부탁이 있는데요, 말씀하세요
방문 Viếng thăm	실례합니다, 들어오세요
식당 Quán ăn/nhà hàng	어서 오세요/오십시오, 메뉴 좀 보여 주세요, 여기 있습니다
식사 Ăn cơm	맛있게 드세요, 잘 먹겠습니다, 맛있게 먹었습니다
전화 Điện thoại	여보세요, 잠깐만 기다리세요, 전화 바꿨습니다, 말씀 좀 전해 주세요, 〈대답〉 네, 그런데요
여행/휴가 Du lịch/kỳ nghỉ	잘 다녀오세요

🔍 문제분석 Phân tích đề thi

기출문제 Đề thi trước đây

※ [5~6] 다음을 듣고 <보기>와 같이 이어지는 말을 고르십시오.

5 4점 만남 track 04

> 여자: 처음 뵙겠습니다.
> 남자: _____

① 미안합니다.　　　　② 감사합니다.
③ 안녕히 가십시오.　　④ 만나서 반갑습니다.

6 3점 전화

> 남자: 여보세요, 거기 김수미 씨 집이지요?
> 여자: _____

① 네, 그런데요.　　　② 네, 알겠습니다.
③ 네, 여기 있어요.　　④ 네, 들어오세요.

<TOPIK 36회 듣기 [5]>
• 뵈다/뵙다 Gặp(từ khiêm nhượng của '보다')
• 안녕히 Bình an(thường sử dụng trong lời chào hỏi và tạm biệt)

5
두 사람이 처음 만난 상황입니다. 이러한 상황에서는 '처음 뵙겠습니다, 만나서 반갑습니다' 등의 인사말을 사용합니다. 따라서 정답은 ④입니다.
Đây là tình huống hai người gặp nhau lần đầu tiên. Trong tình huống như vậy, các câu chào như "처음 뵙겠습니다", "만나서 반갑습니다." thường được sử dụng. Vì vậy, đáp án đúng là ④.

<TOPIK 37회 듣기 [6]>
• 여보세요 A-lô!

6
두 사람이 전화 통화를 하고 있습니다. 남자가 전화를 걸어 김수미 씨의 집이 맞는지 확인하고 있습니다. 확인에 대한 대답으로는 '네, 그런데요', '네, 맞습니다' 등이 있습니다. 따라서 정답은 ①입니다.
Hai người đang trò chuyện với nhau qua điện thoại. Người đàn ông gọi điện hỏi đối phương đó có phải là nhà của cô Kim Su Mi không. Câu trả lời cho câu hỏi này là ' 네, 그런데요' hoặc '네, 맞습니다', vv. Vì vậy, đáp án đúng là ①.

※ [5~6] 다음을 듣고 〈보기〉와 같이 이어지는 말을 고르십시오.

5 `4점`

> 여자: 다음에 또 뵙겠습니다.
> 남자: _____

① 괜찮습니다.　　　　② 반갑습니다.
③ 어서 오십시오.　　　④ 안녕히 가십시오.

6 `3점`

> 남자: 미안해요. 요즘 너무 바빠서 연락을 못 했어요.
> 여자: _____

① 죄송해요.　　　　② 고마워요.
③ 괜찮아요.　　　　④ 축하해요.

• 어서 Nhanh

5

두 사람이 헤어지는 상황입니다. 이러한 상황에서는 '안녕히 계세요/계십시오, 안녕히 가세요/가십시오' 등의 인사말을 사용할 수 있습니다. 따라서 정답은 ④입니다.
Đây là tình huống hai người đang chia tay nhau. Trong tình huống này, chúng ta có thể sử dụng những lời chào như '안녕히 계세요/계십시오, 안녕히 가세요/가십시오'. Vì vậy, đáp án đúng là ④.

6

남자가 요즘 연락을 하지 못해서 사과를 하는 내용입니다. 사과를 듣고 응답을 할 때는 주로 '괜찮아요, 별말씀을요' 등을 사용합니다. 따라서 정답은 ③입니다.
Người đàn ông xin lỗi vì dạo này không thể liên lạc với người phụ nữ. Khi nghe lời xin lỗi, chúng ta thường đáp lại "괜찮아요, 별말씀을요". Vì vậy, đáp án đúng là ③.

5-6  MP3

🖰 연습문제 Đề thi thực hành

※ [5~6] 다음을 듣고 〈보기〉와 같이 이어지는 말을 고르십시오. 🔘 track 06

5 4점

① 부탁해요.　　　　　　　　② 아니에요.

③ 미안해요.　　　　　　　　④ 축하해요.

6 3점

① 네, 잠깐만요.　　　　　　② 네, 반가워요.

③ 네, 어서 오세요.　　　　　④ 네, 다시 걸겠습니다.

걸다 Gọi điện thoại | 잠깐만 Hãy đợi một chút!

7-10

✏️ **오늘의 어휘** Từ vựng của ngày hôm nay

우리	Chúng tôi	Đại từ	우리 네 명은 한국대학교 학생이에요. Bốn người chúng tôi là sinh viên của Đại học Hàn Quốc.
낮	Ban ngày	Danh từ	저는 낮에 한국어를 배우고 저녁에 아르바이트를 해요. Tôi học tiếng Hàn vào ban ngày và đi làm thêm vào buổi tối.
비행기	Máy bay	Danh từ	비행기를 타고 여행을 가요. Tôi đi du lịch bằng máy bay.
시간	Thời gian	Danh từ	시간을 몰라서 시계를 봐요. Tôi không biết thời gian nên xem đồng hồ.
얼마	Bao nhiêu	Danh từ	사과 하나에 얼마예요? Bao nhiêu tiền một quả táo?
음식	Món ăn	Danh từ	저는 한국 음식을 좋아해요. Tôi thích món ăn Hàn Quốc.
의사	Bác sĩ	Danh từ	의사는 병원에서 일해요. Bác sĩ làm việc ở bệnh viện.
책	Sách	Danh từ	도서관에서 책을 읽어요. Tôi đọc sách ở thư viện.
편지	Lá thư	Danh từ	부모님께 편지를 써요. Tôi viết thư cho bố mẹ.
표	Vé	Danh từ	기차 표 한 장 주세요. Cho tôi một vé xe lửa!
다른	Khác	Tính từ	저는 사과만 좋아해요. 다른 과일은 좋아하지 않아요. Tôi chỉ thích táo. Tôi không thích các loại hoa quả khác.
꼭	Nhất định	Trạng từ	내일 시험이 아침 9시니까 꼭 9시 전에 와야 해요. Bài thi ngày mai bắt đầu lúc 9h sáng nên nhất định, bạn phải đến trước 9h sáng.
많이	Nhiều	Trạng từ	밥을 많이 먹어서 배가 불러요. Tôi ăn nhiều cơm nên rất no.

빨리	Nhanh	Trạng từ	바빠서 밥을 빨리 먹었어요. Tôi bận nên ăn cơm nhanh.
아직	Vẫn	Trạng từ	밤 10시인데 아직 회사에서 일해요. Bây giờ là 10 giờ nhưng tôi vẫn làm việc ở công ty.
가져오다	Mang đến	Động từ	저는 수업 시간에 사전을 가져와요. Tôi mang theo từ điển đến lớp học.
나가다	Đi ra	Động từ	아버지는 매일 아침 7시에 집에서 나가요. Mỗi ngày, bố tôi ra khỏi nhà lúc 7 giờ sáng.
나오다	Đi ra	Động từ	오늘 아침 9시 집에서 나왔어요. Hôm nay, tôi đi ra khỏi nhà lúc 9 giờ sáng.
도착하다	Đến	Động từ	이 버스를 타면 30분 후에 도착해요. Nếu đi xe buýt, này, 30 phút sau, tôi sẽ đến nơi.
드리다	Tặng/biếu	Động từ	오늘은 어머니 생신이라서 어머니께 선물을 드릴 거예요. Hôm nay là sinh nhật của mẹ tôi nên tôi sẽ tặng quà cho mẹ.
바꾸다	Đổi/thay đổi	Động từ	옷이 작아서 큰 옷으로 바꿨어요. Áo nhỏ nên tôi đã đổi lấy áo to hơn.
보내다	Gửi	Động từ	고향에 계신 부모님께 편지를 보냈어요. Tôi đã gửi thư cho bố mẹ ở quê.
시작하다	Bắt đầu	Động từ	한국어 수업은 9시에 시작해요. Lớp học tiếng Hàn bắt đầu lúc 9 giờ.
찾다	Tìm	Động từ	잃어버린 지갑을 찾았어요. Tôi đã tìm thấy chiếc ví bị mất.
타다	Đi/cưỡi	Động từ	지하철을 타고 학교에 가요. Tôi đến trường bằng tàu điện ngầm.
맵다	Cay	Tính từ	한국의 김치는 맛있지만 매워요. Kimchi Hàn Quốc ngon nhưng cay.
무섭다	Sợ	Tính từ	밤에 혼자 집에 있으면 무서워요. Khi ở nhà một mình vào ban đêm, tôi cảm thấy sợ.

아프다	Đau/ốm	Tính từ	배가 아파서 병원에 가요. Tôi bị đau bụng nên đi bệnh viện.
재미있다	Thú vị	Tính từ	생일 파티가 정말 재미있었어요. Buổi tiệc sinh nhật thật là vui.
좋다	Tốt	Tính từ	운동이 건강에 좋아요. Tập thể dục rất tốt cho sức khỏe của bạn.
짧다	Ngắn	Tính từ	저는 짧은 치마를 좋아해요. Tôi thích váy ngắn.
언제	Bao giờ	Trạng từ	민수 씨, 언제 학교에 가요? Anh Min Su, khi nào anh đi học?
내일	Ngày mai	Danh từ	오늘은 금요일이고 내일은 토요일이에요. Hôm nay là thứ sáu, ngày mai là thứ bảy.
먼저	Trước	Trạng từ	밥을 먹기 전에 먼저 손을 씻어요. Trước khi ăn cơm, tôi rửa tay.
지금	Bây giờ	Trạng từ	지금 저는 한국어를 공부하고 있어요. Bây giờ, tôi đang học tiếng Hàn.

A-(으)ㄴ	'A-(으)ㄴ + N(명사)'의 형태로 뒤에 오는 명사를 꾸며 줄 때 사용합니다. '있다, 없다'는 '-는'을 사용합니다. Bổ nghĩa cho cho danh từ đứng sau nó theo cấu trúc 'A(tính từ) -(으)ㄴ + N(danh từ)'. Riêng '있다', '없다' sử dụng '-는'. 예 예쁜 옷을 샀습니다. Tôi đã mua một cái áo đẹp. 맛있는 음식을 먹었습니다. Tôi đã ăn món ăn ngon.
V-(으)ㅂ시다	듣는 사람에게 어떤 행동을 같이 하자고 할 때 사용합니다. Sử dụng khi đề nghị người nghe cùng thực hiện một hành động nào đó. 예 오늘 시간 있으면 우리 같이 운동합시다. Nếu bạn có thời gian, chúng ta hãy cùng tập thể dục!
V-(으)ㄹ까요?	1. 듣는 사람에게 어떤 행동을 같이 하자고 질문할 때 사용합니다. Sử dụng khi hỏi ý kiến người nghe về việc cùng thực hiện một hành động nào đó. 예 가: 같이 식당에 갈까요? Chúng ta cùng đi quán ăn nhé? 나: 네, 좋아요. 같이 갑시다. Vâng, hay đấy. Chúng ta hãy cùng đi! 2. 말하는 사람의 제안에 대한 듣는 사람의 생각을 물을 때 사용합니다. Sử dụng để hỏi suy nghĩ của người người nghe về đề nghị của người nói. 예 창문을 닫을까요? Tôi đóng cửa sổ nhé?
A/V-(으)니까	'-(으)니까' 앞의 내용이 뒤의 내용의 이유가 될 때 사용합니다. 명사일 때는 'N(이)니까'를 사용합니다. 뒤의 내용은 주로 명령 '-(으)십시오, -(으)세요', 청유 '-(으)ㅂ시다, -(으)ㄹ까요?' 등을 사용합니다. Sử dụng khi nội dung trước '-(으)니까' là lý do cho nội dung sau đó. Khi trước '-(으)니까' là danh từ, chúng ta sử dụng cấu trúc 'N(이)니까'. Mệnh đề sau '-(으)니까' thường sử dụng các cấu trúc ngữ pháp cầu khiến như '-(으)십시오, -(으)세요', '-(으)ㅂ시다, -(으)ㄹ까요?'. 예 비가 오니까 우산을 가져가세요. Vì trời đang mưa nên anh hãy mang theo ô! 내일은 주말이니까 같이 놀러 갑시다. Ngày mai là cuối tuần nên chúng ta hãy đi chơi!

7-10

7~10 대화에 어울리는 장소 고르기

대화를 듣고 대화에 어울리는 장소를 고르는 문제입니다. **대화 장소는 '극장, 시장, 식당, 병원' 등으로 일상생활 속에서 쉽게 접할 수 있는 장소입니다.** 각 장소에서 자주 쓰이는 어휘와 표현을 알고 있어야 쉽게 문제를 풀 수 있습니다. 문법보다는 그 장소와 관련된 특정 어휘나 표현만 이해해도 답을 찾을 수 있습니다. 7~9번 문제는 3점 배점인데, 10번 문제만 4점 배점입니다. 10번 문제가 문법이 조금 더 어려워지고, 문장의 길이도 약간 더 길어지지만 문제를 푸는 데에 큰 영향을 주지는 않습니다. 앞 문제들과 같이 주요 어휘와 표현만 잘 파악한다면 문제를 풀 수 있습니다.

아래 표는 출제 가능성이 높은 **장소별 어휘 및 표현**이므로 꼭 외워 두시기 바랍니다.

7~10 Chọn địa điểm phù hợp với cuộc hội thoại.

Đây là dạng đề nghe và chọn địa điểm phù hợp với đoạn hội thoại. Địa điểm trong đoạn hội thoại là những nơi dễ dàng tiếp cận trong cuộc sống hàng ngày của chúng ta, ví dụ như 'rạp hát, chợ, quán ăn, bệnh viện', vv. Để có thể giải đề một cách dễ dàng, bạn cần biết các từ vựng thường sử dụng tùy theo mỗi địa điểm. Từ vựng quan trọng hơn ngữ pháp, nên bạn chỉ cần biết từ vựng cụ thể liên quan đến các địa điểm đó, bạn có thể tìm được đáp án đúng. Điểm số được phân bổ như sau: 3 điểm cho câu 7~9, 4 điểm cho câu 10. Trong câu 10, ngữ pháp khó hơn một chút và câu dài hơn một chút nhưng 2 yếu tố này cũng không ảnh hưởng nhiều đến việc giải đề. Giống các đề trước, bạn có thể giải đề một cách dễ dàng nếu biết từ vựng chính.

Hãy học thuộc lòng những từ vựng theo từng địa điểm có thể xuất hiện trong đề thi mà chúng tôi đã tổng hợp sau đây!

주제 Chủ đề	장소 Địa điểm	어휘 및 표현 Từ vựng
일상생활 Cuộc sống hàng ngày	집 Nhà	방, 크다, 깨끗하다 Phòng, lớn, sạch sẽ
	회사/사무실 Công ty/văn phòng	회의, 일하다, 바쁘다 Họp, làm việc, gặp
	서점 Nhà sách	책, 몇 권, 사다 Sách, mấy quyển, mua
	식당 Quán ăn	밥, 김치(음식 이름), 먹다, 더 주세요 Cơm, kimchi(tên món ăn), ăn, hãy cho thêm
	사진관 Tiệm chụp ảnh	사진, 찍다 Ảnh, chụp
	커피숍 Quán cà-phê	손님, 몇 잔, 마시다 Khách, mấy ly, uống
	미용실 Tiệm uốn tóc	짧은 머리, 짧게 자르다 Tóc ngắn, cắt ngắn
	옷 가게 Cửa hàng quần áo	바지, 치마, 원피스, 티셔츠 Quần, váy, đầm, áo thun
	극장/영화관 Rạp hát/rạp chiếu phim	영화, 표 Phim, vé
	병원/약국 Bệnh viện/nhà thuốc	약, 목, 배, 다리, 머리, 감기, 아프다, 열이 나다 Thuốc, cổ, bụng, chân, đầu, cảm cúm, đau, sốt
여행 Du lịch	공항 Sân bay	비행기 표, 도착하다 Vé máy bay, đến
	호텔 Khách sạn	손님, 열쇠, 아침 식사, 몇 호, 며칠 동안 Khách, chìa khóa, bữa sáng, căn hộ số mấy, trong vòng mấy ngày
	여행사 Công ty du lịch	표, 예약, 비행기 Vé, đặt trước, máy bay

관공서 Cơ quan công cộng	은행 Ngân hàng	돈, 통장, 찾다, 바꾸다 Tiền, sổ ngân hàng, rút, đổi
	도서관 Thư viện	책, 몇 권, 빌리다 Sách, mấy quyển, mượn
	미술관 Phòng tranh	그림, 그리다, 유명하다 Bức tranh, vẽ, nổi tiếng
	박물관 Viện bảo tàng	옛날 물건/그림 Cổ vật/bức tranh
	우체국 Bưu điện	편지, 보내다, 도착하다 Thư, gửi, đến
놀이/휴식 Chơi/ nghỉ ngơi	공원 Công viên	산책하다, 자전거를 타다 Đi dạo, đạp xe đạp
	운동장 Sân vận động	축구를 하다, 배드민턴을 치다(운동 이름 + 동사) Đá bóng, chơi bóng bàn(tên môn thể thao + động từ)
	놀이공원 Công viên giải trí	놀이기구, 타다, 재미있다 dụng cụ thiết bị trò chơi, đi/cưỡi, thú vị
학교생활 Sinh hoạt tại trường học	문구점 Cửa hàng văn phòng phẩm	볼펜, 지우개, 공책 Bút bi, cục tẩy, vở
	교실/학교 Lớp học/trường học	선생님, 질문, 수업 Thầy giáo/cô giáo, câu hỏi, giờ học

🔍 문제분석 Phân tích đề thi

기출문제 Đề thi trước đây

※ [7~10] 여기는 어디입니까? 〈보기〉와 같이 알맞은 것을 고르십시오.

7 3점 🔴 track 07

> 남자: 빨리 오세요. 영화가 곧 시작해요.
> 여자: 네, 지금 가요.

① 극장   ② 서점   ③ 약국   ④ 시장

〈TOPIK 41회 듣기 [7]〉
- 곧 Sớm
- 극장 Nhà hát
- 서점 Nhà sách
- 약국 Nhà thuốc
- 시장 Chợ

7

영화 시간에 늦지 않게 서둘러 영화를 보러 가는 상황입니다. '영화'라는 단어를 통해 장소가 '극장(영화관)'이라는 것을 유추할 수 있습니다. 따라서 정답은 ①입니다.
Đây là tình huống hai người đang vội vã di chuyển để không muộn giờ chiếu phim. Dựa vào từ '영화', chúng ta có thể suy đoán đó là '극장(영화관)'. Vì vậy, đáp án đúng là ①.

8 3점

> 남자: (의사의 말투로) 어디가 안 좋으세요?
> 여자: 어제부터 머리가 아프고 열도 많이 나요.

① 식당   ② 회사   ③ 은행   ④ 병원

〈TOPIK 37회 듣기 [9]〉
- 어제 Hôm qua
- 머리 Đầu
- 열이 나다 Sốt
- 식당 Quán ăn
- 회사 Công ty
- 은행 Ngân hàng
- 병원 Bệnh viện

8

환자(여자)가 병의 증상을 의사(남자)에게 설명하고 있습니다. '머리가 아프다, 열이 나다'라는 단어를 통해 장소가 '병원'이라는 것을 유추할 수 있습니다. 따라서 정답은 ④입니다.
Bệnh nhân(người phụ nữ) đang giải thích các triệu chứng của bệnh cho bác sĩ (người đàn ông). Từ những từ '머리가 아프다, 열이 나다', chúng ta có thể suy đoán đó là '병원'. Vì vậy, đáp án đúng là ④.

9 3점

> 남자: 어떻게 해 드릴까요?
> 여자: <u>짧은 머리</u>로 해 주세요.

① 세탁소   ② 우체국   ③ 미용실   ④ 편의점

10 4점

> 남자: 2시간 전에 <u>도착</u>했는데 제 <u>가방이 아직 안 나와요.</u>
> 여자: 그래요? <u>비행기 표</u> 좀 보여 주세요.

① 가게   ② 공항   ③ 우체국   ④ 여행사

<TOPIK 41회 듣기 [9]>
• 어떻게 Như thế nào
• 머리 Tóc/đầu
• 세탁소 Tiệm giặt ủi
• 우체국 Bưu điện
• 미용실 Tiệm uốn tóc
• 편의점 Cửa hàng tiện lợi

9
손님(여자)이 머리를 자르러 미용실에 왔습니다. '짧은 머리'라는 단어를 통해 장소가 '미용실'이라는 것을 유추할 수 있습니다. 따라서 정답은 ③입니다.
Khách hàng(người phụ nữ) đến tiệm uốn tóc để cắt tóc. Dựa vào từ '짧은 머리', chúng ta có thể đoán được đó là tiệm uốn tóc. Vì vậy, đáp án đúng là ③.

<TOPIK 37회 듣기 [10]>
• 전 Trước
• 가방 Túi/cặp/va-li
• 아직 Vẫn
• 보이다(사동) Cho thấy(thể sai khiến)
• 가게 Cửa hàng
• 공항 Sân bay
• 우체국 Bưu điện
• 여행사 Công ty du lịch

10
남자가 공항에서 자기의 가방이 나오지 않아서 여직원에게 문의하고 있습니다. '도착하다, 비행기 표, 가방이 안 나오다'라는 단어를 통해 장소가 '공항'이라는 것을 유추할 수 있습니다. 따라서 정답은 ②입니다.
Người đàn ông đang hỏi nhân viên nữ vì va-li của mình chưa thấy xuất hiện ở sân bay. Dựa vào từ '도착하다', '비행기표', '가방이 안 나오다', chúng ta có thể suy luận đó là '공항'. Vì vậy, đáp án đúng là ②.

※[7~10] 여기는 어디입니까? 〈보기〉와 같이 알맞은 것을 고르십시오.

7 3점

 track 08

> 여자: 이 <u>모자</u> 다른 색 있어요?
> 남자: 네, 이건 어떠세요?

① 식당   ② 가게   ③ 서점   ④ 미용실

- 모자 Mũ/nón
- 색 Màu sắc
- 가게 Cửa hàng
- 서점 Nhà sách

7

손님(여자)이 가게에서 다른 색의 모자가 있는지 직원(남자)에게 묻고 있습니다. '다른 색 모자, N(이/가) 있어요?'라는 표현을 통해 장소가 '가게'라는 것을 유추할 수 있습니다. 따라서 정답은 ②입니다.

Khách hàng(người phụ nữ) đang hỏi nhân viên(người đàn ông) cửa hàng có mũ màu khác không. Dựa vào từ vựng '다른 색 모자', và câu 'N(이/가) 있어요?', chúng ta có thể đoán được đó là '가게'. Vì vậy, đáp án đúng là ②.

8 3점

> 여자: 내일 몇 시까지 <u>방에서 나가야 해요</u>?
> 남자: 낮 12시까지입니다. 나가실 때는 <u>열쇠</u>를 꼭 가져오세요.

① 호텔   ② 병원   ③ 공항   ④ 빵집

- 방 Căn phòng
- 까지 Đến
- 열쇠 Chìa khóa
- 호텔 Khách sạn
- 빵집 Tiệm bánh mì

8

손님(여자)이 호텔에서 퇴실하는 시간을 직원(남자)에게 묻고 있습니다. '방에서 나가다, 열쇠'라는 표현을 통해 장소가 '호텔'이라는 것을 유추할 수 있습니다. 따라서 정답은 ①입니다.

Khách(người phụ nữ) đang hỏi nhân viên(người đàn ông) thời gian trả phòng khách sạn. Dựa vào từ vựng '방에서 나가다', '열쇠', chúng ta có thể đoán rằng đó là '호텔'. Vì vậy, đáp án đúng là ①.

9 3점

남자: 편지가 언제까지 도착할까요?
여자: 지금 보내시면 금요일에는 도착할 거예요.

① 여행사　　② 우체국　　③ 기차역　　④ 박물관

10 4점

여자: 우리 김치찌개를 먹을까요?
남자: 저는 매운 음식을 못 먹으니까 다른 걸 먹읍시다.

① 식당　　② 시장　　③ 편의점　　④ 커피숍

- 금요일　Thứ sáu
- 여행사　Công ty du lịch
- 우체국　Bưu điện
- 기차역　Ga xe lửa
- 박물관　Viện bảo tàng

9

손님(남자)이 직원(여자)에게 편지가 언제 도착할지 묻고 있습니다. '편지, 도착하다' 라는 표현을 통해 장소가 '우체국'이라는 것을 유추할 수 있습니다. 따라서 정답은 ② 입니다.
Khách hàng(người đàn ông) đang hỏi nhân viên(người phụ nữ) khi nào thì thư sẽ đến. Dựa vào các từ '편지' và '도착하다', chúng ta có thể đoán đó là 'bưu điện'. Vì vậy, đáp án đúng là ②.

- 김치찌개　Kimchi jjigae(món kimchi hầm)
- 편의점　Cửa hàng tiện lợi
- 커피숍　Quán cà-phê

10

여자와 남자는 식당에서 음식을 주문하고 있습니다. '김치찌개, 매운 음식, 먹다'라는 표현을 통해 장소가 '식당'이라는 것을 유추할 수 있습니다. 따라서 정답은 ①입니다.
Người phụ nữ và người đàn ông đang gọi đồ ăn trong quán ăn. Dựa vào các từ '김치찌개', '매운 음식', '먹다', chúng ta có thể đoán được họ đang có mặt ở '식당'. Vì vậy, đáp án đúng là ①.

7-10 **MP3**

🔖 연습문제 Đề thi thực hành

※ [7~10] 여기는 어디입니까? <보기>와 같이 알맞은 것을 고르십시오. 🔘 **track 09**

7 `3점`
  ① 서점　　　② 학교　　　③ 도서관　　　④ 백화점

8 `3점`
  ① 식당　　　② 은행　　　③ 여행사　　　④ 옷가게

9 `3점`
  ① 도서관　　　② 백화점　　　③ 문구점　　　④ 우체국

10 `4점`
  ① 박물관　　　② 영화관　　　③ 지하철역　　　④ 놀이공원

맞다 Đúng | 서점 Nhà sách | 학교 Trường học | 도서관 Thư viện | 백화점 Cửa hàng bách hóa | 돈 Tiền | 한국 Hàn Quốc | 좀 Vui lòng(được sử dụng khi nhờ vả) | 얼마나 Bao nhiêu | 식당 Quán ăn | 은행 Ngân hàng | 여행사 Công ty du lịch | 옷가게 Cửa hàng quần áo | 공책 Vở | 저쪽 Đằng kia | 문구점 Cửa hàng văn phòng phẩm | 우체국 Bưu điện | 이거(이것) Cái này/đây | 박물관 Viện bảo tàng | 영화관 Rạp chiếu phim | 지하철역 Ga tàu điện ngầm

11-14

가족	Gia đình	Danh từ	우리 가족은 아버지, 어머니, 저, 동생 4명이에요. Gia đình tôi gồm 4 người: bố, mẹ, tôi và em tôi.
건강	Sức khỏe	Danh từ	이 음식은 건강에 좋으니까 많이 드세요. Món ăn này tốt cho sức khỏe nên hãy dùng nhiều đi ạ!
계획	Kế hoạch	Danh từ	방학에 여행을 하고 싶어서 요즘 계획을 세우고 있어요. Vào kỳ nghỉ, tôi muốn đi du lịch nên dạo này đang lên kế hoạch.
고향	Quê hương	Danh từ	저는 방학 때 고향에 돌아가요. Vào kỳ nghỉ, tôi sẽ về quê.
기분	Tâm trạng	Danh từ	시험을 잘 못 봐서 기분이 안 좋아요. Tôi làm bài thi không tốt nên tâm trạng không được vui.
나이	Tuổi	Danh từ	나는 아내보다 나이가 어려요. Tôi nhỏ tuổi hơn vợ tôi.
날짜	Ngày	Danh từ	결혼식 날짜를 알려 주세요. Xin hãy cho tôi biết ngày cưới của anh/chị!
사진	Ảnh	Danh từ	여행을 가서 사진을 찍었어요. Tôi đã đi du lịch để chụp ảnh.
생일	Sinh nhật	Danh từ	생일을 축하해요. Chúc mừng sinh nhật.
선물	Món quà	Danh từ	친구에게 생일 선물을 주었어요. Tôi đã tặng quà sinh nhật cho bạn tôi.
쇼핑	Mua sắm	Danh từ	백화점에서 쇼핑을 해요. Tôi mua sắm ở cửa hàng bách hóa.
신발	Giày dép	Danh từ	구두, 운동화, 등산화는 모두 신발이에요. Giày tây, giày thể thao, giày leo núi đều là giày dép.
옷	Áo/quần áo	Danh từ	백화점에서 옷을 샀어요. Tôi đã mua quần áo ở cửa hàng bách hóa.

직업	Nghề nghiệp	Danh từ	우리 형의 직업은 선생님이에요. Nghề nghiệp của anh trai tôi là giáo viên.
휴일	Ngày nghỉ	Danh từ	저는 휴일마다 공원에서 운동을 해요. Vào mỗi ngày nghỉ, tôi tập thể dục trong công viên.
둘(두)	Hai	Danh từ (Tính từ)	하나(한), 둘(두), 셋(세), 넷(네), 다섯, 여섯, 일곱, 여덟, 아홉, 열 Một, hai, ba, bốn, năm, sáu, bảy, tám, chín, mười.
별로	Lắm	Trạng từ	오늘은 별로 덥지 않아요. Hôm nay không nóng lắm.
정말	Rất	Trạng từ	삼계탕이 정말 맛있어요. Samgyetang rất ngon.
하지만	Tuy nhiên	Trạng từ	저는 듣기를 잘 해요. 하지만 쓰기를 잘 못 해요. Tôi giỏi Nghe. Nhưng tôi không giỏi Viết.
일하다	Làm việc	Động từ	저는 병원에서 일해요. Tôi làm việc ở bệnh viện.
읽다	Đọc	Động từ	저는 매일 신문을 읽어요. Tôi đọc báo mỗi ngày.
지나다	Trôi qua	Động từ	봄이 지나고 여름이 왔어요. Mùa xuân đã trôi qua và mùa hè đã đến.
태어나다	Sinh ra	Động từ	저는 서울에서 태어났어요. Tôi sinh ra tại Seoul.
같다	Giống	Tính từ	저와 제 친구는 20살이에요. 우리는 나이가 같아요. Tôi và bạn tôi 20 tuổi. Chúng tôi bằng tuổi nhau.
재미없다	Chán	Tính từ	이 영화는 재미없어요. Bộ phim này rất chán.

🌱 오늘의 문법 Ngữ pháp của ngày hôm nay

보다	비교의 기준을 나타냅니다. Diễn đạt tiêu chuẩn của sự so sánh. 예 동생이 저보다 두 살 적습니다. Em tôi nhỏ hơn tôi 2 tuổi.
A-게	'어떻게, 얼마나'의 의미로 뒤에 나오는 동사를 꾸밀 때 사용합니다. Sử dụng để bổ nghĩa cho động từ đứng sau với ý nghĩa 'như thế nào, bao nhiêu'. 예 머리를 짧게 잘랐습니다. Tôi đã cắt tóc ngắn.
-(으)시-	문장의 주어를 높일 때 사용합니다. Đây là hình thức kính ngữ được sử dụng để tôn cao chủ ngữ của câu. 예 아버지께서 회사에 가십니다. Bố tôi đến công ty.

11-14

📖 유형분석 Phân tích dạng đề

11~14 무엇에 대해 말하고 있는지 고르기

두 사람의 대화를 듣고 무엇에 대해 말하고 있는지 고르는 문제입니다. 대화에는 선택지의 어휘들이 등장하지 않습니다. 그러므로 대화에서 핵심 단어들을 찾고, 이를 통해 주제가 무엇인지 파악하여 선택지에서 골라야 합니다. 문장의 길이나 문법의 난이도는 문제를 푸는 데 영향을 주지는 않습니다. 따라서 대화 중에 등장하는 핵심 단어들을 주의 깊게 들어야 합니다. 만약 두 사람이 **공통으로 사용한 어휘가 있다면 핵심 단어가 분명**하므로 주제를 파악하기가 쉽습니다.

선택지에서 주제를 고를 때에는 **대화의 내용을 너무 좁게 한정하거나 너무 넓게 포괄하지 않도록 주의**해야 합니다. 예를 들어 '사과가 싸다'는 말을 듣고 '사과'에만 신경을 쓰면 '과일'을 선택하여 틀릴 수 있습니다. 반대로 '사과가 싸니까 사야겠다'고 듣지 않은 부분까지 생각을 더 하면 '쇼핑'을 선택하여 틀릴 수도 있습니다. 이러한 함정에 빠지지 말고 '사과가 싸다'는 말은 사과의 '값(가격)'에 대해 말하는 것임을 정확히 파악할 수 있도록 해야 합니다.

11, 12, 14번 문제는 배점이 3점이고, 13번 문제는 배점이 4점입니다. 하지만 문제별 난이도는 크게 다르지 않으므로 배점 차이는 신경 쓰지 않아도 됩니다. 아래 표는 출제 가능성이 높은 **주제별 어휘 및 표현**이므로 꼭 외워 두시기 바랍니다.

11~14 Chọn chủ đề của đoạn hội thoại

Đây là dạng đề nghe đoạn hội thoại giữa hai người và chọn chủ đề họ đang nhắc tới. Từ vựng trong đáp án không xuất hiện trong đoạn hội thoại. Vì vậy, bạn cần tìm những từ ngữ quan trọng trong đoạn hội thoại, Dựa vào các từ ngữ đó để tìm ra chủ đề trong các đáp án. Độ dài của câu hay độ khó của ngữ pháp không ảnh hưởng đến quá trình giải đề. Vì vậy, bạn nên lắng nghe kỹ những từ ngữ quan trọng trong đoạn hội thoại. Nếu hai người cùng đề cập đến một từ vựng nào đó thì chắc chắn, đó là từ vựng quan trọng giúp bạn có thể dễ dàng tìm ra chủ đề.

Trong quá trình chọn chủ đề trong các đáp án, hãy lưu ý để không thu hẹp hoặc mở rộng đoạn hội thoại. Ví dụ, nếu nghe 's사과가 싸다' và chỉ chú ý đến '사과', bạn có thể sai khi chọn 'hoa quả'. Ngược lại, nếu quá bận tâm đến chi tiết mà bạn không nghe thấy - '사과가 싸니까 사야겠다', bạn có thể chọn '쇼핑' và mắc lỗi sai. Đừng mắc bẫy như vậy, nhưng phải hiểu rằng cụm từ '사과가 싸다' đang nói về giá(giá cả) của táo.

Điểm số được phân bổ như sau: 3 điểm cho câu 11, 12 và 4 điểm cho câu 13. Tuy nhiên, độ khó của mỗi câu không khác biệt lắm nên bạn không phải bận tâm đến sự chênh lệch về điểm số. Hãy học thuộc lòng những từ vựng theo chủ đề có khả năng xuất hiện trong bài thi mà chúng tôi tổng hợp dưới đây!

주제 Chủ đề	어휘 및 표현 Từ vựng
가구 Nội thất	책상, 의자, 침대, 옷장, 책장
가족 Gia đình	할아버지, 할머니, 부모(아버지, 어머니), 형, 오빠, 누나, 언니, 동생
값(가격) Giá cả	원, 얼마, 가격, 싸다, 비싸다, 깎다
계절 Mùa	봄, 여름, 가을, 겨울
고향 Quê hương	[도시 이름: 서울, 부산], ○○ 사람, 어디, 태어나다
과일 Hoa quả	배, 수박, 사과, 포도, 딸기, 토마토, 바나나
교통 Giao thông	버스, 지하철, 자동차, 택시, 기차, 비행기, 타다, 내리다, 갈아타다
국적(나라) Quốc tịch(đất nước)	[나라 이름: 한국, 중국, 미국, 일본, 베트남], ○○ 사람, 어느 나라, 오다
기분 Tâm trạng	좋다, 나쁘다, 기쁘다, 슬프다, 즐겁다, 행복하다, 화가 나다
나이 Tuổi	○○(스무, 서른, 마흔) 살
날씨 Thời tiết	덥다, 춥다, 따뜻하다, 시원하다, 맑다, 흐리다, 비가 오다, 눈이 오다, 바람이 불다
날짜 Ngày/thời gian	달력, ○○월 ○○일, 언제, 며칠, 날, 어제, 오늘, 내일, 주말(토요일, 일요일), 휴일
몸 Thân thể	머리, 가슴, 배, 팔, 다리, 허리, 얼굴(눈, 코, 입, 귀)
사진 Ảnh	카메라(사진기), 찍다, 잘 나오다
생일 Sinh nhật	○○월 ○○일, 언제, 태어나다, 선물(을 주다/받다)
쇼핑 Mua sắm	가게, 시장, 백화점, 사다, 팔다, 싸다, 비싸다
시간 Thời gian	○○시, ○○분, 언제
식사 Bữa ăn	아침, 점심, 저녁, 먹다, 드시다
여행 Du lịch	가방, 여권, 카메라, 기차, 배, 비행기, 출발하다, 도착하다, 다녀오다
영화 Phim	극장, 영화관, 보다, 재미있다, 재미없다
옷 Quần áo	치마, 바지, 티셔츠, 블라우스, 원피스, 양복, 입다, 벗다, 예쁘다, 멋있다, 어울리다, 잘 맞다
음식(맛) Món ăn(hương vị)	[음식 이름: 김치, 불고기, 비빔밥], 먹다, 맛있다, 맛없다, 맛(달다, 짜다, 맵다, 쓰다, 시다)
직업 Nghề nghiệp	기자, 의사, 군인, 선생님, 간호사, 회사원, 경찰관, 요리사, 은행원, 미용사, 일하다
집 Nhà	아파트, 거실, 방, 화장실, 부엌/주방, 살다, 넓다(크다), 좁다
책 Sách	서점, 도서관, 읽다, 재미있다, 재미없다, 쉽다, 어렵다
취미 Sở thích	독서, 요리, 노래, 영화, 등산, 여행, 운동(수영, 농구, 축구, 야구, 테니스), 자주, 주로
학교 Trường học	교실, 수업, 공부, 숙제, 선생님, 학생, 방학

11-14

 MP3

🔍 문제분석 Phân tích đề thi

기출문제 Đề thi trước đây

※[11~14] 다음은 무엇에 대해 말하고 있습니까? 〈보기〉와 같이 알맞은 것을 고르십시오. track 10

11~14 3점 4점

> 남자: 동생은 몇 살이에요?
> 여자: 저보다 두 살 적어요.

① 나이　　② 번호　　③ 날짜　　④ 시간

〈TOPIK 41회 듣기 [13]〉
- 동생 Em
- 살 Tuổi(danh từ chỉ đơn vị)
- 적다 Ít
- 번호 Số

11~14
남자가 동생의 나이를 묻고, 여자가 대답하고 있습니다. 이 문제에서 핵심 단어는 '몇 살, 두 살'입니다. 핵심 단어를 통해 두 사람이 나이에 대해 말하고 있다는 것을 알 수 있습니다. 따라서 정답은 ①입니다.
Người đàn ông hỏi tuổi của em trai, và người phụ nữ đang trả lời. Trong dạng đề này, từ khóa là '몇 살' và '두 살'. Dựa vào các từ khóa này, bạn có thể biết hai người đang nói về tuổi tác. Vì vậy, đáp án đúng là ①.

샘플문제 Đề thi mẫu

※[11~14] 다음은 무엇에 대해 말하고 있습니까? 〈보기〉와 같이 알맞은 것을 고르십시오. track 11

11~14 3점 4점

> 여자: 이거 맛이 어때요?
> 남자: 정말 맛있어요. 하지만 좀 매워요.

① 기분　　② 음식　　③ 공부　　④ 사진

- 맛 Hương vị
- 맛있다 Ngon
- 맵다 Cay

11~14
여자가 이것(이거)의 맛을 묻고, 남자가 대답하고 있습니다. 이 문제에서 핵심 단어는 '맛, 맛있다, 맵다'입니다. 핵심 단어를 통해 두 사람이 음식(이거)의 맛에 대해 말하고 있다는 것을 알 수 있습니다. 따라서 정답은 ②입니다.
Người phụ nữ hỏi hương vị của cái này(món ăn này), và người đàn ông trả lời. Từ khóa trong câu này là '맛, 맛있다' và '맵다'. Dựa vào các từ khóa, bạn biết được hai người đang nói về hương vị của món ăn(món ăn này). Do đó, đáp án đúng là ②.

11-14 MP3

※[11~14] 다음은 무엇에 대해 말하고 있습니까? 〈보기〉와 같이 알맞은 것을 고르십시오. **track 12**

11 3점
① 가족 　　② 건강 　　③ 직업 　　④ 휴일

12 3점
① 계획 　　② 고향 　　③ 날짜 　　④ 생일

13 4점
① 책 　　② 표 　　③ 영화 　　④ 기분

14 3점
① 선물 　　② 쇼핑 　　③ 여행 　　④ 주말

무슨 Gì/nào | 일 Công việc | 날 Ngày | 다 Tất cả | 영화 Phim | 이렇다 Như thế này | 남대문시장 Chợ Namdaemun

15-16

여기	Đây	Danh từ/ đại từ	여기가 민수 씨 학교예요? Đây có phải là trường học của anh Min Su không?
더	Hơn	Trạng từ	형은 동생보다 키가 더 커요. Anh trai cao hơn em.
한번	Một lần	Trạng từ	이 음식 한번 드셔 보세요. Hãy thử dùng món ăn này một lần đi!
고치다	Sửa chữa	Động từ	휴대전화가 고장 나서 고쳐야 해요. Điện thoại di động bị hỏng nên phải sửa.
보다	Nhìn	Động từ	옷을 입고 거울을 봐요. Hãy mặc áo và soi gương!
식사하다	Ăn cơm	Động từ	점심에 같이 식사할까요? Chúng ta cùng ăn trưa nhé?
쓰다	Sử dụng/viết/ mặc	Động từ	공책에 이름을 쓰세요. Hãy viết tên bạn vào vở!
어울리다	Phù hợp	Động từ	이 바지에는 흰 티셔츠가 어울려요. Áo thun trắng rất hợp với chiếc quần này.
일어나다	Thức dậy	Động từ	저는 아침에 일찍 일어나요. Tôi thức dậy vào buổi sáng.
자다	Đi ngủ	Động từ	저는 밤 11시쯤 자요. Tôi đi ngủ khoảng 11 giờ đêm.
자르다	Cắt	Động từ	머리를 자르려고 미용실에 갔어요. Tôi đến tiệm uốn tóc để cắt tóc.
조심하다	Cẩn thận	Động từ	길이 미끄러워요. 조심하세요. Đường trơn đấy. Hãy cẩn thận!
어떻다	Như thế nào	Trạng từ	한국 김치는 어떻게 만들어요? Bạn làm kimchi Hàn Quốc như thế nào?

피곤하다	Mệt mỏi	Tính từ	요즘 회사에 일이 많아서 너무 피곤해요. Dạo này công ty có nhiều việc nên tôi quá mệt mỏi.
조금	Một chút	Trạng từ/ Tính từ	학교에 조금 더 일찍 오세요. Hãy đến trường sớm hơn một chút!
마음에 들다	Thích/ưng ý		새로 산 옷이 마음에 들어요. Tôi rất ưng cái áo mới mua.

A/V-네요	지금 알게 된 일에 대한 느낌을 말할 때 사용합니다. Sử dụng để diễn tả cảm xúc về sự việc người nói vừa mới biết. 예 가: 여기가 제 방이에요. Đây là căn phòng của tôi. 　　나: 방이 넓네요. Căn phòng rộng rãi quá!
V-(으)ㄹ게요	말하는 사람이 듣는 사람에게 어떤 일을 하겠다고 약속하거나 의지를 나타낼 때 사용합니다. Sử dụng khi người nói hứa sẽ làm việc gì đó hoặc thể hiện ý định làm điều gì đó cho người nghe. 예 가: 내일은 일찍 일어나세요. Ngày mai hãy thức dậy sớm! 　　나: 네, 일찍 일어날게요. Vâng, tôi sẽ thức dậy sớm. 　　잠깐 화장실 좀 다녀올게요. Tôi đi nhà vệ sinh một chút.
A-(으)ㄴ/(으)ㄹ 것 같다 V-(으)ㄴ/는/(으)ㄹ 것 같다	1. 추측을 나타냅니다. Diễn đạt sự suy đoán. 　형용사와 같이 쓰여 현재의 상태는 'A-(으)ㄴ 것 같다'를 사용하고 미래의 상태나 막연한 것을 추측할 때는 'A-(으)ㄹ 것 같다'를 사용합니다. 　동사와 같이 쓰여 과거에 일어난 일은 'V-(으)ㄴ 것 같다'를, 현재의 일은 'V-는 것 같다'를, 미래의 일이나 막연한 것을 추측할 때는 'V-(으)ㄹ 것 같다'를 사용합니다. 　명사일 때는 'N인/일 것 같다'를 사용합니다. 　Sử dụng cùng với tính từ, cấu trúc của thì hiện tại là 'A-(으)ㄴ 것 같다', cấu trúc của thì tương lai hoặc khi suy đoán điều gì đó mơ hồ là 'A-(으)ㄹ 것 같다'. Kết hợp với động từ, để diễn đạt sự suy đoán về điều gì đó đã xảy ra trong quá khứ, chúng ta sử dụng cấu trúc 'V-(으)ㄴ 것 같다'; để diễn đạt điều gì đó đã xảy ra trong hiện tại, chúng ta sử dụng cấu trúc 'V-는 것 같다' và suy đoán điều gì đó sẽ diễn ra trong tương lai hoặc điều gì đó mơ hồ, chúng ta sử dụng cấu trúc 'V-(으)ㄹ 것 같다'. Khi kết hợp với danh từ, chúng ta sử dụng cấu trúc 'N인/일 것 같다'. 예 지금 날씨가 좋은 것 같습니다. Bây giờ, có lẽ thời tiết rất đẹp. 　　내일 날씨가 좋을 것 같습니다. Thời tiết ngày mai có lẽ rất đẹp. 　　어제 비가 온 것 같습니다. Có lẽ hôm qua trời mưa. 　　지금 비가 오는 것 같습니다. Có lẽ trời đang mưa. 　　내일 비가 올 것 같습니다. Có lẽ ngày mai trời sẽ mưa. 　　저기가 화장실인 것 같습니다. Có lẽ đó là nhà vệ sinh. 　　그 사람이 선생님일 것 같습니다. Có lẽ người đó là giáo viên. 2. 말하는 사람의 생각을 부드럽게 표현할 때 사용합니다. Sử dụng để diễn đạt suy nghĩ của người nói một cách nhẹ nhàng. 예 그 옷은 별로 안 예쁜 것 같습니다. Có lẽ cái áo đó không đẹp lắm. 　　내일은 학교에 못 갈 것 같습니다. Có lẽ ngày mai tôi không đi học được.

15-16

📖 유형분석 Phân tích dạng đề

15~16 대화에 알맞은 그림 고르기

두 사람의 대화를 듣고 대화의 내용과 일치하는 그림을 고르는 문제입니다. 대화가 'A1-B1'으로 짧고 간단하기 때문에 두 사람이 하는 말을 모두 집중하여 들어야 합니다. 대화하고 있는 장소가 어디인지, 두 사람의 역할이 무엇이고 어떤 행동을 하는지 대화 속에서 단서를 찾으면 쉽게 그림을 고를 수 있습니다.

이 유형에서는 상황을 설명해 주기 위해 '아주, 너무, 빨리, 항상'과 같은 부사가 많이 등장합니다. 그리고 그림으로 나타낼 수 있는 행동이 나오는 문제이므로 문장의 마지막 문법이 행동을 명령하거나 권유하는 '-(으)세요, -(으)시겠어요?' 등의 형태로 많이 나옵니다. 주로 A1이 **'질문이나 제안, 요청, 명령'**을 하면 B1이 이에 대해 **'대답'하는 형식**이 자주 출제됩니다.

듣기 전에 먼저 **선택지의 그림을 보고 장소와 상황을 미리 파악**해 두면 문제를 듣고 빠르게 답을 고를 수 있습니다.

15~16 Chọn bức tranh phù hợp với cuộc hội thoại.

Đây là dạng đề lắng nghe đoạn hội thoại của hai người và chọn một bức tranh phù hợp với nội dung đoạn hội thoại. Vì đoạn hội thoại theo hình thức 'A1-B1' ngắn và đơn giản nên bạn cần tập trung lắng nghe tất cả lời nói của cả hai người. Bạn có thể dễ dàng chọn bức tranh phù hợp nếu bạn tìm thấy manh mối trong đoạn hội thoại về nơi họ đang trò chuyện, vai trò và hành động của họ.

Trong dạng đề này, nhiều trạng từ như 'aju, neomu, ppalli, hangsang' được sử dụng để giải thích tình huống. Vì đây là dạng đề hành động có thể được diễn đạt bằng hình ảnh nên ngữ pháp cuối cùng trong câu thường ở dạng mệnh lệnh như '-(으)세요 hoặc dạng đề nghị -(으)시겠어요?'. Nếu A1 chủ yếu ở dạng câu hỏi, đề nghị, yêu cầu hoặc mệnh lệnh thì B1 thường ở dạng câu trả lời.

Trước khi nghe, nếu bạn nhìn vào hình vẽ trong đáp án để nắm bắt trước địa điểm và tình huống thì có thể nhanh chóng chọn được đáp án đúng.

MP3

🔍 **문제분석** Phân tích đề thi

기출문제 Đề thi trước đây

※[15~16] 다음 대화를 듣고 알맞은 그림을 고르십시오. 각 4점

🎧 track 13

15~16

> 여자: 일어나서 식사하세요.
> 남자: 너무 피곤해요. 조금만 더 잘게요.

①

②

③

④

〈TOPIK 41회 듣기 [15]〉

• 너무 Quá

15~16

장소: 침실
여자: 아내 / 남자: 남편
여자가 식사하기 위해 남자를 깨우지만, 남자는 피곤해서 더 자려고 합니다. 여자의 '일어나서', 남자의 '더 잘게요'라는 말을 통해 남자가 침대에 누워있다는 것을 알 수 있고, 여자의 '식사하세요'라는 말을 통해 식사 준비를 방금 마친 여자의 앞치마 차림을 유추할 수 있습니다. 따라서 정답은 ① 입니다.

Địa điểm: Phòng ngủ
Người phụ nữ: vợ
Người đàn ông: chồng
Người phụ nữ đánh thức người đàn ông dậy ăn cơm, nhưng người đàn ông mệt mỏi nên muốn ngủ thêm. Dựa vào câu nói của người phụ nữ '일어나서' và '더 잘게요.' của người đàn ông, bạn có thể biết người đàn ông đang nằm trên giường, và Dựa vào câu nói "식사하세요." của người phụ nữ, chúng ta có thể đoán được người phụ nữ đang mặc tạp đề ngay sau khi chuẩn bị bữa ăn. Vì vậy, đáp án đúng là ①.

※[15~16] 다음 대화를 듣고 알맞은 그림을 고르십시오. 각 4점

15~16

 track 14

> 여자: 여기 <u>거울 한번 보세요</u>. 마음에 드세요?
> 남자: 좋네요. 저한테 잘 어울리는 것 같아요.

①

②

③

④

- 입다 Mặc
- 거울 Mùa đông
- 잘 Giỏi/tốt

3

장소: 옷가게
여자: 판매원 / 남자: 손님
여자의 '여기 거울 한번 보세요'라는 말을 통해 남자에게 거울을 보여 주는 판매원의 모습을 유추할 수 있습니다. 그리고 남자의 '좋다, 잘 어울리다'와 같은 표현을 통해 거울을 보며 만족하는 남자 손님의 모습을 떠올릴 수 있습니다. 따라서 정답은 ③입니다.
Địa điểm: Cửa hàng quần áo
Người phụ nữ: Nhân viên bán hàng /
Người đàn ông: Khách hàng
Dựa vào lời nói của người phụ nữ '여기 거울 한번 보세요', bạn có thể đoán được hình ảnh nhân viên bán hàng đang cho người đàn ông soi gương. Và dựa vào những từ ngữ '좋다, 잘 어울리다', bạn có thể hình dung hình ảnh nam khách hàng hài lòng khi soi gương. Do đó, đáp án đúng là ③.

🖱 **연습문제** Đề thi thực hành

※ [15~16] 다음 대화를 듣고 알맞은 그림을 고르십시오. 각 4점 track 15

15 ①
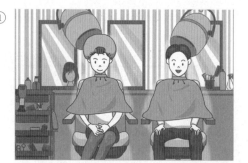

②

③

④
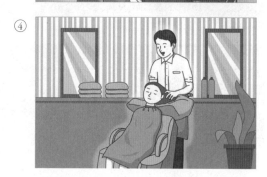

16 ①

②

③

④

사진 Ảnh | 확인하다 Kiểm tra | 잘 되다 Hoạt động tốt | 앞으로 Về phía trước/trong tương lai

17-21

수업	Lớp học	Danh từ	학교에서 한국어 수업을 해요. Tôi dạy/học tiếng Hàn ở trường học.
신청서	Đơn xin	Danh từ	저는 몸이 아파서 회사에 휴가 신청서를 냈어요. Tôi bị ốm nên đã nộp đơn xin nghỉ phép lên công ty.
약속	Cuộc hẹn/ lời hứa	Danh từ	저는 주말에 친구와 약속이 있어요. Tôi có hẹn với bạn vào cuối tuần.
의자	Ghế	Danh từ	여기 의자에 앉으세요. Hãy ngồi vào ghế này!
자전거	Xe đạp	Danh từ	자전거를 타고 공원에 갔어요. Tôi đã đến công viên bằng xe đạp.
잠시	Một lát	Danh từ	민수 씨를 만나려면 잠시 기다려 주세요. Nếu muốn gặp Minsu, bạn hãy đợi một chút!
장소	Địa điểm	Danh từ	약속 장소가 어디예요? Địa điểm gặp mặt ở đâu?
정도	Mức độ/ trình độ	Danh từ	이 책은 초등학생 정도의 아이가 읽을 수 있어요. Cuốn sách này trẻ em ở độ tuổi tiểu học có thể đọc được.
고르다	Lựa chọn	Động từ	어떤 음료수를 드시겠어요? 골라 보세요. Bạn sẽ uống gì? Hãy chọn đi!
모르다	Không biết	Động từ	그 사람의 얼굴은 알지만 이름은 몰라요. Tôi biết mặt anh ta nhưng không biết tên anh ta.
묻다	Hỏi	Động từ	그가 이름을 물어서 제가 큰 소리로 대답했어요. Anh ấy hỏi tên tôi nên tôi trả lời rất to.
주다	Cho/tặng	Động từ	친구에게 주려고 선물을 샀어요. Tôi đã mua quà để tặng cho một người bạn.
초대하다	Mời	Động từ	생일에 친구들을 초대하려고 해요. Tôi dự định mời bạn bè dự sinh nhật.

출발하다	Xuất phát	Động từ	비행기가 3시에 출발해요. Máy bay xuất phát lúc 3 giờ.
취소하다	Hủy bỏ	Động từ	회사에 일이 있어서 약속을 취소했어요. Tôi đã hủy cuộc hẹn vì có việc ở công ty.
확인하다	Xác nhận/ kiểm tra	Động từ	시험 결과를 확인했어요. Tôi đã kiểm tra kết quả bài thi.
불편하다	Bất tiện/ khó chịu	Tính từ	다리를 다쳐서 걷기가 불편해요. Tôi bị đau chân và đi lại rất bất tiện.
특별하다	Đặc biệt	Tính từ	방학에 특별한 계획이 있어요? Bạn có kế hoạch đặc biệt nào cho kỳ nghỉ không?
알려 주다	Cho biết/dạy	Động từ	저는 친구에게 한국 노래를 알려 주고 있어요. Tôi đang dạy bạn tôi bài hát Hàn Quốc.

A/V-(으)ㄹ 수 있다/없다	1. 어떤 일이 가능하거나 가능하지 않음을 나타냅니다. 　Sử dụng khi có khả năng hoặc không có khả năng làm một việc gì đó. 　예 가: 내일 오후에 만날 수 있어요? Chúng ta có thể gặp nhau vào chiều mai không? 　　 나: 아니요. 오후에 약속이 있어서 만날 수 없어요. Không, tôi không có một cuộc hẹn 　　　 vào chiều mai nên không gặp bạn được. 2. 어떤 일의 능력이 있고 없음을 나타냅니다. 　Sử dụng khi có hoặc không có năng lực làm một việc nào đó. 　예 저는 컴퓨터를 배워서 잘할 수 있습니다. Tôi học máy tính nên có thể làm tốt.
A/V-(으)려면	하고 싶은 일을 가정할 때 사용합니다. 뒤에는 그 가정을 이루기 위한 조건이 나옵니다. Sử dụng để giả định việc ai đó muốn làm. Sau đó, xuất hiện các điều kiện để thực hiện giả định đó. 예 명동에 가려면 지하철 4호선을 타야 합니다. Muốn đến Myeong-dong, bạn phải đi tàu điện ngầm tuyến số 4.
N마다	1. 앞에 사용한 명사 각각을 나타낼 때 사용합니다. 　Sử dụng để diễn đạt từng danh từ đứng trước. 　예 교실마다 에어컨이 있습니다. Mỗi phòng học đều có điều hòa nhiệt độ. 2. 시간과 같이 사용하여 그 시간에 계속 어떤 일이 반복됨을 나타냅니다. 　Sử dụng cùng với thời gian để diễn đạt sự lặp đi lặp lại liên tục của một sự việc nào đó theo thời gian. 　예 저는 주말마다 도서관에 갑니다. Mỗi cuối tuần, tôi đều đi thư viện.
A/V-아/어야 하다/되다	반드시 할 일을 나타낼 때 사용합니다. Sử dụng để diễn đạt một việc nào đó nhất định phải thực hiện. 예 공부를 잘 하려면 열심히 공부해야 합니다. Muốn học giỏi, bạn phải học tập chăm chỉ.

17-21

17~21 대화 내용과 같은 것 고르기

대화를 듣고 대화 내용과 같은 것을 고르는 문제입니다. 17번 문제부터 2급 수준의 조금 어려운 어휘와 문법이 본격적으로 나오기 시작합니다. 17번은 A1-B1-A2의 대화 형태이며 18~21번은 A1-B1-A2-B2의 대화 형태입니다.

한 사람이 다른 사람에게 **'문의를 하거나 부탁, 제안, 지시'** 등을 하고 다른 사람은 그에 **'반응'**하는 대화입니다. 이러한 상황 속에서 **남자와 여자가 어떤 행동을 하는지 그리고 어떤 행동을 하고 싶어 하는지를 주의 깊게 들으십시오.** 선택지는 주로 남자와 여자의 행동에 대해 설명하고 있습니다. 그러므로 들은 내용과 일치하지 않거나 언급하지 않은 내용이 있는 선택지를 지워가며 답을 찾는 것이 좋습니다.

또한 답을 고를 때 **시제가 매우 중요**합니다. 선택지의 내용이 과거인지, 현재인지 아니면 미래인지를 먼저 파악한 후, 대화의 내용을 듣고 비교하면서 답을 찾으시기 바랍니다. 아래는 **선택지에 자주 사용되는 시제를 나타내는 문법**입니다.

과거 Quá khứ	-았/었습니다
현재 Hiện tại	-ㅂ/습니다, -고 있습니다
미래 Tương lai	-(으)ㄹ 겁니다/것입니다, -(으)려고 합니다
기타 Các thì khác	-(으)ㄹ 수 있습니다/없습니다, -지 못합니다. -(으)ㄴ 적이 있습니다, -고 싶어 합니다

17~21 Chọn câu trả lời giống nội dung đoạn hội thoại

Đây là dạng đề nghe đoạn hội thoại và chọn đáp án giống với nội dung đoạn hội thoại. Từ câu 17 trở đi bắt đầu xuất hiện các từ vựng và ngữ pháp hơi khó một chút ở trình độ cấp 2. Câu 17 được trình bày ở dạng hội thoại A1-B1-A2 còn câu 18-21 được trình bày ở dạng hội thoại A1-B1-A2-B2.

Trong đoạn hội thoại này, một người hỏi, nhờ vả, đề nghị, yêu cầu, vv và người kia đáp ứng lại. Hãy lắng nghe trong những tình huống này, người đàn ông và người phụ nữ làm gì và họ muốn làm gì. Các đáp án thường giải thích về hành động của người đàn ông và người phụ nữ. Do đó, bạn nên tìm đáp án đúng bằng cách xóa các đáp án không phù hợp với nội dung bạn đã nghe hoặc không được cập đến.

Ngoài ra, 'thì' là yếu tố rất quan trọng khi chọn đáp án đúng. Trước tiên, hãy xác định nội dung đáp án của bạn là quá khứ, hiện tại hay tương lai; sau đó, hãy nghe và so sánh các đáp án để tìm ra đáp án đúng! Dưới đây là những ngữ pháp diễn đạt các thì thường xuyên được sử dụng trong các đáp án.

🔍 문제분석 Phân tích đề thi

기출문제 Đề thi trước đây

※ [17~21] 다음을 듣고 〈보기〉와 같이 대화 내용과 같은 것을 고르십시오. 각 3점 🔴 track 16

17~21

> 여자: 우리 아이가 탈 자전거 좀 보여 주세요.
> 남자: 이 아이가 탈 거예요? 이쪽에서 골라 보세요.
> 여자: 이 노란색 자전거가 예쁘네요. 이걸로 주세요.
>   아, 근데 의자가 우리 아이한테 너무 높진 않겠죠?
> 남자: 그럼요. 이 아이 정도면 탈 때 불편하진 않을 거예요.

① 여자는 자전거 가게에서 일합니다.   ▷ 남자
② 여자는 노란색 자전거를 살 겁니다.
③ 남자는 아이와 함께 가게에 왔습니다.   ▷ 여자
④ 남자는 아이에게 자전거를 선물했습니다.   ▷ 여자

〈TOPIK 37회 듣기 [18]〉

- 아이 Con cái
- 타다 Đi(phương tiện giao thông)
- 노란색 Màu vàng
- 예쁘다 Đẹp
- 근데 Nhưng
- 너무 Quá
- 높다 Cao

27~21

여자: 손님 / 남자: 직원

여자가 아이에게 자전거를 선물하기 위해 아이와 함께 가게에 왔습니다. 여자는 노란색 자전거를 선택했지만 의자의 높이가 걱정이 되어 직원에게 물었습니다. 직원은 괜찮다고 조언해 주었습니다. 그러므로 여자는 노란색 자전거를 살 겁니다. 따라서 정답은 ②입니다.

Người phụ nữ: Khách hàng
Người đàn ông: Nhân viên
Người phụ nữ đến cửa hàng cùng với con để tặng cho nó chiếc xe đạp. Người phụ nữ chọn chiếc xe đạp màu vàng, nhưng lo ngại về chiều cao của yên xe nên hỏi nhân viên. Nhân viên đã tư vấn cho bà là không sao. Vì vậy, người phụ nữ sẽ mua chiếc xe đạp màu vàng. Do đó, đáp án đúng là ②.

※ 이 문제에서는 말을 줄여서 하는 축약 표현이 사용되었습니다. 듣기나 말하기에서는 구어체적인 축약 형태가 자주 일어나는 현상이니 알아 두시기 바랍니다.

※ Đề thi này có sử dụng một số từ viết tắt. Bạn nên ghi nhớ các dạng viết tắt hoặc hiện tượng viết tắt mang tính chất khẩu ngữ thường xuyên được sử dụng trong kỹ năng nghe hoặc nói.

- 그런데 ▶ 근데 (Nhưng)
- 높지는 ▶ 높진 (Cao)
- 불편하지는 ▶ 불편하진 (Bất tiện/khó chịu)

※[17~21] 다음을 듣고 〈보기〉와 같이 대화 내용과 같은 것을 고르십시오. 각 3점 🔴 track 17

17~21

> 여자: (전화벨) 여보세요. 민수 씨, 휴일에 죄송한데요. 내일 문화 수업 장소와 시간 좀 알려 줄 수 있어요?
> 남자: 아, 미안해요. 제가 지금 <u>밖</u>에 있는데요. <u>집에 가서 확인하고 바로 전화 드릴게요.</u>
> 여자: 바쁘시면 다른 분께 부탁해 볼게요.
> 남자: 아니에요. 10분 후면 집에 도착해요.

① 남자는 지금 집에 도착했습니다.
② 남자는 잠시 후에 여자에게 전화를 할 겁니다.
③ 여자는 바빠서 문화 수업 장소에 갈 수 없습니다.
④ 여자는 밖에 있어서 문화 수업 장소와 시간을 모릅니다.

• 여보세요 A-lô!
• 휴일 Ngày nghỉ
• 죄송하다 Xin lỗi (hình thức trang trọng của 미안하다)
• 문화 Văn hóa
• 시간 Thời gian
• 지금 Bây giờ
• 밖 Bên ngoài
• 바로 Ngay lập tức
• 드리다 Biếu(hình thức trang trọng của 주다)
• 바쁘다 Bận rộn

17~21

여자/남자: 친구
여자는 내일 문화 수업이 있지만 수업 장소를 모릅니다. 그래서 남자에게 전화해서 문화 수업 장소를 물었습니다. <u>남자는 지금 밖에 있어서 알려 줄 수 없지만 10분 후에 집에 가서 확인 후 전화를 주겠다고 했습니다.</u> 그러므로 남자는 잠시 후에 여자에게 전화를 할 겁니다. 따라서 정답은 ②입니다.

Cô gái/chàng trai: bạn bè
Ngày mai, cô gái có tiết học văn hóa, nhưng không biết lớp học ở đâu. Vì vậy, cô gọi cho chàng trai để hỏi địa điểm của lớp học văn hóa. Chàng trai hiện giờ đang ở bên ngoài nên không thể cho biết, nhưng nói rằng sau 10 phút nữa sẽ về nhà và gọi điện thoại cho cô gái sau khi kiểm tra. Vì vậy, lát nữa, chàng trai sẽ gọi cho cô gái. Do đó, đáp án đúng là ②.

연습문제 Đề thi thực hành

※[17~21] 다음을 듣고 〈보기〉와 같이 대화 내용과 같은 것을 고르십시오. 각 3점 🔴 track 18

17 ① 여자는 잠시 후에 경주에 갑니다.
　② 남자는 여자와 함께 버스에 탈 겁니다.
　③ 여자는 인터넷으로 버스표를 사고 있습니다.
　④ 남자는 1시 50분에 출발하는 버스를 탈 겁니다.

18 ① 여자는 주말마다 모임이 있어 바쁩니다.
　② 남자는 이번 주말에 1박 2일로 여행을 갑니다.
　③ 남자는 일이 많아서 일 년에 한 번 여행을 합니다.
　④ 여자는 남자와 함께 토요일에 여행을 가려고 합니다.

19 ① 여자는 7시 30분에 퇴근합니다.
　② 남자는 태권도 신청서를 쓰려고 합니다.
　③ 여자는 퇴근한 후에 태권도를 배울 겁니다.
　④ 남자는 태권도 저녁반 시간을 묻고 있습니다.

20 ① 남자는 어제 이메일을 읽었습니다.
　② 남자는 집들이에 초대를 받았습니다.
　③ 여자는 친구들에게 이메일을 보냈습니다.
　④ 여자는 약속을 취소하고 집들이에 갈 겁니다.

21 ① 남자는 일요일에 고향으로 돌아갑니다.
　② 여자는 친구들과 같이 잡채를 만들 겁니다.
　③ 여자는 마이클이 좋아하는 음식을 만들 겁니다.
　④ 남자는 여자에게 특별한 음식을 선물하려고 합니다.

경주 Gyeongju(thành phố ở Đông Nam Hàn Quốc) | 인터넷 Internet | 버스표 Vé xe buýt | 마다 Mỗi | 모임 Cuộc họp 처음 Lần đầu tiên | 정말 Thật/rất | 재미있다 Vui/thú vị | 퇴근 Tan sở | 태권도 Taekwondo | 배우다 Học | 이메일 E-mail | 집들이 Tiệc tân gia | 받다 Nhận | 잡채 Japchae(món miến làm từ khoai lang trộn với các loại rau) | 좋아하다 Thích

22-24

✏️ 오늘의 어휘 Từ vựng của ngày hôm nay

가격	Giá cả	Danh từ	시장에서 채소를 사면 가격이 싸요. Nếu mua rau ở chợ thì giá cả rất rẻ.
교통	Giao thông	Danh từ	서울은 차가 많아서 교통이 복잡해요. Seoul có nhiều xe cộ qua lại nên giao thông phức tạp.
다행	May mắn	Danh từ	교통사고가 났는데 안 다쳐서 다행이에요. Tôi bị tai nạn xe hơi nhưng rất may, tôi không bị thương.
산책	Đi dạo	Danh từ	식사 후에 공원에서 산책을 해요. Sau khi ăn cơm, tôi đi dạo trong công viên.
생각	Suy nghĩ	Danh từ	다음을 듣고 여자의 중심 생각을 고르십시오. Hãy lắng nghe đoạn hội thoại sau và chọn ý chính của người phụ nữ!
이사	Chuyển nhà	Động từ	저는 다음 달에 학교 근처로 이사를 가요. Tháng sau, tôi sẽ chuyển nhà đến gần trường.
인기	Sự yêu thích/ nổi tiếng	Danh từ	그 가수는 우리나라에서 인기가 많아요. Ca sĩ đó được yêu thích ở Hàn Quốc.
화장실	Nhà vệ sinh	Danh từ	남자 화장실은 1층에 있고 여자 화장실은 2층에 있어요. Nhà vệ sinh nam ở tầng 1 còn nhà vệ sinh nữ ở tầng 2.
내리다	Xuống/giảm	Động từ	세일 기간입니다. 내일부터 물건 값을 내립니다. Hiện nay là mùa giảm giá. Từ ngày mai, chúng tôi sẽ giảm giá hàng hóa.
놀라다	Ngạc nhiên	Động từ	부모님이 갑자기 학교에 오셔서 깜짝 놀랐어요. Tôi rất ngạc nhiên khi bố mẹ tôi đột nhiên đến trường.
사용하다	Sử dụng	Động từ	이 기계는 위험하니까 사용할 때 조심하세요. Cỗ máy này rất nguy hiểm nên hãy cẩn thận khi sử dụng nó!
소개하다	Giới thiệu	Động từ	제 고향을 친구들에게 소개하려고 해요. Tôi dự định giới thiệu quê hương với bạn bè.
수리하다	Sửa chữa	Động từ	고장 난 컴퓨터를 수리해요. Tôi sửa máy tính bị hỏng.

이기다	Thắng	Động từ	우리 학교가 축구 경기에서 한국대학교를 이겼습니다. Trường chúng tôi đã thắng Đại học Hàn Quốc trong trận đấu bóng đá.
이야기하다	Trò chuyện	Động từ	저는 함께 사는 친구와 매일 이야기해요. Mỗi ngày, tôi đều trò chuyện với người bạn sống cùng.
잘하다	Giỏi	Động từ	저는 한국에 살아서 한국어를 잘해요. Tôi sống ở Hàn Quốc nên giỏi tiếng Hàn.
걱정하다	Lo lắng	Động từ	제가 한국에서 혼자 살고 있어서 어머니는 항상 걱정해요. Tôi sống một mình ở Hàn Quốc nên mẹ tôi luôn lo lắng cho tôi.
힘들다	Mệt mỏi	Tính từ	오늘 오래 걸어서 힘들어요. Hôm nay, tôi mệt vì đi bộ lâu.
가깝다	Gần	Tính từ	우리 집은 학교에서 가까워요. Nhà tôi gần trường học.
깨끗하다	Sạch sẽ	Tính từ	조금 전에 방을 청소해서 깨끗해요. Căn phòng sạch sẽ vì tôi vừa dọn dẹp.
편리하다	Thuận tiện/ tiện lợi	Tính từ	지하철이 빠르고 편리해요. Tàu điện ngầm nhanh và thuận tiện.

A/V-(으)ㄹ지 모르겠다	정확하지 않은 결과에 의문이 들거나 걱정을 할 때 사용합니다. Sử dụng khi nghi ngờ hoặc lo lắng về một kết quả không chính xác. 예 이 돈으로 유학 생활을 할 수 있을지 모르겠습니다. 　　Không biết với số tiền này, tôi có duy trì được cuộc sống du học không.
N(이)나	1. 둘 중에 하나를 선택할 때 사용합니다. 　　Sử dụng khi lựa chọn một trong hai. 　　예 저는 아침에 밥이나 빵을 먹습니다. Tôi ăn cơm hoặc bánh mì vào bữa sáng. 2. 생각보다 수나 양이 많을 때 사용합니다. 　　Sử dụng khi số hoặc số lượng nhiều hơn suy nghĩ. 　　예 빵을 5개나 먹었습니다. Tôi đã ăn những 5 ổ bánh mì.
V-고 싶다	어떤 것을 원하거나 바라는 것이 있을 때 사용합니다. Diễn đạt mong muốn hoặc hy vọng. 예 저는 올해 대학교에 입학하고 싶습니다. Tôi muốn vào đại học trong năm nay.
N에 대해(대하여)	앞의 명사가 뒤 내용의 대상이 됨을 나타냅니다. 'N에 관해(관하여)'로 바꿔 쓸 수 있습니다. Sử dụng khi danh từ đứng trước là đối tượng của nội dung sau đó. Có thể thay thế bằng 'N에 관해(관하여)'. 예 지금부터 자기 나라에 대해 이야기합시다. 　　Từ bây giờ, chúng ta hãy nói về đất nước của mình!

22-24

📖 유형분석 Phân tích dạng đề

22~24 남자/여자의 중심 생각 고르기

　대화를 듣고 남자 또는 여자의 중심 생각을 고르는 문제입니다. 먼저 남자의 중심 생각인지 여자의 중심 생각인지 문제를 잘 읽고 풀어야 합니다. 대화는 A1-B1-A2-B2의 형태이며 보통 **A의 중심 생각은 A2에서 찾을 수 있습니다. B의 중심 생각은 B1이나 B2에서 찾을 수 있습니다.** B2에 나타나는 경우가 더 많습니다. 그러므로 **중심 생각을 고르는 문제는 A2와 B2에 집중해서 듣는 것이 좋습니다.**

　'일, 공부, 운동, 쇼핑. 택배, 취미생활, 공공장소· 관공서 이용' 등의 **일상생활 속에서 불편하거나 불만족한 것이 해결되거나 좋아지기를 원하는 내용이 주로 출제**됩니다. 따라서 대화와 선택지에서 '-고 싶습니다. -(으)면 좋겠습니다, -(으)면 -(으)ㄹ 것 같은데요'와 같은 희망을 나타내는 표현이나 '-아/어야 합니다'와 같은 의무나 필요를 나타내는 표현이 자주 사용됩니다. 그러므로 대화의 **주제가 무엇인지, 문제점이 무엇인지, 개선이 필요한 사항이 무엇인지, 무엇을 바라고 있는지** 등에 중점을 두고 듣는다면 정답을 쉽게 찾을 수 있습니다.

22~24 *Chọn ý chính của người đàn ông/ người phụ nữ*

　Đây là dạng đề thi lắng nghe đoạn hội thoại và chọn ý chính của một người đàn ông hoặc người phụ nữ. Trước tiên, bạn cần đọc và giải đề xem đó là ý chính của người đàn ông hay ý chính của người phụ nữ. đoạn hội thoại được trình bày dưới dạng A1-B1-A2-B2 và ý chính của A có thể được tìm thấy trong A2. ý chính của B có thể được tìm thấy trong B1 hoặc B2. Nó xuất hiện nhiều hơn trong B2. Vì vậy, trong dạng đề lựa chọn suy nghĩ chính, bạn nên lắng nghe kỹ A2 và B2.

　Trong dạng đề này, nội dung chủ yếu là muốn những điều bất tiện hoặc không hài lòng trong công việc, học tập, tập thể dục, mua sắm, giao hàng, hoạt động sở thích, sử dụng nơi công cộng, cơ quan công cộng, vv được giải quyết hoặc cải thiện. Do đó, các cấu trúc ngữ pháp như '-고 싶습니다. -(으)면 좋겠습니다, -(으)면 -(으)ㄹ 것 같은데요' thường được sử dụng dụng để diễn đạt hy vọng, hay '-아/어야 합니다' để diễn đạt nghĩa vụ hoặc nhu cầu. Vì thế, nếu lắng nghe chủ đề của đoạn hội thoại là gì, vấn đề là gì, chi tiết cần cải thiện là gì, và mong muốn là gì, bạn có thể dễ dàng tìm ra đáp án đúng.

22-24 MP3

기출문제 Đề thi trước đây

※[22~24] 다음을 듣고 여자의 (중심 생각)을 고르십시오. 각 3점

22~24

track 19

여자: 민수 씨, 어제 축구 경기 봤어요?

남자: 네. 저는 친구들하고 재미있게 봤어요. 우리 팀이 이겨서 더 좋았죠. 수미 씨도 봤어요?

여자: 저도 봤어요. 우리 선수 한 명이 다쳐서 걱정했는데 이겨서 다행이었어요. 다음 경기도 이기면 좋겠네요. 그럴 수 있겠죠?

남자: 그럴 수 있을까요? 다음 상대팀이 너무 잘해서요.

---

① 우리 팀이 계속 이기면 좋겠습니다.
② 친구들과 같이 봐서 더 신났습니다.
③ 다음 경기는 이길 수 없을 것 같습니다.
④ 상대팀 선수가 많이 다쳐서 걱정했습니다.

〈TOPIK 37회 듣기 [22]〉
• 축구 Bóng đá
• 경기 Trận thi đấu
• 재미있다 Vui/thú vị
• 팀 Đội
• 선수 Cầu thủ
• 다치다 Bị thương
• 그렇다 Như thế
• 상대 Đối phương

22~24
여자의 중심 생각을 골라야 합니다. 여자는 두 번째 대화에서 '다음 경기도 이기면 좋겠네요'라고 자신의 생각을 말하고 있습니다. 따라서 정답은 ①입니다.
Bạn phải chọn ý chính của người phụ nữ. Trong đoạn hội thoại thứ hai, người phụ nữ đang bày tỏ suy nghĩ của mình "다음 경기도 이기면 좋겠네요". Vì vậy, đáp án đúng là ①.

샘플문제 Đề thi mẫu

※[22~24] 다음을 듣고 남자의 (중심 생각)을 고르십시오. 각 3점

22~24

 track 20

남자: 학교가 지하철역에서 가깝네요. 학교 앞에 큰 공원도 있고요.

여자: 그래서 우리 학교가 외국 유학생들한테 인기가 많아요.

남자: 네, 교통도 편리하고 식사 후에는 산책도 할 수 있겠네요. 우리 학교에도 이런 곳이 있으면 좋겠어요.

여자: 저도 친구가 소개해 줘서 왔는데 정말 잘 온 것 같아요.

---

① 지하철을 타고 학교에 오는 것이 편리합니다.
② 식사 후에 친구와 함께 산책을 하고 싶습니다.
③ 우리 학교 근처에도 공원이 있으면 좋겠습니다.
④ 많은 유학생들이 이 학교에서 공부하면 좋겠습니다.

• 크다 To
• 유학생 Du học sinh
• 정말 Rất/thật

22~24
남자의 중심 생각을 골라야 합니다. 남자는 학교 근처에 산책할 수 있는 공원이 있는 것을 부러워하면서 '우리 학교에도 이런 곳(공원)이 있으면 좋겠다'고 말합니다. 따라서 정답은 ③입니다.
Bạn phải chọn ý chính của người đàn ông. Ghen tị với cô gái vì có một công viên gần trường, nơi người phụ nữ có thể đi dạo, người đàn ông nói "우리 학교에도 이런 곳(공원)이 있으면 좋겠다." Do đó, đáp án đúng là ③.

연습문제 Đề thi thực hành

※[22~24] 다음을 듣고 여자의 중심 생각을 고르십시오 [각 3점] 🎵 track 21

22 ① 백화점을 더 구경하고 싶습니다.
    ② 피곤해서 빨리 집에 가고 싶습니다.
    ③ 더 구경하고 싶지만 참아야 합니다.
    ④ 싸고 좋은 물건이 많으면 좋겠습니다.

23 ① 영화가 재미있으면 좋겠습니다.
    ② 팝콘의 가격을 더 싸게 해야 합니다.
    ③ 영화를 볼 때는 팝콘을 먹어야 합니다.
    ④ 영화표가 너무 비싸서 깜짝 놀랐습니다.

24 ① 새로 이사 간 집을 깨끗하게 사용해야 합니다.
    ② 담배 냄새가 올라와서 화장실을 수리해야 합니다.
    ③ 많은 사람이 사는 아파트에서는 담배를 안 피워야 합니다.
    ④ 아래층 사람을 만나서 담배 냄새에 대해 이야기해야 합니다.

그만 Thôi(làm một việc nào đó) | **기간** Khoảng thời gian | **물건** Đồ vật | **조금** Một chút | **당신** Bạn/anh/chị(kính ngữ của **너**) | **이제** Bây giờ | **빨리** Nhanh | **알다** Biết | **참다** Chịu đựng | **팝콘값** Giá bắp rang bơ | **깜짝** Ngạc nhiên | **냄새** Mùi | **마음에 들다** Thích, ưng ý | **아래층** Tầng dưới | **담배를 피우다** Hút thuốc lá | **큰일이다** Gay to | **올라오다** Đi lên

25-26

✏️ **오늘의 어휘** Từ vựng của ngày hôm nay

방법	Phương pháp	Danh từ	공부를 잘 하는 방법을 알고 싶어요. Tôi muốn biết cách để học giỏi.
비	Mưa	Danh từ	비가 와서 우산을 써요. Trời mưa nên tôi đội ô.
생활	Cuộc sống	Danh từ	학교생활이 힘들지만 재미있어요. Cuộc sống học đường vất vả nhưng rất vui.
설명	Giải thích	Danh từ	설명이 너무 어려워요. Lời giải thích quá khó.
연휴	Kỳ nghỉ liên tục	Danh từ	한국은 설날과 추석 명절에 3일 동안 연휴예요. Ở Hàn Quốc, có một kỳ nghỉ liên tục trong ba ngày vào Tết Nguyên đán và Trung thu.
옛날	Ngày xưa	Danh từ	옛날에는 세탁기도 텔레비전도 없었어요. Ngày xưa không có máy giặt, cũng không có ti-vi.
질문	Câu hỏi	Danh từ	선생님, 질문이 있어요. Thưa thầy/cô, em có câu hỏi.
하루	Một ngày	Danh từ	하루, 이틀, 사흘, 나흘 Một ngày, hai ngày, ba ngày, bốn ngày.
그리다	Vẽ	Động từ	저는 여행을 가면 아름다운 경치를 그리는 것을 좋아해요. Khi đi du lịch, tôi thích vẽ phong cảnh đẹp.
들어가다	Đi vào/bước vào	Động từ	문을 열고 교실에 들어가요. Tôi mở cửa, bước vào lớp học.
모이다	Tập trung	Động từ	제 생일을 축하하려고 친구들이 모였어요. Bạn bè tập trung lại để chúc mừng sinh nhật tôi.
바뀌다	Thay đổi	Động từ	제 신발이 친구의 신발과 바뀌었어요. Đôi giày của tôi đã bị đổi với đôi giày của bạn tôi.

버리다	Vứt/bỏ	Động từ	쓰레기를 쓰레기통에 버리세요. Hãy vứt rác vào thùng rác!
신나다	Phấn khích	Động từ	저는 내일 여행을 가서 신나요. Tôi cảm thấy phấn khích vì ngày mai tôi đi du lịch.
신다	Mang (giày dép)	Động từ	날씨가 추워서 따뜻한 양말을 신었어요. Trời lạnh nên tôi đã mang tất ấm.
정하다	Quyết định/ chọn	Động từ	약속 장소를 정해서 말해 주세요. Hãy quyết định điểm hẹn và nói cho tôi biết!
높다	Cao	Tính từ	산이 높아서 등산이 힘들어요. Núi cao nên leo rất khó.
다르다	Khác	Tính từ	나라마다 국기가 달라요. Mỗi nước có một quốc kỳ khác nhau.
즐겁다	Vui vẻ	Tính từ	한국 생활이 즐거워요. Cuộc sống ở Hàn Quốc rất vui.
매일	Mỗi ngày	Danh từ/ trạng từ	저는 매일 일기를 써요. Tôi viết nhật ký mỗi ngày.
매주	Hàng tuần	Danh từ/ trạng từ	매주 일요일은 집에서 쉬어요. Chủ nhật hàng tuần, tôi nghỉ ngơi ở nhà.
방금	Vừa mới	Trạng từ	방금 전에 만난 사람이 누구예요? Người bạn vừa gặp là ai vậy?
가지고 가다	Mang theo	Động từ	비가 오니까 우산을 가지고 가세요. Vì trời mưa nên anh hãy mang theo ô!

A/V-기 때문에	어떤 일의 이유나 원인을 나타냅니다. 명령 '-(으)세요, -(으)십시오', 청유 '-(으)ㅂ시다, -(으)ㄹ까요?'에는 사용할 수 없습니다. '-기 때문에' 앞에 명사가 오면 'N(이)기 때문에'로 나타납니다. 또한 명사나 대명사에 'N 때문에'로 바로 사용할 수 있습니다. 'A/V-기 때문이다'의 형태로 문장을 끝낼 때도 사용할 수 있습니다. Diễn đạt lý do hoặc nguyên nhân của một sự việc nào đó. Cấu trúc này không được sử dụng cùng với các dạng câu cầu khiến như '-(으)세요, -(으)십시오', '-(으)ㅂ시다, -(으)ㄹ까요?'. Nếu trước 때문에 là danh từ, chúng ta sử dụng cấu trúc là 'N + (이)기 때문에'. Ngoài ra, khi kết thúc câu, chúng ta cũng có thể sử dụng cấu trúc 'A/V + 기 때문 이다'. 예 퇴근 시간에는 길이 복잡하기 때문에 지하철을 탑니다. 저는 외국인이기 때문에 한국말을 잘하지 못합니다. 저는 남자 친구 때문에 한국어를 배우게 되었어요. 수업에 지각한 것은 어제 늦게 갔기 때문입니다. Vào giờ tan tầm, vì đường sá đông đúc nên tôi đi tàu điện ngầm. Tôi là người nước ngoài nên tôi không thể nói tiếng Hàn giỏi. Tôi đã học tiếng Hàn vì bạn trai của tôi. Tôi đã đến lớp muộn vì hôm qua ngủ muộn.
A/V-지요?	어떤 사실에 대해서 듣는 사람이 알고 있다고 생각하고 그것을 확인하거나 동의를 구하는 질문을 할 때 사용합니다. '-지요?' 앞에 명사가 오면 'N(이)지요?'로 나타납니다. '-지요'는 '-죠'로 줄여서 사용할 수 있습니다. Sử dụng để đặt câu hỏi về một sự thật nào đó để xác nhận hoặc tìm sự đồng ý từ người nghe mà người nói nghĩ rằng người nghe đã biết điều đó. Nếu trước '-지요?' là danh từ, chúng ta sử dụng cấu trúc 'N(이)지요?', '지요?' cũng có thể được rút gọn thành '-죠'. 예 가: 오늘 날씨가 춥지요(춥죠)? Trời lạnh nhỉ? 나: 네, 정말 추워요. Vâng, rất lạnh. 가: 한국 사람이지요(사람이죠)? Anh là người Hàn Quốc đúng không? 나: 네, 한국 사람입니다. Vâng, tôi là người Hàn Quốc.

25-26

한 사람이 말하는 내용을 듣고 이야기하는 목적과 들은 내용과 같은 것을 고르는 문제입니다. 25~26번 문제는 한 사람이 혼자 말하는 형식으로 '안내 방송, 책 소개, 가이드의 안내' 등과 같이 공식적인 상황에서 무엇에 대해 소개하거나 안내, 설명 등을 하는 내용입니다. 따라서 문장의 마지막 문법이 '-아/어요'가 아니라 '-ㅂ/습니다'의 형태로 나타납니다.

Đây là dạng đề nghe nội dung một người đang nói, và chọn đáp án có cùng mục đích nói và nội dung đã nghe. Câu 25-26 được trình bày dưới dạng một người nói một mình, giới thiệu, hướng dẫn hoặc giải thích một điều gì đó trong một tình huống chính thức, chẳng hạn như 'phát thanh hướng dẫn, giới thiệu sách, hướng dẫn của hướng dẫn viên. Do đó, đuôi từ kết thúc câu không ở dạng '아/어요,' mà ở dạng '-ㅂ/습니다'.

25 이야기를 하는 목적 고르기

말하는 사람이 왜 이 이야기를 하고 있는지를 고르는 문제입니다. 내용을 듣기 전에 선택지를 읽으시기 바랍니다. **선택지는 말하는 목적에 따라 '안내, 소개, 설명' 등이 제시**됩니다. 또는 '회사에서 주는 선물을 알려 주려고(토픽 41회 듣기 25번 정답)'와 같이 목적을 나타내는 문법을 사용해서 출제되기도 합니다.

25 Chọn mục đích của lời phát biểu

Đây là dạng lựa chọn lý do người nói lại phát biểu như vậy. Hãy đọc các đáp án trước khi nghe nội dung! Trong các đáp án, 'hướng dẫn, giới thiệu, giải thích' vv được trình bày tùy theo mục đích của bài phát biểu. Ngoài ra, đề thi cũng có thể sử dụng các dạng ngữ pháp cho biết mục đích, chẳng hạn như "회사에서 주는 선물을 알려 주려고(đáp án câu 25 đề nghe TOPIK lần thứ 41)".

26 들은 내용과 같은 것 고르기

전체적인 내용을 잘 들어야 답을 고를 수 있습니다. 들은 내용과 일치하지 않거나 언급하지 않은 내용이 있는 선택지를 지워가며 답을 찾는 것이 좋습니다.

26 Chọn đáp án giống với nội dung đã nghe

Bạn phải lắng nghe kỹ toàn bộ nội dung thì mới có thể chọn đáp án đúng. Bạn nên tìm đáp án đúng bằng cách xóa các đáp án không giống với nội dung đã nghe hoặc không được đề cập đến.

25-26

 MP3

🔍 문제분석 Phân tích đề thi

기출문제 Đề thi trước đây

※[25~26] 다음을 듣고 물음에 답하십시오. 🔊 track 22

> 여자: 여러분, 이쪽으로 오세요. 지금 보시는 이것은 옛날 신발인데요. 옛날 사람들은 비가 올 때 이 신발을 신었습니다. 신발의 앞과 뒤가 바닥보다 높아서 비가 올 때도 발이 물에 젖지 않고요. 또 가벼운 나무로 만들었기 때문에 신었을 때 불편하지 않습니다. 남자 신발과 여자 신발은 모양이 좀 다른데요. 여자 신발은 꽃 그림을 그려서 예쁘게 만들었습니다. 다 보셨으면 옆으로 가실까요?

25 어떤 이야기를 하고 있는지 고르십시오. **3점**
① 인사　　② 설명　　③ 주문　　④ 부탁

26 들은 내용과 같은 것을 고르십시오. **4점**
① 남자 신발에는 그림이 있습니다.
② 물에 들어갈 때 이 신발을 신습니다.
③ 이 신발은 나무로 만들어서 불편합니다.
④ 이 신발은 앞과 뒤를 높게 만들었습니다.

　① 여자 신발은 꽃그림을 그려서
　② 비가 올 때
　③ 나무 ▷ 불편하지 않습니다

〈TOPIK 37회 듣기 [25~26]〉
• 이쪽　Đằng này
• 바닥　Nền
• 발　Chân
• 젖다　Ướt
• 나무　Cây
• 불편하다　Bất tiện
• 모양　Hình dạng
• 꽃 그림　Hình vẽ hoa lá
• 옆　Bên cạnh
• 주문　Gọi món/đặt hàng
• 부탁　Nhờ vả

25
옛날에 비가 올 때 신었던 신발의 모양과 기능, 재료 등에 대해서 말하고 있습니다. 즉, 신발에 대한 설명을 하고 있는 것입니다. 따라서 정답은 ②입니다.
Người phụ nữ đang nói về hình dáng, chức năng và chất liệu của những đôi giày đi mưa thời xưa. Nói cách khác, cô ấy đang mô tả giày dép. Vì vậy, đáp án đúng là ②.

26
이 신발은 앞과 뒤를 높게 만들었고 비가 올 때 신었습니다. 가벼운 나무로 만들어서 불편하지 않으며 여자 신발은 꽃 그림이 있습니다. 따라서 정답은 ④입니다.
Đôi giày này được làm cao ở phía trước, phía sau và mang khi trời mưa. Chúng được làm bằng gỗ nhẹ nên không gây khó chịu và giày nữ có hình vẽ hoa lá. Vì vậy, câu trả lời là ④.

※[25~26] 다음을 듣고 물음에 답하십시오. 🔊 track 23

여자: (딩동댕) 여러분 안녕하세요. 아파트 관리 사무소입
니다. 다음 주 화요일 <u>19일부터 목요일 21일까지 추
석 연휴입니다</u>. 그래서 음식 쓰레기를 가지고 가지 않
으니 <u>음식 쓰레기는 그 다음 날인 22일 금요일에 버려
주시기 바랍니다</u>. 생활에 불편을 드려 죄송합니다. <u>일
반 쓰레기는 매일 버리셔도 됩니다</u>. 오늘도 좋은 하루
보내세요. 감사합니다. (딩동댕)

---

25 여자가 왜 이 이야기를 하고 있는지 맞는 것을 고르십시오.

`3점`

① 아파트의 쓰레기 버리는 날을 정하려고
② 아파트 사람들에게 추석 연휴 인사를 하려고
③ 아파트의 일반 쓰레기 버리는 방법을 말해 주려고
④ 아파트의 음식 쓰레기 버리는 날이 바뀐 것을 알려 주려고

26 들은 내용으로 맞는 것을 고르십시오. `4점`

① 다음 주 금요일 22일은 휴일입니다.
② 일반 쓰레기는 날마다 버릴 수 있습니다.
③ 이틀 동안 음식 쓰레기를 버릴 수 없습니다.
④ 음식 쓰레기는 매주 금요일에 버려야 합니다.

우측 어휘

- 아파트 Chung cư
- 관리 사무소 Văn phòng quản lý chung cư
- 추석 Trung thu
- 쓰레기 Rác thải
- 일반 Chung
- 다음 날 Ngày kế tiếp
- 알려 주다 Cho biết
- 휴일 Ngày nghỉ
- 날마다 Mỗi ngày
- 이틀 Hai ngày

25

아파트 관리 사무소의 <u>안내</u> 방송입니다.
다음 주 19일부터 21일까지 추석 연휴라
서 음식 쓰레기를 가지고 가지 않습니다.
그렇기 때문에 22일로 음식 쓰레기 버리는
날이 바뀌었습니다. 이를 알리는 안내 방
송입니다. 따라서 정답은 ④입니다.
Đây là nội dung thông báo của văn
phòng quản lý chung cư. Từ ngày 19
đến ngày 21 tuần sau là Trung thu
nên họ sẽ không thu gom chất thải
thực phẩm. Vì vậy, ngày thu gom chất
thải thực phẩm được chuyển sang
ngày 22. Đây là thông báo hướng dẫn
về việc này. Vì vậy, câu trả lời là ④.

26

추석 연휴는 화요일 19일부터 목요일 21
일 삼일(사흘) 동안입니다. 그래서 삼일(사
흘) 동안 음식 쓰레기를 버릴 수 없습니다.
다음 주에는 금요일에 음식 쓰레기를 버릴
수 있습니다. 그렇지만 <u>일반 쓰레기는 날마
다 버릴 수 있습니다.</u> 따라서 정답은 ②입
니다.
Kỳ nghỉ lễ Trung thu bao gồm 3 ngày
kể từ thứ ba ngày 19 đến thứ năm
ngày 21. Vì vậy, người ta không thể
bỏ rác chất thực phẩm trong ba ngày
(ba ngày). Tuần tới, bạn có thể loại bỏ
chất thải thực phẩm vào thứ sáu. Tuy
nhiên, rác thải thông thường có thể
bỏ hàng ngày. Do đó, đáp án đúng là
②.

연습문제 Đề thi thực hành

※[25~26] 다음을 듣고 물음에 답하십시오. 🔴 **track 24**

25 어떤 이야기를 하고 있는지 고르십시오. 3점
① 소개　　　　② 질문　　　　③ 초대　　　　④ 약속

26 들은 내용과 같은 것을 고르십시오. 4점
① 이 동아리는 음악을 하는 동아리입니다.
② 월요일과 수요일에 태권도 공연을 합니다.
③ 동아리에 가입하려면 신청서를 써야 합니다.
④ 한 달에 두 번 공원에서 태권도를 배웁니다.

신입생 Tân sinh viên | **공연** Buổi biểu diễn | **태권도** Taekwondo | **신청서** Đơn xin/đơn đăng ký | **동아리** Câu lạc bộ | **저희** Chúng tôi (hình thức khiêm nhượng của **우리**) | **번** Lần | **들어오다** Đi vào | **가입하다** Gia nhập

27-28

가구	Nội thất	Danh từ	제 방에 있는 가구는 침대하고 옷장이에요. Nội thất trong phòng của tôi là giường và tủ quần áo.
근처	Gần	Danh từ	우리 집 근처에는 공원도 있고 백화점도 있어요. Gần nhà tôi có công viên và cũng có cửa hàng bách hóa.
기간	Khoảng thời gian	Danh từ	우리 학교는 방학 기간이 2달이에요. Kỳ nghỉ của trường chúng tôi kéo dài hai tháng.
이유	Lý do	Danh từ	민수 씨가 학교에 안 온 이유를 알고 싶어요. Tôi muốn biết lý do anh Min Su không đến trường.
종류	Chủng loại	Danh từ	백화점에는 여러 종류의 물건이 있어요. Trong cửa hàng bách hóa có nhiều chủng loại hàng hóa khác nhau.
퇴근	Tan sở	Danh từ	퇴근 시간에는 길이 막혀요. Vào giờ tan tầm, đường sá bị tắc nghẽn.
같이	Cùng	Trạng từ	주말에 친구하고 같이 영화를 보려고 해요. Cuối tuần, tôi sẽ dự định xem phim cùng với bạn bè.
일찍	Sớm	Trạng từ	저는 아침 6시에 일찍 학교에 가요. Tôi đi học sớm vào lúc 6 giờ sáng.
가르치다	Dạy	Động từ	선생님은 한국어를 가르쳐요. Thầy/cô giáo dạy tiếng Hàn.
다니다	Đi lại	Động từ	아버지는 회사에 다녀요. Bố tôi làm việc ở công ty.
지내다	Sống/ở	Động từ	한국에서 지낸 기간이 얼마나 되세요? Bạn đã sống ở Hàn Quốc được bao lâu rồi?
취직하다	Xin việc làm	Động từ	올해 대학교를 졸업하고 회사에 취직했어요. Năm nay, sau khi tốt nghiệp đại học, tôi đã xin được việc làm.
심심하다	Buồn	Động từ	저는 주말에 친구가 없어서 심심해요. Vào cuối tuần, tôi buồn vì không có bạn bè.
혼자	Một mình	Trạng từ	저는 혼자 살고 있어요. Tôi sống một mình.

V-(으)ㄹ 줄 알다/모르다	어떤 일을 하는 방법이나 상태에 대해 알거나 모름을 나타냅니다. Sử dụng khi biết hoặc không biết về phương cách hoặc trạng thái làm một việc làm nào đó. 예 저는 운전할 줄 압니다. Tôi biết lái xe. 　　저는 김치를 담글 줄 모릅니다. Tôi không biết làm kimchi.
V-(으)ㄴ 지	어떤 일을 하고 나서 시간이 얼마나 되었는지를 나타냅니다. 주로 '-(으)ㄴ 지 + (시간)이/가 + 지났다/되었다'의 형태를 사용합니다. Diễn đạt quãng thời gian đã trôi qua kể từ khi làm một việc nào đó. Chủ yếu, chúng ta sử dụng cấu trúc '-(으)ㄴ 지 + (khoảng thời gian)이/가 + 지났다/되었다'. 예 한국에 온 지 1년이 지났습니다(되었습니다). Tôi đã đến Hàn Quốc được 1 năm.
A-군요 V-는군요	지금 알게 된 새로운 사실에 대해 말하는 사람이 감탄하면서 이야기할 때 사용합니다. '-군요' 앞에 명사가 오면 'N(이)군요'를 사용합니다. Sử dụng khi người nói bày tỏ sự cảm thán về một sự thật nào đó mới mà mình vừa biết. Nếu trước '군요' là danh từ thì cấu trúc là 'danh từ(이)군요'. 예 여자 친구가 정말 예쁘군요. Bạn gái của anh xinh quá~ 　　매운 음식을 아주 잘 먹는군요. Bạn ăn cay giỏi quá. 　　남자 친구가 한국 사람이군요. Thì ra bạn trai của chị là người Hàn Quốc.
A-아/어하다	'좋다, 싫다, 밉다, 예쁘다, 귀엽다, 두렵다, 무섭다, 어렵다, 행복하다, 피곤하다' 등의 감정, 느낌을 나타내는 형용사에 붙어서 다른 사람의 감정이나 느낌을 행동으로 나타내는 동사로 사용합니다. Kết hợp với các tính từ thể hiện tình cảm và cảm xúc như '좋다', '싫다', '밉다', '예쁘다', '귀엽다', '두렵다', '무섭다', '어렵다', '행복하다', '피곤하다, vv để sử dụng chúng như những động từ thể hiện cảm xúc hoặc tình cảm của người khác. 예 나는 민수를 좋아합니다. I like Min Su.Tôi thích Min Su. 　　민수 씨가 너무 피곤해합니다. Anh Min Su (cảm thấy) quá mệt mỏi.

27-28

대화를 듣고 무엇에 대해 이야기를 하고 있는지 고르는 문제와 들은 내용과 같은 것을 고르는 문제입니다. A1-B1-A2-B2-A3-B3의 대화 형태이며 두 문제가 출제됩니다. 방학 계획, 백화점 상품 교환, 우체국에서 소포 보내기와 같은 **앞으로의 계획이나 여가활동, 새로운 것에 대한 시도 등이 주제**로 나옵니다. 그래서 '-아/어 보다, -(으)려고 하다, -(으)ㄹ 수 있다/없다'와 같은 문법 형태가 많이 나옵니다.

Đây là dạng đề nghe một đoạn hội thoại và lựa chọn nội dung chủ đề đang nói, và dạng đề chọn nội dung giống với nội dung đã nghe. A1-B1-A2-B2- A3-B3 ở dạng đối thoại và hai câu hỏi sẽ được đặt ra. Các chủ đề bao gồm các kế hoạch trong tương lai như kế hoạch kỳ nghỉ, đổi hàng ở cửa hàng bách hóa gửi bưu kiện tại bưu điện, các hoạt động giải trí và thử sức với những điều mới. Vì vậy, dạng đề này thường sử dụng các cấu trúc ngữ pháp như '아/어보다', '-(으)려go hàd' hoặc '-(으)ㄹ 수 있다'.

27 무엇에 대해 이야기를 하고 있는지 고르기

두 사람의 대화에서 화제를 찾는 문제입니다. 먼저 대화를 듣기 전에 선택지를 읽으시기 바랍니다. 선택지에서 반복되는 단어나 표현을 통해 무슨 대화가 나올지 내용을 유추할 수 있습니다. 또한 선택지에는 '사람, 하는 일, 장소(곳), 방법, 기간(시간)'과 같은 단어를 통해 무엇에 대한 이야기인지 제시되어 있습니다. 선택지에서 제시한 '무엇'을 생각하면서 본문을 들으시기 바랍니다. **보통 A2-B2-A3에 주요 화제가 있으니 이 부분을 주의 깊게 잘 들으면 무엇에 대해 이야기를 하고 있는지 알 수 있습니다.**

27 Chọn chủ đề của đoạn hội thoại

Đây là dạng đề tìm chủ đề trong đoạn thoại giữa hai người. Hãy đọc các đáp án trước khi nghe đoạn hội thoại! Dựa vào những từ ngữ lặp đi lặp lại trong các đáp án, chúng ta có thể đoán được nội dung tiếp theo đoạn hội thoại là gì. Ngoài ra, Dựa vào các từ ngữ như 'người, hàng, hành động, địa điểm (nơi), phương pháp, khoảng thời gian' trong đáp án, chúng ta biết được đoạn hội thoại nói về điều gì. Trong khi nghe, hãy để ý đến 'điều gì' được trình bày trong đáp án. Thông thường, chủ đề chính thường được đề cập trong A2-B2-A3, vì vậy, nếu lắng nghe kỹ những phần này, bạn có thể biết được đoạn hội thoại đang nói về điều gì.

28 들은 내용과 같은 것을 고르기

전체적인 내용을 잘 듣고 분석해야 합니다. 선택지는 주로 남자와 여자의 행동에 대해 설명하고 있습니다. 그러므로 남자와 여자가 **어떤 행동을 했는지 그리고 어떤 행동을 하고 싶어 하는지를 주의** 깊게 들으십시오. 들은 내용과 일치하지 않거나 언급하지 않은 내용이 있는 선택지를 지워 가며 답을 찾는 것이 좋습니다.

또한 답을 고를 때 **시제가 중요**합니다. 선택지의 내용이 과거인지, 현재인지 아니면 미래인지를 먼저 파악한 후, 대화의 내용을 듣고 답을 찾으시기 바랍니다. 아래는 선택지에 자주 사용되는 시제를 나타내는 문법입니다.

28 Chọn đáp án giống với nội dung đã nghe

Bạn phải lắng nghe và phân tích toàn bộ nội dung. Các đáp án chủ yếu là lời giải thích về hành động của một người đàn ông và một người phụ nữ. Vì vậy, bạn phải lắng nghe kỹ để biết người đàn ông và người phụ nữ đã làm gì, và họ muốn làm gì. Bạn nên tìm câu trả lời bằng cách xóa các đáp án có nội dung khác với nội dung đã nghe hoặc không được đề cập tới. Ngoài ra, 'thì' cũng là yếu tố quan trọng khi chọn đáp án. Trước khi nghe và tìm đáp án đúng, hãy tìm hiểu nội dung của đáp án được diễn đạt ở thì quá khứ, hiện tại hay tương lai! Dưới đây là các cấu trúc ngữ pháp diễn đạt thì thường được sử dụng trong các đáp án.

과거 Quá khứ	-았/었습니다
현재 Hiện tại	-ㅂ/습니다, -고 있습니다
미래 Thì tương lai	-(으)ㄹ 겁니다/것입니다, -(으)려고 합니다
기타 Thì khác	-고 싶어 합니다

🔍 **문제분석** Phân tích đề thi

기출문제 Đề thi trước đây

※[27~28] 다음을 듣고 물음에 답하십시오. 🔴 track 25

남자: 요즘 <u>퇴근 후에</u> 뭐 해요? 매일 일찍 나가는 것 같아요.

여자: 아, <u>집 근처 가구 만드는 곳</u>에 가서 책상을 만들고 있어요.

남자: 책상요? 책상을 사지 않고 만들어요?

여자: 네. 좀 큰 책상을 갖고 싶어서 시작했는데 아주 재미있어요. 그래서 다음에는 식탁도 만들어 보려고요.

남자: 그런 걸 할 줄 알아요? <u>나는 작은 상자도 못 만드는</u> 데…….

여자: 가구 만드는 곳에 가면 다 가르쳐 줘요. 하고 싶으면 같이 가요.

---

27 두 사람이 (무엇)에 대해 이야기를 하고 있는지 고르십시오.
3점

① 가구를 사는 곳
② 회사의 퇴근 시간
③ 퇴근 후에 하는 일
④ 가구를 고르는 방법

28 들은 내용과 같은 것을 고르십시오. **4점**

① 여자는 집에서 책상을 만들고 있습니다.
② 남자는 책상 만드는 방법을 알고 있습니다.
③ 여자는 퇴근 후에 가구 만드는 곳에 갑니다.
④ 남자는 여자에게 식탁을 만들어 주려고 합니다.

① 집 근처 가구 만드는 곳
② 남자 ▷ 작은 상자도 못 만드는데
④ 여자 ▷ 다음에 식탁도 만들어 보려고요

〈TOPIK 37회 듣기 [27~28]〉

• 나가다 Đi ra ngoài
• 갖다 Sở hữu/ có
• 식탁 Bàn ăn
• 상자 Hộp
• 곳 Nơi
• 만들다 Làm

27

남자/여자: 직장 동료
남자는 여자에게 퇴근 후에 하는 일이 무엇인지 묻습니다. 여자는 가구 만드는 곳에 가서 책상을 만들고 있다고 대답하며, 퇴근 후에 하는 일에 대해 이야기하고 있습니다. 따라서 정답은 ③입니다

Người đàn ông / Người phụ nữ: Đồng nghiệp
Người đàn ông hỏi người phụ nữ cô ấy làm gì sau giờ làm việc. Người phụ nữ trả lời rằng mình đến nơi sản xuất đồ nội thất để làm một cái bàn và nói về công việc mình làm sau khi tan sở. Vì vậy, đáp án đúng là ③.

28

여자는 퇴근 후에 집 근처 가구 만드는 곳에 가서 책상을 만들고 있다고 말합니다. 남자는 책상은 물론 작은 상자도 못 만든다고 말합니다. 따라서 정답은 ③입니다.

Người phụ nữ nói rằng sau khi tan sở, cô đến nơi sản xuất đồ nội thất gần nhà và đang làm một chiếc bàn. Người đàn ông nói rằng mình không thể làm một cái bàn chứ đừng nói đến một cái hộp nhỏ. Do đó, đáp án đúng là ③.

※[27~28] 다음을 듣고 물음에 답하십시오. 🔊 track 26

> 여자: 한국어를 공부한 지 얼마나 됐어요? 한국어를 정말 잘 하시네요.
>
> 남자: 어, 아니에요. 한국어를 배운 지 2년쯤 됐는데 아직 잘 못해요.
>
> 여자: 그렇군요. 그런데 한국어는 왜 배우세요?
>
> 남자: 한국 회사에 취직하고 싶어서 한국어를 배우고 있어요.
>
> 여자: 아, 그래요? 저는 한국 음식을 배우고 싶어서 한국에 왔어요. 그래서 한국어도 공부하고 한국 요리 학원도 다니고 있어요.
>
> 남자: 와, 한국 요리요? 재미있겠네요. 저도 불고기와 김치찌개 만드는 방법을 배워 보고 싶었는데.

27 두 사람이 무엇에 대해 이야기를 하고 있는지 고르십시오.
3점

① 한국에서 지낸 기간

② 한국어를 공부하는 이유

③ 한국 회사에 취직하는 방법

④ 앞으로 배울 한국 음식의 종류

28 들은 내용과 같은 것을 고르십시오. 4점

① 남자는 한국어를 공부한 지 1년이 지났습니다.

② 남자는 여자와 같이 요리 학원에 다닐 계획입니다.

③ 남자는 한국어 공부를 한 후에 한국 회사에 취직할 겁니다.

④ 남자는 불고기와 김치찌개를 만드는 방법을 알고 있습니다.

- 아직 Vẫn
- 잘 못하다 Không giỏi
- 그렇다 Như thế/ đúng
- 요리 학원 Trường dạy nấu ăn
- 불고기 Bulgogi (thịt bò xào kiểu Hàn Quốc)
- 김치찌개 Kimchi-jjigae (món Kimchi hầm)
- 왜 Tại sao
- 쯤 Khoảng
- 계획 Kế hoạch
- 알다 Biết

27
남자는 한국 회사에 취직하기 위해 한국어를 공부하고 여자는 한국 음식을 배우기 위해서 한국어를 공부하고 있다고 말합니다. 따라서 정답은 ②입니다.
Người đàn ông học tiếng Hàn để tìm việc làm tại công ty Hàn Quốc, người phụ nữ học tiếng Hàn để học món ăn Hàn Quốc. Vì vậy, đáp án đúng là ②.

28
남자는 한국어를 배운 지 2년쯤 되었고 한국어 공부가 끝나면 한국 회사에 취직하려고 합니다. 따라서 정답은 ③입니다.
Người đàn ông này nói rằng đã học tiếng Hàn được khoảng 2 năm và sẽ xin việc tại công ty Hàn Quốc sau khi học xong. Do đó, đáp án đúng là ③.

🖰 **연습문제** Đề thi thực hành

※[27~28] 다음을 듣고 물음에 답하십시오. 🔊 track 27

27 두 사람이 무엇에 대해 이야기를 하고 있는지 고르십시오. 3점
① 수영을 시작한 이유
② 살을 빼는 좋은 방법
③ 같이 운동하고 싶은 사람
④ 공원에서 할 수 있는 운동

28 들은 내용과 같은 것을 고르십시오. 4점
① 여자는 수영을 해서 날씬해졌습니다.
② 여자는 걷기 운동을 시작하려고 합니다.
③ 남자는 내일부터 운동을 시작할 겁니다.
④ 남자는 날마다 공원에 운동하러 갑니다.

살 Thịt (cân nặng) | **빠지다** Giảm, sụt | **예뻐지다** Trở nên đẹp | **일** Ngày | **씩** Mỗi | **걷기 운동** Tập thể dục đi bộ | **빼다** Giảm(cân) | **말다** Dừng lại/thôi | **수영** Bơi lội | **날씬하다** Thanh mảnh | **다이어트** Kiêng ăn | **운동장** Sân vận động

29-30

경치	Phong cảnh	Danh từ	설악산은 가을에 단풍이 들어서 경치가 좋아요. Vì vào mùa thu lá chuyển màu nên phong cảnh núi Seorak rất đẹp.
내용	Nội dung	Danh từ	이 책의 내용은 재미있어요. Nội dung của cuốn sách này rất thú vị.
성함	Quý danh	Danh từ	그 분의 성함을 가르쳐 주세요. Xin vui lòng cho tôi biết quý danh!
손님	Khách/ khách hàng	Danh từ	가게에 손님이 많아요. Có nhiều khách hàng trong cửa hàng.
연락처	Thông tin liên lạc	Danh từ	전화번호나 주소와 같은 연락처가 있어요? Bạn có thông tin liên hệ như số điện thoại hoặc địa chỉ không?
예약	Đặt trước	Danh từ	아직 비행기 표 예약을 하지 않았어요. Tôi vẫn chưa đặt vé máy bay.
이름	Tên	Danh từ	제 이름은 민수예요. Tên tôi là Min Su.
전화번호	Số điện thoại	Danh từ	전화번호가 어떻게 되세요? Số điện thoại của anh là số mấy?
그러면	Nếu vậy	Trạng từ	가: 다이어트를 하고 싶어요. / 나: 그러면 저하고 같이 운동해요. A: Tôi muốn giảm cân. / B: Vậy thì hãy tập thể dục với tôi!
이미	Đã	Trạng từ	저는 그 일을 3일 전에 이미 알고 있었어요. Tôi đã biết việc đó cách đây 3 ngày.
교환하다	Đổi	Động từ	모자가 커서 좀 작은 것으로 교환하고 싶어요. Nón to quá nên tôi muốn đổi lấy cái nhỏ hơn.
싫어하다	Không thích	Động từ	저는 추운 계절을 싫어해요. Tôi không thích mùa lạnh.
앉다	Ngồi	Động từ	의자에 앉으세요. Xin mời ngồi xuống ghế!

이해하다	Hiểu	Động từ	이 책은 너무 어려워서 이해할 수 없어요. Cuốn sách này quá khó nên tôi không hiểu được.
입다	Mặc	Động từ	저는 청바지를 입었어요. Tôi mặc quần jean.
환불하다	Hoàn tiền	Động từ	지난주에 산 티셔츠가 작아서 돈으로 환불했어요. Chiếc áo thun tôi mua tuần trước hơi nhỏ nên tôi đã hoàn tiền.
쉽다	Dễ	Tính từ	시험 문제가 쉬워서 다 맞았어요. Đề thi dễ nên tôi đã làm đúng hết.
어렵다	Khó	Tính từ	한국어로 이야기하는 것이 어려워요. Rất khó để nói chuyện bằng tiếng Hàn.
유명하다	Nổi tiếng	Tính từ	한국의 김치는 외국에서도 유명해요. Kimchi Hàn Quốc cũng nổi tiếng ở nước ngoài.
하얗다	Trắng	Tính từ	어젯밤에 하얀 눈이 많이 내렸어요. Đêm qua tuyết trắng rơi rất nhiều.

V-기가 쉽다/어렵다/힘들다	어떤 일에 대해서 판단을 할 때 사용합니다. 주로 '쉽다, 어렵다, 힘들다' 등과 같이 사용합니다. '-기가'에서 '가'를 생략할 수 있습니다. Sử dụng khi đưa ra phán đoán về một sự việc nào đó. Cấu trúc này chủ yếu được sử dụng cùng với các từ như '쉽다', '어렵다', '힘들다'. Có thể tỉnh lược '가' trong '-기가'. 예 이 음식은 매워서 먹기가 힘듭니다. 　　이 음식은 매워서 먹기 힘듭니다. 　　Món này cay nên khó ăn.
V-기 위해서	어떤 행동을 하는 목적을 나타냅니다. '-기 위해서'는 '서'를 생략하여 '-기 위해, -기 위하여'로 쓸 수 있습니다. 명사와 쓸 때에는 'N을/를 위해서'를 사용합니다. Diễn đạt mục đích của một hành động nào đó. Có thể tỉnh lược '서' trong '-기 위해서', viết thành '-기 위해' hoặc '-기 위하여'. Khi kết hợp với danh từ, chúng ta sử dụng cấu trúc 'N을/를 위해서'. 예 저는 건강을 지키기 위해서 매일 2시간씩 운동을 합니다. 　　저는 건강을 지키기 위해 매일 2시간씩 운동을 합니다. 　　Tôi tập thể dục 2 tiếng mỗi ngày để giữ gìn sức khỏe. 　　즐거운 한국 생활을 위해서 한국어를 열심히 공부합니다. 　　Tôi học tiếng Hàn chăm chỉ để có một cuộc sống vui vẻ ở Hàn Quốc.

29-30

대화를 듣고 왜 그러한 행동을 했는지 고르는 문제와 들은 내용과 같은 것을 고르는 문제입니다. A1-B1-A2-B2-A3-B3의 대화 형태입니다. 자녀 상담이나 통장 개설 문의, 배송 지연에 대한 사과 등의 특정한 목적이 있는 대화가 주로 나옵니다. 그래서 **대화의 목적을 파악하는 것이 중요**합니다.

Đây là dạng đề lắng nghe đoạn hội thoại và chọn lý do tại sao như vậy, và dạng đề chọn đáp án giống với nội dung đã nghe. Đây là dạng hội thoại A1-B1-A2-B2-A3-B3. Mục đích cụ thể của đoạn hội thoại chủ yếu là tư vấn về con cái, hỏi về việc mở tài khoản ngân hàng, xin lỗi về việc giao hàng chậm trễ. Vì vậy, điều quan trọng là bạn phải hiểu mục đích của cuộc hội thoại.

29 '왜' 했는지 이유 찾기

남자/여자가 어떤 행동을 왜 했는지 그 이유를 찾는 문제입니다. 먼저 대화를 듣기 전에 선택지를 읽으시기 바랍니다. 선택지에서 반복되는 단어나 표현을 통해 여자나 남자가 어떤 행동을 하는지 유추할 수 있습니다. 주로 A1-B1-A2에서 그 이유가 나타납니다. '-아/어서, -(으)려고, N 때문에'와 같은 **이유를 나타내는 문법 표현**을 주의 깊게 들으면 답을 쉽게 찾을 수 있습니다.

29 Tìm hiểu lý do

Đây là dạng đề tìm hiểu lý do tại sao người đàn ông / người phụ nữ lại hành động như vậy, Trước khi nghe đoạn hội thoại, hãy đọc các đáp án! Dựa vào các từ ngữ lặp đi lặp lại trong các đáp án, chúng ta có thể đoán được người phụ nữ hoặc người đàn ông làm gì, chủ yếu lý do được đề cập trong A1-B1-A2. Nếu chú ý tới các cấu trúc ngữ pháp diễn đạt lý do như '-아/어서', '-(으)려고' hoặc 'N 때문에', bạn có thể dễ dàng tìm ra đáp án đúng.

30 들은 내용과 같은 것을 고르기

전체적인 내용을 잘 듣고 분석해야 합니다. 선택지는 주로 남자와 여자의 행동에 대해 설명하고 있습니다. 그러므로 남자와 여자가 어떤 행동을 했는지 그리고 왜 그 행동을 했는지 주의 깊게 들으십시오. 들은 내용과 일치하지 않거나 언급하지 않은 내용이 있는 선택지를 지워 가며 답을 찾는 것이 좋습니다.

또한 **답을 고를 때 시제가 중요**합니다. 선택지의 내용이 과거인지, 현재인지 아니면 미래인지를 먼저 파악한 후, 대화의 내용을 듣고 답을 찾으시기 바랍니다.

30 Chọn đáp án giống với nội dung đã nghe

Bạn phải lắng nghe và phân tích toàn bộ nội dung. Các đáp án chủ yếu là lời giải thích về hành động của một người đàn ông và một người phụ nữ. Vì vậy, bạn phải lắng nghe kỹ để biết người đàn ông và người phụ nữ đã làm gì, và họ muốn làm gì. Bạn nên tìm câu trả lời bằng cách xóa các đáp án có nội dung khác với nội dung đã nghe hoặc không được đề cập tới. Ngoài ra, 'thì' cũng là yếu tố quan trọng khi chọn đáp án. Trước khi nghe nội dung của đoạn hội thoại và tìm đáp án, hãy tìm hiểu nội dung đáp án được diễn đạt ở thì quá khứ, hiện tại hay tương lai!

29-30 MP3

🔍 문제분석 Phân tích đề thi

※[29~30] 다음을 듣고 물음에 답하십시오. 🔘 track 28

여자: 선생님, 안녕하세요? 요즘 저희 아이가 책을 잘 안 읽어요. ☆그래서 걱정이 돼서 왔어요.

남자: 네. 여기 앉으세요. (잠시 쉬고) 음⋯⋯. 아이가 책을 읽는 걸 싫어하면 만화책부터 보여 주는 건 어떨까요?

여자: 만화책요? 그러면 아이가 만화책만 좋아하지 않을까요?

남자: 아니에요. 만화책이 책을 읽는 데 도움이 돼요. 만화책에서 본 내용이 재미있으면 다른 책도 찾아서 읽게 되니까요.

여자: 아, 그러면 책 읽는 습관을 기를 수 있어서 좋을 것 같네요.

남자: 네. 또 어려운 내용을 쉽게 이해할 수 있어서 공부에 도움도 돼요. 그래서 요즘 아이들은 만화책을 많이 읽어요.

---

29 여자는 왜 남자를 찾아왔는지 맞는 것을 고르십시오. 3점

① 만화책을 읽고 싶어서
② 아이가 공부를 잘 못해서
③ 아이가 책 읽기를 싫어해서
④ 만화책의 좋은 점을 알고 싶어서

30 들은 내용과 같은 것을 고르십시오. 4점

① 요즘 아이들은 만화책을 읽지 않습니다.
② 만화책으로는 어려운 내용이 이해하기 힘듭니다.
③ 책 내용이 재미있으면 만화책을 찾아서 읽습니다.
④ 만화책을 읽으면 책 읽는 습관을 기를 수 있습니다.

① 요즘 아이들은 만화책을 많이 읽어요
② 어려운 내용을 쉽게 이해할 수 있어서
③ 만화책에서 본 내용이 재미있으면 책을 찾아서 읽습니다

〈TOPIK 41회 듣기 [29~30]〉

• 아이 Con cái
• 걱정이 되다 Lo lắng
• 만화책 Truyện tranh
• 도움이 되다 Có ích
• 다른 Khác
• 습관을 기르다 Tạo thói quen
• 좋은 점 Điểm mạnh

29

여자: 어머니 / 남자: 선생님
여자는 남자에게 '아이가 책을 잘 안 읽어서' 걱정이 되어서 왔다고 말합니다. 따라서 정답은 ③입니다.
Người phụ nữ: mẹ/ Người đàn ông: thầy giáo
Người phụ nữ nói với người đàn ông rằng bà đến vì lo lắng bởi 'Con tôi không chăm chỉ đọc sách'. Vì vậy, đáp án đúng là ③.

30

남자는 아이가 책을 읽는 것을 싫어하면 만화책부터 보여 주는 것이 책을 읽는 데 도움이 된다고 말합니다. 만화책 내용이 재미있으면 다른 책도 찾아서 읽게 되기 때문입니다. 따라서 정답은 ④입니다.
Người đàn ông nói rằng nếu đứa trẻ không thích đọc sách, việc xem truyện tranh sẽ giúp ích cho nó trong việc đọc sách. Bởi vì nếu nội dung truyện tranh hấp dẫn, nó sẽ tìm sách khác để đọc. Vì vậy, đáp án đúng là ④.

※[29~30] 다음을 듣고 물음에 답하십시오. 🎧 track 29

여자: 손님, 어서 오세요. 뭐 찾으시는 거 있으세요?

남자: <u>지난주에</u> 여기에서 선물하려고 산 원피스인데요. <u>환불을 하고 싶어서요.</u>

여자: 아, 이 옷이 마음에 안 드세요?

남자: 아닙니다. <u>여자 친구를 주려고 샀는데 지난 주말에 헤어졌어요.</u>

여자: 손님, 죄송합니다. <u>환불은 안 되고 교환은 되는데요.</u> 교환해 드릴까요? 이 티셔츠 한번 입어 보세요. 손님 얼굴이 하얘서 잘 어울릴 것 같아요.

남자: 그래요? <u>그럼 그 티셔츠로 주세요.</u>

---

29 남자는 (왜) 옷을 환불하려고 하는지 맞는 것을 고르십시오.
`3점`

① 여자 친구가 마음에 안 들어 해서

② 여자 친구에게 티셔츠를 선물하려고

③ 선물하려고 한 여자 친구와 헤어져서

④ 원피스를 환불하고 하얀 티셔츠를 사려고

30 들은 내용과 같은 것을 고르십시오. `4점`

① 남자는 지난주에 원피스를 환불했습니다.

② 남자는 원피스를 티셔츠로 교환할 겁니다.

③ 남자는 여자 친구와 함께 교환하러 왔습니다.

④ 남자는 여자 친구에게 다른 옷을 선물할 겁니다.

- 선물하다 Tặng quà
- 원피스 Đầm
- 마음에 (안) 들다 (Không) hài lòng
- 헤어지다 Chia tay
- 티셔츠 Áo thun
- 얼굴 Gương mặt
- 잘 어울리다 Phù hợp
- 여자 친구 Bạn gái
- 옷 Quần áo

29

여자: 점원 / 남자: 손님

남자는 지난주에 여자 친구에게 선물하려고 원피스를 샀습니다. 그런데 여자 친구와 헤어져서 원피스를 환불하려고 왔습니다. 따라서 정답은 ③입니다.

Cô gái: nhân viên bán hàng/ chàng trai: khách hàng

Chàng trai đã mua một chiếc váy vào tuần trước để tặng cho bạn gái của mình. Nhưng anh ta đã chia tay bạn gái nên đến để trả lại chiếc váy. Do đó, đáp án đúng là ③.

30

남자는 환불을 하고 싶었지만 여자가 <u>환불이 안 된다고 하면서 티셔츠를 추천해 주어서 자포자기하는 마음으로 티셔츠로 교환</u>합니다. 따라서 정답은 ②입니다.

Chàng trai muốn trả hàng, nhưng cô gái nói rằng anh ta không thể trả hàng và giới thiệu một chiếc áo phông, vì vậy anh ta đã đổi nó lấy một chiếc áo phông với thái độ chán nản. Vì vậy, đáp án đúng là ②.

29-30 MP3

연습문제 Đề thi thực hành

※ [29~30] 다음을 듣고 물음에 답하십시오. 🔴 track 30

29 남자는 여자에게 왜 전화를 했는지 맞는 것을 고르십시오. 3점

① 경치가 좋은 방을 예약하려고
② 이번 주말에 제주도에 가려고
③ 예약한 이름과 연락처를 알려 주려고
④ 예약한 날짜를 다른 날짜로 바꾸려고

30 들은 내용과 같은 것을 고르십시오. 4점

① 경치가 좋은 방은 예약하기 힘듭니다.
② 예약한 호텔은 날짜를 바꿀 수 없습니다.
③ 제주도에 가기 위해서 호텔을 예약합니다.
④ 예약한 호텔 근처에는 유명한 장소가 많습니다.

여행사 Công ty du lịch | **이번** Lần này | **호텔** Khách sạn | **갑자기** Đột nhiên | **생기다** Xuất hiện | **다음** Tiếp theo | **말씀하다** Nói (kính ngữ của **말하다**) | **방** Căn phòng | **분** Phút | **좀** Một chút(được sử dụng trong trường hợp nhờ và một cách lịch sự) | **주변** Xung quanh

⟨ 듣기 연습문제 정답 및 해설 ⟩

1 ④

> 여자: 이거 가방이에요?
> 남자: _____

이것(이거)이 가방인지 묻고 있습니다. '네'일 경우에는 '가방이에요'로 대답하고, '아니요'일 경우에는 '가방이 아니에요'로 대답합니다. 따라서 정답은 ④입니다.

Người phụ nữ đang hỏi đây có phải là cái túi không. Nếu '네' thì câu trả lời là '가방이에요', nếu '아니요' thì câu trả lời là '가방이 아니에요'. Vì vậy, đáp án đúng là ④.

2 ④

> 남자: 커피가 맛있어요?
> 여자: _____

커피가 맛있는지 묻고 있습니다. '네'일 경우에는 질문과 똑같이 '커피가 맛있어요' 등으로 대답할 수 있습니다. '아니요'일 경우에는 '커피가 맛없어요' 등으로 대답할 수 있습니다. 부정적인 대답에는 '맛있다-맛없다'처럼 반의어가 자주 사용됩니다. 따라서 정답은 ④입니다.

Người đàn ông đang hỏi cà phê có ngon không. Nếu '네', bạn có thể trả lời "커피가 맛있어요." giống như câu hỏi. Nếu '아니요', bạn có thể trả lời "커피가 맛없어요.", vv. Câu trả lời phủ định thường sử dụng các từ trái nghĩa, chẳng hạn như '맛있다-맛없다'. Vì vậy, đáp án đúng là ④.

3 ④

> 남자: 몇 명이 여행할 거예요?
> 여자: _____

몇 명이 여행할 건지 묻고 있습니다. 사람의 수를 묻는 질문이므로 '두 사람'과 같이 '수'와 단위 명사가 결합된 답을 고르면 됩니다. 단위 명사는 '명'이나 '사람'을 사용할 수 있습니다. 따라서 정답은 ④입니다.

Người đàn ông hỏi có bao nhiêu người sẽ đi du lịch. Vì đây là câu hỏi về số người nên chúng ta có thể chọn câu trả lời kết hợp 'con số' với danh từ chỉ đơn vị, ví dụ như '두 사람'. Sau danh từ chỉ đơn vị, chúng ta có thể sử dụng '명' hoặc '사람'. Vì vậy, đáp án đúng là ④.

4 ②

> 남자: 이 식당은 어때요?
> 여자: _____

식당이 어떤지 묻고 있습니다. '어때요'는 식당의 시설이나 음식의 상태를 묻는 질문이므로 '맛있다'라는 답을 고르면 됩니다. 따라서 정답은 ②입니다.

Người đàn ông đang hỏi nhà hàng như thế nào. Đây là câu nghi vấn có từ nghi vấn '어떻다' hỏi về cơ sở vật chất của nhà hàng hoặc tình trạng của thức ăn nên bạn có thể chọn câu trả lời là '맛있다'. Vì vậy, đáp án đúng là ②.

5 ②

> 여자: 도와줘서 고마워요.
> 남자: _____

여자가 감사의 인사를 하는 상황입니다. 이러한 상황에서는 주로 '아니에요, 별말씀을요' 등의 대답을 할 수 있습니다. 따라서 정답은 ②입니다.

Đây là tình huống người phụ nữ đang nói lời cảm ơn. Trong tình huống như vậy, bạn có thể đưa ra các câu trả lời như "아니에요", "별말씀을요". Vì vậy, đáp án đúng là ②.

6 ①

남자: 수미 씨, 전화 왔어요. 받으세요.
여자: _____

남자가 수미 씨에게 온 전화를 받았습니다. 그래서 전화를 바꿔 주려고 수미 씨를 불렀습니다. 이러한 경우에는 '네, 잠깐만요, 네, 잠시만요, 네, 알겠어요' 등을 사용할 수 있습니다. 따라서 정답은 ①입니다.

Người đàn ông nhận được cuộc gọi từ cô Su Mi. Vì vậy, ông ta đã gọi cô Su Mi để chuyển máy. Trong trường hợp này, bạn có thể sử dụng '네, 잠깐만요, 네, 잠시만요, 네, 알겠어요' Vì vậy, đáp án đúng là ①.

7 ①

남자: 이 책을 찾는 거지요?
여자: 네, 그 책 맞아요. 얼마예요?

여자가 서점에서 책을 사고 있습니다. 남자는 여자가 사려고 하는 책을 찾아서 여자에게 확인을 하고 있습니다. 그리고 여자는 책을 확인하고 그 책의 가격을 묻고 있습니다. 따라서 정답은 ①입니다.

Người phụ nữ đang mua cuốn sách trong nhà sách. Người đàn ông đã tìm cuốn sách mà người phụ nữ muốn mua và hỏi người phụ nữ. Và người phụ nữ đang kiểm tra cuốn sách và hỏi giá cả của nó. Vì vậy, đáp án đúng là ①.

8 ②

여자: 이 돈을 한국 돈으로 좀 바꿔 주세요.
남자: 네, 얼마나 바꿔 드릴까요?

여자가 은행에서 환전을 하고 있습니다. '한국 돈, 바꾸다'라는 표현을 통해 장소가 '은행'이라는 것을 유추할 수 있습니다. 따라서 정답은 ②입니다.

Người phụ nữ đang đổi tiền tại ngân hàng. Dựa vào các từ ngữ '한국 돈' và '바꾸다', chúng ta có thể đoán được đó là '은행'. Vì vậy, đáp án đúng là ②.

9 ③

남자: 공책은 어디에 있어요?
여자: 저쪽으로 가면 있습니다.

손님(남자)이 직원(여자)에게 문구점에서 공책이 어디에 있는지 묻고 있습니다. '공책, 저쪽에 있다'라는 표현을 통해 장소가 '문구점'이라는 것을 유추할 수 있습니다. 따라서 정답은 ③입니다.

Khách hàng(nam) đang hỏi nhân viên(nữ) vở ở chỗ nào trong văn phòng(cửa hàng văn phòng phẩm). Qua các từ ngữ '공책' và '저쪽에 있다', chúng ta có thể đoán được đó là '문구점'. Do đó, đáp án đúng là ③.

10 ④

여자: 이거 재미있는데 이거 먼저 탈까요?
남자: 이거는 무서우니까 다른 거 타러 가요.

놀이공원에서 여자가 남자에게 재미있는 놀이기구를 타자고 했습니다. 그리고 남자는 그 놀이기구가 무서워서 다른 것을 타자고 합니다. '타다, 재미있다, 무섭다'라는 표현을 통해 장소가 '놀이공원'이라는 것을 유추할 수 있습니다. 따라서 정답은 ④입니다.

Tại một công viên giải trí, người phụ nữ đã rủ người đàn ông sử dụng thiết bị trò chơi. Và người đàn ông sợ thiết bị trò chơi đó nên đã rủ người phụ nữ sử dụng thiết bị trò chơi khác. Dựa vào các từ ngữ '타다', '재미있다' và '무섭다', bạn có thể đoán được đó là '놀이공원'. Do đó, đáp án đúng là ④.

11 ③

> 여자: 무슨 일을 하세요?
> 남자: 저는 의사예요. 병원에서 일해요.

여자가 남자에게 하는 일을 묻고, 남자가 대답하고 있습니다. 이 문제에서 핵심 단어는 '일, 의사, 일하다'입니다. 핵심 단어를 통해 두 사람이 남자의 직업에 대해 말하고 있다는 것을 알 수 있습니다. 따라서 정답은 ③입니다.

Người phụ nữ hỏi người đàn ông rằng công việc của anh ta là gì và người đàn ông trả lời. Trong câu này, dựa vào các từ khóa như '일', '의사' và '일하다', chúng ta biết được hai người đang nói về nghề nghiệp của người đàn ông. Do đó, đáp án đúng là ③.

12 ④

> 남자: 저는 4월 15일에 태어났어요.
> 여자: 그래요? 저도 같은 날 태어났어요.

두 사람이 태어난 날짜를 말하고 있습니다. 이 문제에서 핵심 단어는 '4월 15일, 날, 태어나다'입니다. '4월 15일'과 '날'만 생각하면 '날짜'를 정답이라고 생각할 수도 있습니다. 하지만 두 사람이 공통으로 사용한 '태어나다'가 가장 중요한 핵심 단어이기 때문에 '생일'을 정답으로 택해야 합니다. 따라서 정답은 ④입니다.

Hai người đang nói về sinh nhật. Từ khóa trong câu này là 4월 15일', '날' và '태어나다'. Nếu chỉ dựa vào 4월 15일' và '날', bạn có thể nghĩ '날짜' là đáp án đúng. Tuy nhiên, vì '태어나다' là từ khóa quan trọng nhất cả hai người đều nhắc đến nên chúng ta phải chọn '생일' là đáp án đúng. Vì vậy, đáp án đúng là ④.

13 ①

> 남자: 이거 다 읽었어요?
> 여자: 네, 지난 주말에 읽었는데 별로 재미없어요.

남자가 이것(이거)을 읽었는지 묻고, 여자가 대답하고 있습니다. 이 문제에서 핵심 단어는 '읽다, 재미없다'입니다. 특히 두 사람이 공통으로 '읽다'를 사용했기 때문에 책(이거)에 대해 말하고 있다는 것을 알 수 있습니다. 따라서 정답은 ①입니다.

Người đàn ông hỏi người phụ nữ đã đọc cái này(cuốn sách này) chưa, và người phụ nữ trả lời. Trong câu này, từ khóa là '읽다' và '재미없다'. Đặc biệt, dựa vào chi tiết cả hai đều sử dụng từ '읽다', chúng ta biết họ đang nói về cuốn sách(cái này). Do đó, đáp án đúng là ①.

14 ②

> 남자: 옷, 가방, 신발…… 이렇게 많이 사요?
> 여자: 남대문 시장에서 사면 싸니까 괜찮아요.

남자는 물건을 많이 사는 것을 걱정하고, 여자는 물건을 많이 사는 이유를 말하고 있습니다. '옷, 가방, 신발'은 여자의 쇼핑 목록이고, 이 문제의 핵심 단어는 '사다, 시장, 싸다'입니다. 핵심 단어를 통해 두 사람이 쇼핑에 대해 말하고 있다는 것을 알 수 있습니다. 따라서 정답은 ②입니다.

Người đàn ông lo lắng về việc mua nhiều hàng hóa, người phụ nữ đang nói về lý do tại sao họ mua nhiều hàng hóa. '옷', '가방' và '신발' là danh sách mua sắm của người phụ nữ và từ khóa trong đề này là '사다, 시장, 싸다'. Dựa vào các từ khóa, chúng ta biết được hai người đang nói về việc mua sắm. Vì vậy, đáp án đúng là ②.

15 ②

> 남자: 어떻게 해 드릴까요?
> 여자: 이 사진처럼 예쁘게 잘라 주세요.

장소: 미용실 / 남자: 미용사 / 여자: 손님
여자가 남자에게 자르고 싶은 머리 모양을 이야기하고 있습니다. 여자의 '이 사진처럼'이라는 말을 통해 여자가 남자에게 사진을 보여 주는 모습을 유추할 수 있고, '예쁘게 잘라 주세요'라는 말을 통해 미용실에서 머리를 자르기 전의 상황이라는 것을 알 수 있습니다. 따라서 정답은 ②입니다.

Địa điểm: Tiệm uốn tóc /Người đàn ông: Thợ làm tóc / Người phụ nữ: Khách hàng
Người phụ nữ đang nói với người đàn ông kiểu tóc mà mình muốn cắt. Qua lời nói của người phụ nữ '이 사진처럼', bạn có thể đoán được người phụ nữ đang cho người đàn ông xem bức hình; và dựa vào câu "예쁘게 잘라주세요", bạn có thể biết được đây là tình huống trước khi cắt tóc ở tiệm uốn tóc. Vì vậy, đáp án đúng là ②.

16 ③

남자: 다 고쳤으니까 한번 확인해 보시겠어요?
여자: 네, 잘 되네요. 앞으로 조심해서 써야겠어요.

장소: 컴퓨터 수리 센터 / 남자: 수리 기사 / 여자: 수리 센터 이용자
선택지 ①, ②는 컴퓨터 판매 매장의 모습이며, ③은 컴퓨터 수리 센터, ④는 여자가 수리 센터에 전화(남자)하는 상황입니다. 남자의 '고치다, 확인하다', 여자의 '잘 되다'와 같은 표현을 통해 두 사람이 같은 장소에 있고, 이곳은 수리 센터라는 것을 알 수 있습니다. 남자가 여자의 물건(노트북)을 고쳐 주어 여자가 잘 되는지 확인하고 있습니다. 따라서 정답은 ③입니다.

Địa điểm: Trung tâm sửa chữa máy tính / Người đàn ông: Thợ sửa chữa/ Người phụ nữ: Khách hàng
Đáp án ① và ② là tình huống tại cửa hàng bán máy tính và ③ trung tâm sửa chữa máy tính, ④ là tình huống người phụ nữ gọi điện thoại đến trung tâm sửa chữa(người đàn ông). Dựa vào các từ ngữ như '고치다' và '확인하다' của người đàn ông và từ '잘 되다' của phụ nữ, chúng ta biết được đoạn hội thoại diễn ra tại trung tâm sửa chữa. Người đàn ông sửa đồ vật(máy tính xách tay) của người phụ nữ nên người phụ nữ đang kiểm tra xem máy có ổn không. Vì vậy, đáp án đúng là ③.

17 ④

남자: 1시 30분에 경주 가는 버스, 두 명이요.
여자: 네, 손님. 잠시만요. (키보드 두드리는 소리) 한 자리밖에 없는데요.
　　　두 분이 가시려면 1시 50분 버스를 타셔야 합니다.
남자: 그래요? 그럼 그거 2장 주세요.

남자: 손님 / 여자: 매표소 직원
남자는 1시 30분에 경주로 가는 버스표 두 장을 사려고 합니다. 하지만 두 명이 함께 가려면 1시 50분 버스를 타야 합니다. 그래서 남자는 1시 50분 버스표를 사고 있습니다. 따라서 정답은 ④입니다.

Người đàn ông: Khách hàng / Người phụ nữ: Nhân viên phòng vé
Người đàn ông dự định mua hai vé xe buýt đi Gyeongju lúc 1 giờ 30 phút. Nhưng nếu muốn đi cùng nhau, hai người phải bắt chuyến xe buýt khởi hành lúc 1 giờ 50 phút. Vì vậy, người đàn ông đang mua vé xe buýt chuyến 1 giờ 50 phút. Do đó, đáp án đúng là ④.

18 ①

남자: 수미 씨는 요즘 주말에도 바쁜 것 같아요.
여자: 네, 좀 바빠요. 토요일마다 1박 2일로 떠나는 여행 모임이 있어서요.
남자: 와. 저는 일이 많아서 일 년에 한 번도 못 가는데, 정말 재미있겠네요.
여자: 네, 처음 가는 곳이 많아서 더 재미있어요.

여자는 매주 토요일 1박 2일 여행 모임이 있어 바쁘다고 합니다. 따라서 정답은 ①입니다.

Người phụ nữ nói rằng bận rộn vì chuyến gặp mặt du lịch hai ngày một đêm vào thứ bảy hàng tuần. Vì vậy, đáp án là ①.

19 ③

여자: 안녕하세요? 태권도를 좀 배우려고 하는데요.
남자: 아, 그래요. 그러시면 여기 신청서부터 좀 써 주시겠어요?
여자: 회사가 저녁 7시쯤 끝나는데 저녁반은 몇 시에 시작해요?
남자: 7시 30분에 시작하니까 끝나고 오시면 되겠네요.

여자: 손님 / 남자: 태권도 사범
여자는 저녁 7시 이후에 태권도를 배우려고 합니다. 저녁반이 7시 30분에 시작하기 때문에 퇴근 후에 태권도를 배울 수 있습니다. 따라서 정답은 ③입니다.

Người phụ nữ: khách/người đàn ông: huấn luyện viên Taekwondo
Người phụ nữ cố gắng học Taekwondo sau 7 giờ tối. Vì các lớp học buổi tối bắt đầu lúc 7:30 nên cô ta có thể học Taekwondo sau giờ làm việc. Do đó, đáp án đúng là ③.

20 ②

여자: 민수 씨, 어제 이메일 보냈는데 봤어요?
남자: 아니요, 아직 못 봤어요. 그런데 무슨 일 있어요?
여자: 이번 주 토요일에 집들이를 하는데 친구들을 초대하려고요. 올 수 있지요?
남자: 이번 주 토요일이요? 토요일에는 중요한 약속이 있는데⋯⋯. 미안해요.

여자/남자: 친구
여자는 집들이에 초대하는 이메일을 남자에게 보냈습니다. 남자는 이메일을 읽지 못했지만 여자는 다시 한 번 초대를 합니다. 따라서 정답은 ②입니다.

Người phụ nữ/người đàn ông: bạn bè
Người phụ nữ đã gửi cho người đàn ông email mời anh ta đến dự tiệc tân gia. Người đàn ông không đọc email, nhưng người phụ nữ lại mời anh ta một lần nữa. Vì vậy, đáp án đúng là ②.

21 ③

남자: 다음 주 일요일에 마이클 씨가 고향으로 돌아가요. 마이클 씨와 친구들을 초대하면 어떨까요?
여자: 그래요. 좋은 생각이에요. 그런데 함께 모여서 뭘 하면 좋겠어요?
남자: 맛있는 한국 음식을 한 개씩 만들어 와서 파티를 하면 어때요?
여자: 좋아요. 마이클 씨는 잡채를 좋아하니까 저는 잡채를 준비할게요.

여자/남자/(마이클): 친구
남자가 여자에게 고향으로 돌아가는 마이클을 위해 한국 음식을 만들어 와서 파티를 해 주자고 제안합니다. 여자는 마이클이 좋아하는 잡채를 만들어 오겠다고 합니다. 따라서 정답은 ③입니다.

Người phụ nữ /người đàn ông (Michael): Bạn bè
Người đàn ông đề nghị người phụ nữ cùng làm món ăn Hàn Quốc, tổ chức tiệc cho Michael - người sắp về nước. Người phụ nữ nói sẽ làm japchae, món mà Michael thích. Vì vậy, đáp án đúng là ③.

22 ②

여자: 우리 이제 그만 가요. 백화점 구경을 3시간이나 했어요.
남자: 세일 기간이라서 싼 물건도 많은데 조금만 더 구경하고 가요.
여자: 당신처럼 쇼핑을 좋아하는 남자도 없을 거예요. 저는 이제 힘들어서 빨리 갔으면 좋겠어요.
남자: 알겠어요. 이것만 보고 갈게요.

여자: 아내 / 남자: 남편
여자의 중심 생각을 골라야 합니다. 여자는 두 번째 대화에서 '이제 힘들어서 빨리 갔으면 좋겠어요'라고 말하면서 빨리 돌아가고 싶다고 말합니다. 따라서 정답은 ②입니다.

Người phụ nữ: vợ /người đàn ông: chồng
Bạn phải chọn ý chính của người phụ nữ. Trong câu hội thoại thứ hai, người phụ nữ nói "이제 힘들어서 빨리 갔으면 좋겠어요", tỏ ý muốn nhanh chóng đi về. Vì vậy, đáp án đúng là ②.

23 ②

남자: 오늘 영화 정말 재미있었지요?
여자: 네, 정말 재미있었어요. 그런데 팝콘 값을 보고 깜짝 놀랐어요. 어떻게 영화표보다 더 비싸요?
남자: 맞아요. 팝콘 값이 좀 비싸죠. 그래도 영화 볼 때 팝콘이 있어야죠.
여자: 저도 팝콘을 좋아하지만 가격을 좀 내려야 하지 않을까요?

여자의 중심 생각을 골라야 합니다. 여자의 두 번째 대화에서 '가격을 좀 내려야 하지 않을까요?'라는 말을 통해 팝콘의 가격을 더 싸게 해야 한다는 생각을 알 수 있습니다. 따라서 정답은 ②입니다.

Bạn phải chọn ý chính của người phụ nữ. Dựa vào lời thoại thứ hai của người phụ nữ "가격을 좀 내려야 하지 않을까요?", chúng ta có thể biết được suy nghĩ của người người phụ nữ là người đàn ông phải bán bắp rang bơ rẻ hơn. Do đó, đáp án đúng là ②.

24 ③

남자: 새로 이사 간 집은 마음에 들어요?
여자: 집은 깨끗하고 좋은데 아래층 화장실에서 담배를 피워서 냄새가 많이 나요. 어떻게 해야 할지 모르겠어요.
남자: 큰일이네요. 그럼 아래층 사람을 만나서 이야기해 보는 건 어때요?
여자: 생각 중이에요. 많은 사람이 사는 아파트에서는 담배를 안 피웠으면 좋겠어요.

여자의 중심 생각을 골라야 합니다. 여자는 집은 깨끗하고 좋은데 아래층에서 올라오는 담배 연기 때문에 걱정을 하면서 사람이 많이 사는 아파트에서는 담배를 피우지 않았으면 좋겠다고 말합니다. 따라서 정답은 ③입니다.

Bạn phải chọn ý chính của người phụ nữ. Người phụ nữ nói rằng ngôi nhà đẹp và sạch sẽ, nhưng cô ấy lo lắng vì khói thuốc lá từ tầng dưới bay lên, và mong muốn người ở tầng dưới không hút thuốc trong chung cư có nhiều người cùng chung sống. Do đó, đáp án đúng là ③.

[25~26]

여자: 신입생 여러분, 안녕하세요. 방금 본 공연이 어땠어요? 음악과 함께 하는 태권도 공연이 신나고 재미있지요? 저희는 태권도 동아리입니다. 매주 월요일과 수요일에 모여서 태권도를 배웁니다. 시간은 오후 5시부터 7시까지입니다. 그리고 한 달에 한 번 서울 공원에 가서 태권도 공연을 합니다. 태권도 동아리에 들어오세요. 여기 신청서가 있습니다. 대학 생활이 즐거울 거예요.

25 ①

태권도 공연을 보여 준 후 신입생들에게 태권도 동아리의 모임 시간, 하는 일, 가입 방법 등을 자세히 소개하고 있습니다. 따라서 정답은 ①입니다.

Sau tiết mục biểu diễn Taekwondo, người phụ nữ giới thiệu cho các tân sinh viên một cách chi tiết về thời gian nhóm họp, các hoạt động và cách thức tham gia của câu lạc bộ Taekwondo. Vì vậy, đáp án đúng là ①.

26 ③

여자가 소개하고 있는 동아리는 태권도 동아리입니다. 태권도 동아리는 매주 월요일과 수요일에 태권도를 배웁니다. '여기 신청서가 있습니다'라고 말하면서 동아리에 가입하는 방법을 소개하고 있습니다. 따라서 정답은 ③입니다.

Câu lạc bộ mà người phụ nữ đang giới thiệu là câu lạc bộ Taekwondo. Câu lạc bộ Taekwondo học Taekwondo vào thứ hai và thứ tư hàng tuần. Người phụ nữ đang giới thiệu cách thức tham gia câu lạc bộ "여기 신청서가 있습니다." Do đó, đáp án đúng là ③.

[27~28]

남자: 요즘 살도 빠지고 예뻐진 것 같아요. 무슨 좋은 일이 있어요?
여자: 고마워요. 매일 두 시간씩 공원에서 걷기 운동을 하고 있어요.
남자: 아, 저도 살을 빼야 하는데……. 걷기 운동 말고 또 뭐가 있어요?
여자: 수영도 좋은 것 같아요. 제 친구는 매일 수영을 해서 날씬해졌어요.
남자: 와, 그렇군요. 저도 다이어트를 위해서 빨리 운동을 시작해야겠어요.
여자: 좋은 생각이에요. 혼자 운동하기 심심했는데, 내일부터 같이 운동해요.

27 ② 남자는 여자에게 살도 빠지고 예뻐졌다고 말합니다. 여자는 요즘 공원에서 걷기 운동을 하고 있다고 말합니다. 남자는 여자에게 살을 빼려면 어떤 운동이 있냐고 묻습니다. 여자는 수영도 좋다고 말합니다. 따라서 정답은 ②입니다.

Người đàn ông khen người phụ nữ đã giảm cân và trở nên xinh đẹp hơn. Người phụ nữ nói rằng dạo này cô ấy đang đi bộ thể dục trong công viên. Người đàn ông hỏi người phụ nữ có môn thể dục nào giúp giảm cân. Người phụ nữ trả lời rằng bơi lội cũng tốt. Vì vậy, đáp án đúng là ②.

28 ③ 여자는 요즘 공원에서 걷기 운동을 해서 살이 빠졌습니다. 남자도 다이어트를 위해 운동을 시작해야겠다고 말합니다. 여자는 남자에게 내일부터 같이 걷기 운동을 하자고 제안을 합니다. 따라서 정답은 ③입니다.

Dạo này, người phụ nữ đi bộ thể dục trong công viên nên đã giảm cân. Người đàn ông nói rằng ông ta cũng phải bắt đầu tập thể dục để giảm cân. Người phụ nữ đề nghị người đàn ông từ ngày mai cùng đi bộ thể dục. Do đó, đáp án đúng là ③.

[29~30]

여자: (전화 벨 소리 후) 안녕하십니까? 제주 여행사입니다.
남자: 안녕하세요. 제가 이번 주말에 호텔 예약을 했는데요. 이번 주에 갑자기 회사에 일이 생겨서 다음 주말로 바꾸고 싶은데요.
여자: 아, 그러세요. 그럼 성함과 연락처를 말씀해 주세요.
남자: 김민수입니다. 전화번호는 010-1234-4567입니다. 그리고 제가 예약한 방으로 다시 예약할 수 있을까요?
여자: (컴퓨터 입력 소리 후) 21일 토요일에 예약하셨네요. 그런데 손님이 예약한 방은 이미 다른 분이 예약하셨습니다. 그 방보다 더 경치가 좋은 방이 있습니다. 이 방으로 예약해 드릴까요?
남자: 네, 그 방으로 바꿔 주세요. 주변 유명한 장소도 좀 알려 주세요.

29 ④ 여자: 여행사 직원 / 남자: 손님
남자는 이번 주말에 제주도에 가려고 호텔을 예약했지만 회사에 일이 생겨서 갈 수가 없습니다. 그래서 이번 주말에 예약한 방을 다음 주말로 바꾸고 싶어 합니다. 따라서 정답은 ④입니다.

Người phụ nữ: Nhân viên công ty du lịch /người đàn ông: khách hàng
Người đàn ông đã đặt phòng khách sạn để đến đảo Jeju vào cuối tuần này, nhưng anh ấy không thể đi vì có công việc ở công ty. Vì vậy, anh ta muốn đổi phòng đã đặt từ cuối tuần này sang cuối tuần sau. Do đó, đáp án đúng là ④.

30 ③ 남자는 제주도에 가려고 호텔을 예약했습니다. 따라서 정답은 ③입니다.

Người đàn ông đã đặt phòng ở khách sạn để đến đảo Jeju. Do đó, đáp án đúng là ③.

읽기 영역

TOPIK I
한 권이면 OK

꼭 읽어 보세요!
읽기 시험을 보기 위한 TIP

1. 시험의 구성 알아 두기

- TOPIK I 읽기는 60분 동안 40문제를 풀어야 합니다. 31번부터 70번까지입니다. 번호는 31번부터 시작되지만 31번이 1번이라고 생각하시면 됩니다. 그래서 31번 쉬운 문제부터 시작해서 70번까지 점점 어려운 문제가 출제됩니다.
- 31번부터 48까지는 한 지문에 한 문제로, 1급의 어휘와 문법, 두세 개의 짧은 문장으로 구성되어 있습니다.
- 49번부터 70번까지는 57, 58번 '순서에 맞게 문장을 나열'하는 문제를 제외하고 모두 한 지문에 두 문제가 제시됩니다. 문장도 점점 길어지고 문장의 수도 많아집니다. 그리고 어휘와 문법도 2급 수준으로 어려워집니다.
- 31번부터 48번까지는 난이도가 높지 않지만 한 지문에 한 문제가 제시되기 때문에 문장이 짧더라도 시간이 어느 정도 걸릴 수밖에 없습니다. 집중을 해서 실수 없이 빨리 문제를 푸시기 바랍니다. 그리고 49번부터 충분히 시간을 사용하면서 문제를 풀면 높은 점수를 받으실 수 있습니다.

TOPIK은 선택지 ①②③④번이 25%씩 나옵니다. 그렇기 때문에 쉬운 문제부터 확실하게 풀고 어려운 나머지 문제는 자신이 선택한 답 이외에 적게 나온 번호를 골라 표시하는 것이 좋습니다.

2. 입으로 읽지 않고 눈으로 읽기

- 40문제를 모두 풀려면 시간이 많이 부족할 수 있습니다. 초급의 경우 수업 시간에 읽기를 할 때 발음 연습을 위해서 소리를 내어 읽는 경우가 많습니다. 이러한 습관은 시험을 볼 때는 빨리 읽고 전체적인 내용을 이해하는 데 도리어 방해가 됩니다. 한 글자 한 글자 읽는 것이 아니라 단어와 문법이 연결된 하나의 문장, 그리고 문장이 연결된 전체 이야기의 내용을 이해하는 것이 중요합니다.

〈보기〉
1. 비/가/ 오/니/까/ 우/산/을/ 가/지/고/ 가/세/요./
2. 비가 오니까/ 우산을/ 가지고 가세요./

- 〈보기1〉처럼 한 글자 한 글자에 집중해서 읽으면 내용을 이해할 수가 없습니다. 그리고 시간도 많이 걸립니다. 〈보기2〉처럼 띄어쓰기 단위나 의미 단위로 연결어미나 종결어미를 주의하면서 읽어 나가면 빠른 시간에 내용을 이해하면서 읽을 수 있습니다. 충분한 시간을 들여서 연습하시기 바랍니다.

3. 문제 유형 파악해 두기

- 지문을 읽기 전에 먼저 전체 문제 유형을 파악하고 있어야 합니다. TOPIK은 아래와 같이 매회 같은 유형의 문제가 출제됩니다. 정확하게 문제가 무엇을 요구하는지 꼭 파악하고 들어가시기 바랍니다. 자세한 설명은 각 문제들의 〈유형분석〉에 해 두었습니다. 꼼꼼히 읽어 보시기 바랍니다.

[31~33] 무엇에 대한 이야기입니까? 〈보기〉와 같이 알맞은 것을 고르십시오.

[34~39] 〈보기〉와 같이 (   )에 들어갈 가장 알맞은 것을 고르십시오.

[40~42] 다음을 읽고 맞지 않는 것을 고르십시오.

[43~45] 다음의 내용과 같은 것을 고르십시오.

[46~48] 다음을 읽고 중심 생각을 고르십시오.

[49~50, 51~52, 53~54, 55~56] 다음을 읽고 물음에 답하십시오.

[57~58] 다음을 순서대로 맞게 나열한 것을 고르십시오.

[59~60, 61~62, 63~64, 65~66, 67~68, 69~70] 다음을 읽고 물음에 답하십시오.

- 31번부터 33번까지는 지문에 나오는 문장을 읽고 같은 주제의 단어를 선택지에서 고르는 문제가 주로 출제됩니다. 그렇기 때문에 듣기와 마찬가지로 비슷한 의미의 단어나 같은 주제의 단어를 찾는 연습이 필요합니다. 〈유형분석〉에 주제와 관련된 단어들을 정리해 두었습니다. 꼭 외우시기 바랍니다.

- 34번부터 39번까지는 (   )에 들어갈 알맞은 단어를 선택지에서 찾는 문제입니다. 문법(조사), 1급 수준의 명사, 동사, 형용사, 부사, 그리고 불규칙을 찾아 넣어야 합니다. 결국 이 문제들은 단어와 문법의 의미와 사용 방법을 정확하게 알아야 풀 수 있습니다.

- 40번부터 42번까지는 광고나 공지, 그림이나 표와 같은 정보가 있는 내용을 보고 틀린 것을 고르는 문제입니다. 지문의 유형에 따라 무엇을 주의해서 봐야 하는지가 중요합니다. 〈유형분석〉에 지문의 유형에 따라 집중해서 봐야 하는 요소들을 제시해 두었습니다.

- 43번에서 45번은 지문을 읽고 같은 내용의 선택지를 찾는 문제입니다. '그리고, 그래서, 그러면'과 같은 접속부사나 '이, 그, 저'와 같이 지시하는 단어를 주의해서 봐야 합니다.

- 46번부터 48번까지는 지문을 읽고 글의 중심 생각을 선택지에서 찾는 문제입니다.

- 49~56번, 59~70번 문제는 한 지문을 읽고 두 문제를 풀어야 합니다. 첫 번째 문제는 주로 알맞은 표현과 문법을 선택지에서 고르는 문제이고 두 번째 문제는 글의 내용을 전체적으로 이해하고 푸는 문제입니다. 첫 번째 문제는 2급에 나오는 문법의 의미와 사용 방법을 정확하게 알아야 합니다. 〈오늘의 문법〉에 제시된 문법을 꼭 확인하시기 바랍니다.

- 57, 58번 문제는 문장을 순서대로 맞게 나열하는 문제입니다. 접속부사, 시간을 나타내는 명사, 지시 대명사를 주의 깊게 확인해서 흩어져 있는 문장을 자연스럽게 하나의 이야기로 만들면 됩니다.

4. 문제와 선택지를 먼저 파악하고 지문 읽기

- 지문을 읽기 전에 문제와 선택지 ①②③④를 먼저 봐야 합니다. 문제와 선택지를 먼저 보면서 무엇을 찾아야 하는지 미리 생각해 두고 지문을 읽으면 답을 빨리 찾을 수 있습니다.

- 선택지의 내용이 지문에 없는 경우 선택지 옆에 'X'로 표시해 두면 답을 빨리 찾는 데 도움이 됩니다.

5. 단어와 문법의 의미를 정확하게 암기하기

— 신 TOPIK이 내용 중심의 평가로 바뀌면서 '어휘, 문법' 영역이 없어졌지만 초급(TOPIK I)의 경우 기본적인 단어와 문법은 중고급과 비교해서 더욱 중요할 수밖에 없습니다.

— 듣기보다는 읽기에 단어의 의미와 문법의 사용에 대한 문제가 많이 나옵니다. 〈오늘의 어휘〉와 〈오늘의 문법〉은 TOPIK에 꼭 나오는 것들을 모아서 제시해 두었습니다. 반드시 외워야 할 것들입니다.

— 추가적으로 69~70번 〈오늘의 문법〉에 초급에서 알아야 할 불규칙 동사와 형용사를 제시해 두었습니다. 그 부분도 꼭 정리해 두시기 바랍니다.

Mẹo cho bài thi Đọc

1. Tìm hiểu cấu trúc của đề thi

- Đề thi kỹ năng đọc TOPIK yêu cầu giải quyết 40 câu trong 60 phút. Đề thi kỹ năng đọc bao gồm câu 31 đến câu 70, bắt đầu từ câu 31, nhưng bạn có thể hiểu câu 31 là câu 1. Vì vậy, đề thi Đọc bắt đầu từ câu dễ số 31, độ khó sẽ tăng dần cho đến câu 70.

- Từ câu 31 đến câu 48 là những câu có cùng văn bản, bao gồm hai hoặc ba câu ngắn, được trình bày bằng các từ vựng và ngữ pháp ở cấp 1.

- Từ câu 49 đến câu 70, 2 câu hỏi được trình bày trong một văn bản, ngoại trừ câu hỏi 57 và 58 liệt kê các câu theo thứ tự. Các câu càng lúc càng dài và nhiều hơn. Ngoài ra, từ vựng và ngữ pháp trở nên khó hơn vì từ vựng và ngữ pháp thuộc trình độ cấp 2.

- Từ câu 31 đến câu 48, độ khó không cao nhưng vì một câu hỏi được trình bày trong một văn bản nên dù câu không dài, bạn cũng sẽ mất thời gian một chút để giải đề. Hãy tập trung giải đề một cách nhanh chóng và không mắc lỗi! Nếu sử dụng đủ thời gian để giải đề bắt đầu từ câu 49, bạn có thể đạt điểm cao.

- Trong TOPIK, mỗi đáp án ①, ②, ③, ④ chiếm 25%. Vì vậy, bạn nên giải các đề dễ một cách chắc chắn, đối với các đề khó còn lại; bạn nên chọn con số xuất hiện ít ngoài các đáp án đã chọn.

2. Đọc bằng mắt, không phải bằng miệng

- Bạn có thể không có đủ thời gian để giải tất cả 40 câu. Khi đọc trên lớp, những người mới bắt đầu thường đọc to để luyện phát âm. Khi làm bài thi, thói quen này sẽ là trở ngại cho khả năng đọc nhanh và hiểu toàn bộ nội dung của của bài đọc. Điều quan trọng không phải là đọc từng chữ một mà là hiểu toàn bộ nội dung được kết nối bởi từ vựng và ngữ pháp, và được kết nối bởi tất cả các câu.

〈보기〉

1. 비/가/ 오/니/까/ 우/산/을/ 가/지/고/ 가/세/요./

2. 비가 오니까/ 우산을/ 가지고 가세요./

- Nếu tập trung vào từng chữ giống như trong 〈보기 1〉, bạn không thể hiểu được nội dung của cả văn bản. Ngoài ra, bạn cũng sẽ mất rất nhiều thời gian. Khi đọc, nếu chú ý đến các đuôi từ liên kết câu hoặc đuôi từ kết thúc câu được phân biệt bằng dấu cách hoặc đơn vị ý nghĩa giống như 〈보기 2〉, bạn có thể nhanh chóng hiểu được nội dung. Hãy dành nhiều thời gian ôn tập!

3. Tìm hiểu dạng đề

- Trước khi đọc văn bản(đoạn văn), bạn nên hiểu toàn bộ dạng đề thi. Mỗi kỳ thi, TOPIK ra cùng một dạng đề như dưới đây. Trước khi thi, bạn hãy tìm hiểu chính xác yêu cầu của đề thi! Chúng tôi đã soạn giải thích chi tiết trong <Phân tích dạng đề> của từng đề thi. Bạn hãy đọc kỹ phần này!

[31-33] văn bản nói về điều gì? Hãy chọn đáp án giống như <ví dụ>!

[34-39] Hãy chọn từ thích hợp nhất điền vào ( ) như trong <ví dụ>!

[40-42] Hãy đọc văn bản sau và chọn đáp án không đúng!

[43-45] Hãy chọn đáp án giống với nội dung sau!

[46-48] Hãy đọc văn bản sau và chọn ý chính!

[49-50, 51-52, 53-54, 55-56] Hãy đọc văn bản sau và trả lời các câu hỏi~

[57-58] Hãy sắp xếp các câu sau theo đúng thứ tự!

[59-60, 61-62, 63-64, 65-66, 67-68, 69-70] Hãy đọc văn bản sau và trả lời câu hỏi!

- Từ cây 31 đến câu 33, yêu cầu của đề thường là đọc văn bản và chọn từ cùng chủ đề từ trong đáp án. Vì vậy, giống như đề thi kỹ năng nghe, bạn cần luyện tập tìm các từ gần nghĩa hoặc các từ có cùng chủ đề. Chúng tôi đã soạn các từ liên quan đến chủ đề trong <Phân tích dạng đề>. Hãy thuộc lòng phần này!

- Từ câu 34 đến câu 39, yêu cầu thường là tìm từ thích hợp để điền vào ( ). Bạn phải tìm ngữ pháp (trợ từ), danh từ, động từ, tính từ, trạng từ và các dạng bất quy tắc thuộc trình độ cấp 1. Cho nên, những câu này có thể được giải quyết bằng cách biết chính xác ý nghĩa và cách sử dụng của từ vựng và ngữ pháp.

- Từ câu 40 đến câu 42, yêu cầu của đề thường là đọc nội dung có các thông tin như quảng cáo, thông báo, hình ảnh hoặc bảng biểu và chọn đáp án sai. Điều quan trọng là bạn phải chú ý tới điều gì tùy theo dạng văn bản được trình bày.

- Từ câu 43 đến câu 45, yêu cầu của đề thường là đọc văn bản và đáp án tương tự. Bạn nên chú ý tới các trạng từ như '그리고', '그래서', '그러면', vv hoặc các đại từ như '이', '그', '저'.

- Từ câu 46 đến câu 48, yêu cầu của đề thường là các câu hỏi về đọc văn bản và tìm ý chính của văn bản trong các đáp án.

- Từ câu 49 đến câu 56 và câu 59-70, bạn cần đọc một văn bản và giải quyết hai dạng đề. Dạng đề đầu tiên chủ yếu là chọn cách diễn đạt và ngữ pháp thích hợp trong các đáp án, và dạng đề thứ hai là hiểu và giải toàn bộ nội dung của văn bản. Đối với dạng đề đầu tiên, bạn phải biết chính xác ý nghĩa và cách sử dụng của cấu trúc ngữ pháp cấp 2. Hãy kiểm tra ngữ pháp được trình bày trong <Ngữ pháp của ngày hôm nay>!

- Câu 57- 58 là dạng đề sắp xếp các câu theo đúng thứ tự. Bạn cần kiểm tra cẩn thận các trạng từ, các danh từ.

4. Tìm hiểu đề thi và đáp án trước khi đọc văn bản

- Trước khi đọc văn bản, bạn nên đọc đề và đáp án ①, ②, ③, ④. Nếu đọc trước đề và đáp án và suy nghĩ xem mình phải tìm điều gì trước khi đọc văn bản, bạn có thể nhanh chóng tìm ra đáp án đúng.
- Nếu nội dung đáp án nào không được đề cập trong văn bản, hãy đánh dấu 'X' bên cạnh các đáp án đó, bằng cách đó, bạn có thể nhanh chóng tìm ra đáp án đúng.

5. Ghi nhớ chính xác nghĩa của từ vựng và ngữ pháp

- Khi TOPIK mới chuyển sang đánh giá khả năng đọc theo định hướng nội dung, phần 'từ vựng và ngữ pháp' không tồn tại nhưng từ vựng và ngữ pháp cơ bản quan trọng với những người mới bắt đầu(TOPIK I) hơn với trình độ trung, cao cấp.
- So với bài thi Nghe, bài thi Đọc có nhiều đề liên quan đến ý nghĩa từ vựng và cách sử dụng ngữ pháp. <Từ vựng của ngày hôm nay> và <Ngữ pháp của ngày hôm nay> đã tổng hợp và trình bày những từ vựng và cấu trúc ngữ pháp nhất định xuất hiện trong TOPIK. Bạn nên học thuộc lòng phần này.
- Ngoài ra, các động từ và tính từ bất quy tắc mà người mới bắt đầu cần biết được bổ sung trong <Ngữ pháp ngày nay của ngày hôm nay> ở câu 69 -70. Bạn cũng nên học kỹ phần này.

31-33

✏️ 오늘의 어휘 Từ vựng của ngày hôm nay

가족	Gia đình	Danh từ	우리 가족은 아버지, 어머니, 저, 동생 4명입니다. Gia đình tôi gồm 4 người: bố, mẹ, tôi và em trai.
고향	Quê hương	Danh từ	저는 방학 때 고향에 돌아갑니다. Tôi về quê vào kỳ nghỉ.
날씨	Thời tiết	Danh từ	오늘은 하늘이 맑고 날씨가 좋습니다. Hôm nay trời quang đãng và thời tiết đẹp.
날짜	Ngày	Danh từ	가: 오늘 날짜가 며칠입니까? / 나: 오늘은 11월 1일입니다. A: Hôm nay là thứ mấy? / B: Hôm nay là ngày 1 tháng 11.
눈	Tuyết	Danh từ	눈이 내려서 아이들이 눈사람을 만듭니다. Tuyết rơi nên những đứa trẻ làm người tuyết.
방학	Kỳ nghỉ	Danh từ	내일부터 방학이라서 학교에 가지 않습니다. Vì từ ngày mai là kỳ nghỉ nên tôi không đi học.
선물	Món quà	Danh từ	친구에게 생일 선물을 주었습니다. Tôi đã tặng quà sinh nhật cho bạn mình.
쇼핑	Mua sắm	Danh từ	백화점에서 쇼핑을 합니다. Tôi mua sắm ở cửa hàng bách hóa.
약속	Cuộc hẹn	Danh từ	저는 주말에 친구와 약속이 있습니다. Cuối tuần, tôi có hẹn với bạn bè.
여름	Mùa hè	Danh từ	한국의 여름은 덥습니다. Mùa hè ở Hàn Quốc rất nóng.
여행	Du lịch	Danh từ	주말에 제주도 여행을 다녀왔습니다. Cuối tuần, tôi đã đi du lịch đảo Jeju.
옷	Quần áo	Danh từ	백화점에서 옷을 삽니다. Tôi mua quần áo ở cửa hàng bách hóa.
운동	Thể dục/ thể thao/ vận động	Danh từ	'축구, 수영, 테니스'는 모두 운동입니다. 'Bóng đá, bơi lội, tennis' đều là các môn thể thao.

장소	Địa điểm	Danh từ	약속 장소가 어디입니까? Điểm hẹn ở đâu vậy ạ?
주말	Cuối tuần	Danh từ	이번 주말에 부산으로 여행을 갑니다. Tôi sẽ đi du lịch Busan vào cuối tuần này.
직업	Nghề nghiệp	Danh từ	우리 형의 직업은 선생님입니다. Nghề nghiệp của anh trai tôi là giáo viên.
취미	Sở thích	Danh từ	제 취미는 요리입니다. Sở thích của tôi là nấu ăn.
친구	Bạn	Danh từ	제 친구는 한국 사람입니다. Bạn tôi là người Hàn Quốc.
학교	Trường học	Danh từ	오늘은 일요일이라서 학교에 안 갑니다. Hôm nay là chủ nhật nên tôi không đi học.
자주	Thường xuyên	Trạng từ	저는 영화를 자주 봅니다. Tôi thường xuyên xem phim.
내리다	Rơi	Động từ	어제는 비가 내렸는데 오늘은 눈이 내립니다. Hôm qua trời mưa, nhưng hôm nay tuyết rơi.
사다	Mua	Động từ	시장에서 사과를 삽니다. Tôi mua táo ở chợ.
좋아하다	Thích	Động từ	저는 축구를 좋아합니다. Tôi thích bóng đá.
춥다	Lạnh	Tính từ	날씨가 추워서 옷을 많이 입었습니다. Thời tiết lạnh nên tôi mặc nhiều quần áo.
오늘	Hôm nay	Danh từ/ trạng từ	어제는 토요일이고 오늘은 일요일입니다. Hôm qua là thứ bảy còn hôm nay là chủ nhật.

N에	1. 어떤 것이 있는 장소를 나타냅니다. '있다, 없다, 많다' 등과 자주 사용합니다. Diễn đạt nơi tồn tại của một sự vật nào đó. Thường được sử dụng với '있다', '없다', '많다', vv. 예 책이 책상 위에 있습니다. Cuốn sách ở trên bàn. 2. 어떤 일이 일어나는 때나 시간을 나타냅니다. Diễn đạt thời điểm diễn ra một sự việc nào đó. 예 저는 아침 7시에 일어납니다. Tôi thức dậy lúc 7 giờ sáng. 3. 수량을 나타내는 명사와 함께 사용하여 그 기준을 나타냅니다. Sử dụng cùng với danh từ chỉ số lượng để diễn đạt tiêu chuẩn đó. 예 볼펜 한 개에 1,000원입니다. Mỗi cây bút bi giá 1.000 won.
N에 가다/오다/다니다	장소 명사와 함께 사용하여 도착하는 지점을 나타냅니다. '도착하다, 올라가다/올라오다, 내려가다/내려오다, 들어가다/들어오다, 나가다/나오다' 등 이동하는 동사와 함께 사용합니다. Sử dụng cùng với danh từ chỉ địa điểm để diễn đạt điểm đến. Thường kết hợp với các động từ chuyển động như '도착하다', '올라 가다/올라오다', '내려가다/내려오다', '들어가다/들어오다', '나가다/나오다', vv. 예 매일 학교에 갑니다. Tôi đến trường mỗi ngày.
A/V-지 않다	어떤 행동이나 상태에 대한 부정을 나타냅니다. 비슷한 표현으로 '안 A/V'가 있습니다. Diễn đạt sự phủ định đối với một hành động hoặc trạng thái nào đó. Chúng ta có cấu trúc tương tự là '안 A/V'. 예 일요일에는 학교에 가지 않습니다. Tôi không đi học vào chủ nhật. 일요일에는 학교에 안 갑니다. Tôi không đi học vào chủ nhật.

31-33

📖 유형분석 Phân tích dạng đề

(31~33) 무엇에 대한 이야기인지 고르기

글을 읽고 무엇에 대한 이야기인지 고르는 문제입니다. 지문은 두 문장으로 나오며, 두 문장을 읽으면서 핵심 단어들을 찾고, 이를 통해 주제가 무엇인지 파악하여, 그 **주제를 잘 나타내는 단어를 선택지**에서 골라야 합니다. 그리고 **두 문장에서 공통적으로 사용한 어휘**가 있다면 핵심 단어가 분명하므로 주제를 쉽게 파악할 수 있습니다.

지문은 가족, 직업, 나라, 계절 등 여러 가지 주제들이 출제되고 있습니다. 아래 표는 출제 가능성이 높은 주제별 어휘 및 표현이므로 꼭 외워 두시기 바랍니다.

(31~33) Chọn chủ đề của văn bản

Đây là dạng đề đọc văn bản và chọn chủ đề. Văn bản bao gồm hai câu. Trong khi đọc hai câu này, bạn phải tìm từ khóa và dựa vào từ khóa đó, bạn nắm bắt chủ đề để chọn ra từ diễn đạt chủ đề đó trong các đáp án. Và nếu có từ vựng chung được sử dụng trong cả hai câu, thì đó chính là từ khóa nên bạn có thể dễ dàng nắm bắt chủ đề.

Có nhiều chủ đề khác nhau như gia đình, nghề nghiệp, quốc gia và mùa được đề cập trong văn bản. Bạn nên học thuộc lòng các từ vựng theo từng chủ đề có thể xuất hiện trong đề thi mà chúng tôi đã tổng hợp sau đây!

주제 Chủ đề	어휘 및 표현 Từ vựng
가구 Đồ nội thất	책상, 의자, 침대, 옷장, 책장
가족 Gia đình	할아버지, 할머니, 부모(아버지, 어머니), 형, 오빠, 누나, 언니, 동생
값(가격) Giá cả	원, 얼마, 가격, 싸다, 비싸다, 깎다
계절 Mùa	봄, 여름, 가을, 겨울
고향 Quê hương	[도시 이름: 서울, 부산], ○○ 사람, 어디, 태어나다
과일 Hoa quả	배, 수박, 사과, 포도, 딸기, 토마토, 바나나
교통 Giao thông	버스, 지하철, 자동차, 택시, 기차, 비행기, 타다, 내리다, 갈아타다
국적(나라) Quốc tịch(đất nước)	[나라 이름: 한국, 중국, 미국, 일본, 베트남], ○○ 사람, 어느 나라, 오다
기분 Tâm trạng	좋다, 나쁘다, 기쁘다, 슬프다, 즐겁다, 행복하다, 화가 나다
나이 Tuổi	○○(스무, 서른, 마흔) 살
날씨 Thời tiết	덥다, 춥다, 따뜻하다, 시원하다, 맑다, 흐리다, 비가 오다, 눈이 오다, 바람이 불다
날짜 Ngày	달력, ○○월 ○○일, 언제, 며칠, 날, 어제, 오늘, 내일, 주말(토요일, 일요일), 휴일
몸 Thân thể	머리, 가슴, 배, 팔, 다리, 허리, 얼굴(눈, 코, 입, 귀)
사진 Bức ảnh	카메라(사진기), 찍다, 잘 나오다
생일 Sinh nhật	○○월 ○○일, 언제, 태어나다, 선물(을 주다/받다)
쇼핑 Mua sắm	가게, 시장, 백화점, 사다, 팔다, 싸다, 비싸다
시간 Thời gian	○○시, ○○분, 언제
식사 Ăn cơm	아침, 점심, 저녁, 먹다, 드시다
여행 Du lịch	가방, 여권, 카메라, 기차, 배, 비행기, 출발하다, 도착하다, 다녀오다
영화 Phim/điện ảnh	극장, 영화관, 보다, 재미있다, 재미없다
옷 Quần áo	치마, 바지, 티셔츠, 블라우스, 원피스, 양복, 입다, 벗다, 예쁘다, 멋있다, 어울리다, 잘 맞다
음식(맛) Món ăn(hương vị)	[음식 이름: 김치, 불고기, 비빔밥], 먹다, 맛있다, 맛없다, 맛(달다, 짜다, 맵다, 쓰다, 시다)
직업 Nghề nghiệp	기자, 의사, 군인, 선생님, 간호사, 회사원, 경찰관, 요리사, 은행원, 미용사, 일하다
집 Nhà	아파트, 거실, 방, 화장실, 부엌/주방, 살다, 넓다(크다), 좁다
책 Sách	서점, 도서관, 읽다, 재미있다, 재미없다, 쉽다, 어렵다
취미 Sở thích	독서, 요리, 노래, 영화, 등산, 여행, 운동(수영, 농구, 축구, 야구, 테니스), 자주, 주로
학교 Trường học	교실, 수업, 공부, 숙제, 선생님, 학생, 방학

31-33

🔍 문제분석 **Phân tích đề thi**

기출문제 Đề thi trước đây

※[31~33] 무엇에 대한 이야기입니까? ⟨보기⟩와 같이 알맞은 것을 고르십시오. 각 2점

31~33

> 8월에는 수업이 없습니다. 학교에 가지 않습니다.

① 날짜   ② 방학   ③ 여행   ④ 약속

⟨TOPIK 41회 읽기 [32]⟩
- 월 Tháng
- 수업 Giờ học

31~33
'8월, 수업이 없다, 학교에 가지 않는다' 등의 내용으로 방학을 유추할 수 있습니다. 따라서 정답은 ②입니다.
Dựa vào nội dung '8월', '수업이 없다', '학교에 가지 않는다', chúng ta có thể suy luận thời điểm đó là kỳ nghỉ. Vì vậy, đáp án đúng là ②.

샘플문제 Đề thi mẫu

※[31~33] 무엇에 대한 이야기입니까? ⟨보기⟩와 같이 알맞은 것을 고르십시오. 각 2점

31~33

> 형은 회사원입니다. 누나는 미용사입니다.

① 장소   ② 취미   ③ 직업   ④ 고향

- 형 Anh trai(đối với em trai)
- 누나 Chị gái(đối với em trai)
- 회사원 Nhân viên công ty
- 미용사 Thợ uốn tóc

31~33
'회사원, 미용사'는 직업입니다. 즉, 형과 누나의 직업을 이야기하고 있습니다. 따라서 정답은 ③입니다.
'회사원 , 미용사' là nghề nghiệp. Nói cách khác, người nói đang giới thiệu nghề nghiệp của anh trai và chị gái. Vì thế, đáp án đúng là ③.

※ 형과 누나는 가족을 나타내는 어휘이므로 선택지에 '가족'이 있을 경우에는 '가족'도 정답이 될 수 있습니다.
※Anh trai và chị gái là những từ ngữ đại diện cho gia đình' nếu trong đáp án có từ '가족' thì '가족' có thể là đáp án đúng.

31-33

※[31~33] 무엇에 대한 이야기입니까? 〈보기〉와 같이 알맞은 것을 고르십시오. 각 2점

31

> 오늘은 춥습니다. 눈도 내립니다.

① 여름   ② 날씨   ③ 방학   ④ 날짜

32

> 저는 농구를 좋아합니다. 제 친구는 독서를 자주 합니다.

① 학교   ② 운동   ③ 주말   ④ 취미

33

> 저는 옷을 삽니다. 제 동생은 구두를 삽니다.

① 사람   ② 가족   ③ 쇼핑   ④ 선물

농구 Bóng rổ | 독서 Đọc sách | 동생 Em | 구두 Giày tây | 사람 Người

34-39

✎ 오늘의 어휘 Từ vựng của ngày hôm nay

수업	Giờ học/ giờ dạy	Danh từ	학교에서 한국어 수업을 합니다. Tôi có giờ học(giờ dạy) tiếng Hàn ở trường.
시간	Thời gian	Danh từ	시간을 몰라서 시계를 봅니다. Tôi nhìn đồng hồ vì không biết bây giờ là mấy giờ.
시험	Bài thi/ kiểm tra	Danh từ	내일 시험이 있어서 공부를 합니다. Ngày mai có bài thi nên tôi học bài.
가끔	Thỉnh thoảng	Trạng từ	저는 운동을 자주 하지만 친구는 가끔 합니다. Tôi thì thường xuyên tập thể dục, nhưng bạn tôi thì thỉnh thoảng mới tập.
너무	Quá	Trạng từ	밥을 많이 먹어서 배가 너무 부릅니다. Tôi đã ăn rất nhiều nên quá no.
별로	Lắm	Trạng từ	오늘은 별로 덥지 않습니다. Hôm nay không nóng lắm.
아주	Rất	Trạng từ	제 동생은 공부를 아주 잘합니다. Em trai tôi học rất giỏi.
오래	Lâu	Trạng từ	컴퓨터를 오래 하면 눈에 좋지 않습니다. Sử dụng máy tính lâu sẽ không tốt cho mắt.
일찍	Sớm	Trạng từ	저는 아침 6시에 일찍 학교에 갑니다. Tôi đi học sớm vào lúc 6 giờ sáng.
가르치다	Dạy	Động từ	선생님은 한국어를 가르칩니다. Thầy/cô giáo dạy tiếng Hàn.
걷다	Đi bộ	Động từ	저는 집에서 회사까지 걸어서 갑니다. Tôi đi bộ từ nhà đến công ty.
그리다	Vẽ	Động từ	저는 그림 그리는 것을 좋아합니다. Tôi thích vẽ tranh.
기다리다	Chờ đợi	Động từ	친구가 약속 시간에 안 와서 지금 기다리고 있습니다. Bạn tôi đã không đến đúng giờ hẹn nên bây giờ tôi đang đợi.

끝나다	Kết thúc	Động từ	우리 회사는 일이 오후 6시에 끝납니다. Công việc của công ty tôi kết thúc lúc 6 giờ tối.
나오다	Đi ra	Động từ	영화가 끝나서 사람들이 극장에서 나옵니다. Bộ phim đã kết thúc nên mọi người ra khỏi rạp.
도와주다	Giúp đỡ	Động từ	친구가 이사를 해서 제가 친구를 도와줬습니다. Bạn tôi chuyển nhà nên tôi đã giúp bạn.
만들다	Làm	Động từ	나무로 종이를 만듭니다. Người ta làm giấy từ gỗ.
모르다	Không biết	Động từ	저는 그 사람의 얼굴은 알지만 이름은 잘 모릅니다. Tôi biết mặt nhưng không biết tên anh ta.
물어보다	Hỏi	Động từ	길을 몰라서 친구에게 물어봤습니다. Tôi không biết đường nên đã hỏi bạn tôi.
불다	Thổi	Động từ	따뜻한 바람이 붑니다. Một cơn gió ấm thổi qua.
빌리다	Cho mượn	Động từ	돈이 없어서 친구에게 돈을 빌렸습니다. Tôi không có tiền nên đã vay tiền từ bạn bè.
시작하다	Bắt đầu	Động từ	한국어 수업은 9시에 시작합니다. Lớp học tiếng Hàn bắt đầu lúc 9 giờ.
지내다	Trải qua/sống	Động từ	저는 요즘 한국에서 잘 지내고 있습니다. Dạo này, tôi đang sống khỏe mạnh ở Hàn Quốc.
가깝다	Gần	Tính từ	우리 집은 학교에서 가깝습니다. Nhà tôi gần trường học.
깨끗하다	Sạch sẽ	Tính từ	조금 전에 방을 청소해서 깨끗합니다. Căn phòng sạch sẽ vì tôi vừa mới quét dọn.
나쁘다	Xấu	Tính từ	날씨가 나빠서 밖에 나가기 싫습니다. Thời tiết xấu nên tôi không thích đi ra ngoài.

더럽다	Bẩn	Tính từ	청소를 안 해서 방이 너무 더럽습니다. Tôi không quét dọn nên căn phòng quá bẩn.
따뜻하다	Ấm áp	Tính từ	봄에는 날씨가 따뜻합니다. Vào mùa xuân, thời tiết ấm áp.
쉽다	Dễ dàng	Tính từ	시험 문제가 쉬워서 다 맞았습니다. Đề thi dễ nên tôi đã làm đúng hết.
어렵다	Khó khăn	Tính từ	한국어로 이야기하는 것이 어렵습니다. Rất khó để nói chuyện bằng tiếng Hàn.
있다	Có	Tính từ	저는 동생이 있습니다. Tôi có em.
재미있다	Thú vị/hay	Tính từ	생일 파티가 정말 재미있었습니다. Tiệc sinh nhật thật là vui.
조용하다	Im lặng/ yên tĩnh	Tính từ	교실에 학생들이 없어서 조용합니다. Lớp học yên tĩnh vì không có học sinh.
친절하다	Tử tế/ thân thiện	Tính từ	우리 선생님은 친절하십니다. Thầy giáo/cô giáo của chúng tôi rất thân thiện.
아까	Lúc nãy	Trạng từ	동생이 아까부터 잤는데 지금도 자고 있습니다. Em tôi đã ngủ từ lúc nãy, bây giờ vẫn đang ngủ.

A/V-(으)ㄹ 것이다	1. 미래의 행동이나 계획을 말할 때 사용합니다. Sử dụng khi nói về hành động hoặc kế hoạch trong tương lai. 예 방학에는 고향에 돌아갈 겁니다. Vào kỳ nghỉ, tôi sẽ về quê. 2. 어떤 행동이나 상태를 추측할 때 사용합니다. 명사일 때는 'N일 것이다'를 사용합니다. Sử dụng khi suy đoán một hành động hoặc trạng thái nào đó. Nếu trước đó là danh từ, chúng ta sử dụng cấu trúc 'N일 것이다'. 예 민수 씨는 지금 공부할 겁니다. Chắc bây giờ, anh Min Su đang học bài. 　제주도는 아주 아름다울 겁니다. Chắc đảo Jeju rất đẹp. 　그 사람은 선생님일 겁니다. Chắc người đó là giáo viên.
N에게/한테	어떤 행동을 받는 대상을 나타냅니다. '주다, 보내다, 연락하다, 전화하다, 질문하다' 등과 함께 자주 사용합니다. 비슷한 표현으로 '한테'를 사용할 수 있습니다. '윗사람'의 경우 '께'를 사용합니다. Diễn đạt đối tượng tiếp nhận một hành động nào đó. Nó thường được sử dụng cùng các động từ như '주다', '보내다', '연락하다', '전화하다' hoặc '질문하다'. Bạn có thể sử dụng trợ từ tương tự như '한테', sử dụng '께' cho người bề trên. 예 저는 친구에게(한테) 선물을 주었습니다. Tôi đã tặng quà cho bạn tôi. 　선생님께 선물을 드렸습니다. Tôi đã tặng quà cho thầy(cô) giáo.
N도	앞에서 말한 것과 같음을 나타내거나 무엇을 더할 때 사용합니다. Sử dụng để diễn đạt yếu tố phía sau giống với yếu tố đã được đề cập trước đó hoặc thêm vào yếu tố phía trước một điều gì đó. 예 친구는 공부를 잘합니다. 그리고 운동도 잘합니다. Bạn tôi học giỏi. Và bạn ấy cũng giỏi thể dục thể thao.
N와/과	1. 두 개 이상의 대상이 함께 하는 것을 나타냅니다. 비슷한 표현으로 'N하고, N(이)랑'이 있습니다. Sử dụng khi hai hay nhiều đối tượng cùng thực hiện một việc nào đó. Điểm ngữ pháp này tương tự với 'N하고' hoặc 'N(이)랑'. 예 저는 비빔밥과(하고, 이랑) 김치찌개를 좋아합니다. Tôi thích bibimbap và kimchi jjigae. 2. 어떤 일을 같이 하는 대상을 나타냅니다. Diễn đạt đối tượng cùng thực hiện một công việc nào đó. 예 친구와 (같이) 도서관에 갑니다. Tôi đi đến thư viện cùng(với) bạn tôi.

34-39

📖 **유형분석** Phân tích dạng đề

34~39 ( )에 들어갈 가장 알맞은 것 고르기

글을 읽고 '( )' 괄호에 들어갈 가장 알맞은 말을 고르는 문제입니다. 지문은 두 문장으로 나오며, 두 문장 중 하나에 '( )' 괄호가 있습니다. 앞, 뒤 문장을 잘 읽고 '( )' 괄호에 들어갈 가장 알맞은 말을 고르면 됩니다.

34, 35, 36, 39번은 2점이고 37. 38번은 3점입니다. 34~38번까지 기본적으로 **문법(조사), 명사, 동사, 형용사, 부사** 문제가 하나씩 나오고, 37~38번은 부사가 한 문제, 동사나 형용사 중에서 한 문제가 출제됩니다. 그리고 39번에는 **불규칙 동사·형용사가 자주 출제**됩니다.

본 교재에서는 34~39번까지 '문법(조사), 단어(명사), 단어(형용사), 단어(동사), 단어(부사), 단어(불규칙)'의 순서로 문제를 제시했습니다. 그러나 실제 시험 문제들의 순서는 '39번 단어(불규칙)'을 제외하고 모두 섞어서 제시됩니다.

문장의 시제는 과거(-았/었-), 현재(-ㅂ/습니다), 미래(-(으)ㄹ 겁니다)의 기본 시제들이 나옵니다. 선택지에는 현재형으로만 나옵니다. '( ) 괄호 안에 들어갈 말을 잘 유추하기 위해서는 '( ) 괄호'가 없는 다른 문장의 내용을 잘 이해해야 합니다. 또한 '그리고, 그래서, 다음에' 등과 같이 두 문장을 이어 주는 말들을 잘 알고 있으면 내용을 이해하기 쉽고, '( )' 괄호 안에 들어갈 말을 잘 유추할 수 있습니다.

34 ( ) 안에 들어갈 가장 알맞은 문법(조사) 고르기

'조사'는 명사와 결합해서 문장에서 명사가 하는 기능이 무엇인지 도와주는 역할을 합니다. 자주 나오는 조사에는 '이/가, 을/를, 의, 에, 에서, 에게, 도, 만, 와/과' 등이 있습니다. **조사를 고르는 문제는 앞에 있는 명사의 의미가 무엇인지, 또는 뒤에 있는 동사·형용사의 의미나 역할을 잘 파악**해야 합니다.

34~39 Chọn từ thích hợp điền vào '( )'

Đây là dạng đề đọc văn bản và chọn từ thích hợp nhất điền vào '( )'. Văn bản gồm hai câu, và một trong hai câu có '( )'. Bạn chỉ cần đọc kỹ câu trước, câu sau và chọn từ thích hợp nhất để điền vào '( )'.

Điểm số được phân bổ như sau: câu 34, 35, 36 và 39 mỗi câu 2 điểm, câu 37. 38 mỗi câu 3 điểm. Về cơ bản, từ câu 34 đến câu 38, mỗi câu có một câu hỏi về ngữ pháp(trợ từ), danh từ, động từ, tính từ và trạng từ, và câu 37, 38 có một câu hỏi về trạng từ, một câu hỏi về động từ hoặc tính từ. Và trong câu 39 thường có một động từ hoặc tính từ bất quy tắc.

Trong dạng đề này, ở câu 34-39, câu hỏi được trình bày theo thứ tự 'ngữ pháp(trợ từ), từ vựng(danh từ), từ vựng(tính từ), từ vựng(động từ), từ vựng(trạng từ), từ vựng(bất quy tắc)' từ các câu 34 đến 39. Tuy nhiên, thứ tự của đề thi thực tế, ngoại trừ 'từ vựng bất quy tắc' trong câu 39, câu hỏi của các câu còn lại được trình bày theo dạng hỗn hợp,

Các thì cơ bản trong câu là thì quá khứ (-았/었-), thì hiện tại(-ㅂ/습니다) và tương lai (-(으)ㄹ 겁니다) Đáp án sử dụng thì hiện tại. Để đoán được từ phù hợp điền vào '( )', bạn cần hiểu nội dung của các câu không có '( )'. Đồng thời, nếu biết các từ kết nối hai câu lại với nhau như ' 그리고', ' 그래서' hoặc '다음에', bạn có thể dễ dàng hiểu được nội dung của câu và suy ra từ cần điền vào '( )'.

34 Chọn ngữ pháp(trợ từ) thích hợp nhất điền vào ( )

Chức năng của trợ từ là kết hợp với danh từ để bổ nghĩa cho danh từ, giúp chúng ta nhận biết chức năng của danh từ đó trong câu. Các danh từ thường xuyên xuất hiện là '이/가, 을/를, 의, 에, 에서, 에게, 도, 만, 와/과'. Đề thi chọn 'trợ từ' đòi hỏi chúng ta phải nắm bắt ý nghĩa của danh từ đứng trước đó, ý nghĩa và vai trò của động từ và tính từ đứng sau.

35 ( ) 안에 들어갈 가장 알맞은 단어(명사) 고르기

앞, 뒤 문장의 내용을 이해하고 '( )' 괄호 안에 들어갈 가장 알맞은 명사를 유추하여 고르면 됩니다. **31~33번의 유형 설명에서 제시한 '주제 관련 어휘 및 표현'**을 참고하시면 좋습니다.

35 Chọn từ vựng(danh từ) thích hợp nhất điền vào ( )

Bạn cần hiểu nội dung của câu trước, câu sau và chọn danh từ thích hợp nhất để điền vào '( )'. Bạn nên tham khảo 'từ vựng và cách diễn đạt liên quan đến chủ đề' được trình bày trong phần giải thích dạng đề của câu 31 ~ 33.

36~37 ( ) 안에 들어갈 가장 알맞은 단어(형용사/동사) 고르기

앞, 뒤 문장의 내용을 이해하고 '( )' 괄호에 들어갈 가장 알맞은 형용사나 동사를 유추하여 고르면 됩니다. **'그래서, 그리고, 하지만' 등의 접속 부사가 있으면 앞 문장이 뒤 문장의 '이유나 원인'**이 되는 것이므로 문장의 관계를 잘 파악해야 합니다.

36~37 Chọn từ vựng(tính từ/động từ) thích hợp nhất điền vào ( )

Bạn cần hiểu nội dung của các câu trước, câu sau và chọn tính từ hoặc động từ thích hợp nhất để điền vào '( )'. Nếu câu sau có các trạng từ như '그래서', '그리고', '하지만' thì câu trước là lý do hoặc nguyên nhân cho câu sau nên bạn cần nắm bắt mối quan hệ giữa các câu này.

38 ( ) 안에 들어갈 가장 알맞은 단어(부사) 고르기

앞, 뒤 문장의 내용을 이해하고 '( )' 괄호에 들어갈 가장 알맞은 부사를 유추하여 고르면 됩니다. **부사는 동사나 형용사의 의미를 도와주기 때문에 동사나 형용사의 의미를 잘 파악**하여 부사를 골라야 합니다. 자주 사용하는 부사는 '자주, 아주, 아까, 다시, 가끔, 아직, 일찍, 오래, 벌써, 아마, 별로' 등이 있습니다.

38 Chọn từ vựng(trạng từ) thích hợp nhất điền vào ( )

Bạn cần hiểu nội dung của câu trước, câu sau và chọn trạng từ thích hợp nhất để điền vào '( )'. Trạng từ bổ nghĩa cho động từ hoặc tính từ, vì vậy bạn cần biết rõ ý nghĩa của động từ hoặc tính từ để chọn trạng từ thích hợp. Các trạng từ thường được sử dụng là '자주', '아주', '아까', '다시', '가끔', '아직', '일찍', '오래', '벌써', '아마', '별로',

39 ( ) 안에 들어갈 가장 알맞은 단어(불규칙) 고르기

문장이 약간 더 어려워지고, 불규칙 동사나 형용사가 자주 출제됩니다. 문장이 끝날 때는 '-ㅂ/습니다'로 끝나기 때문에 'ㄹ' **탈락이 일어나는 동사나 형용사**가 주로 나옵니다. 예를 들면, 동사는 '열다, 불다, 달다, 들다, 살다, 팔다, 풀다, 만들다', 형용사는 '멀다, 길다' 등이 있습니다.

39 Chọn từ vựng(bất quy tắc) thích hợp nhất để điền vào ( )

Trong dạng đề này, các câu khó hơn một chút và thường xuyên sử dụng các động từ và tính từ bất quy tắc. Vì các câu thường kết thúc bằng ' -ㅂ/습니다' nên các động từ hoặc tính từ bất quy tắc tỉnh lược 'ㄹ', ví dụ, động từ '열다', '불다', '달다', '들다', '살다', '팔다', '풀다', '만들다' và các tính từ như '멀다', '길다'.

34-39

기출문제 Đề thi trước đây

※[34~39] 〈보기〉와 같이 (   )에 들어갈 가장 알맞은 것을 고르십시오.

34 [2점]

> 한국어가 어렵습니다. 친구(   ) 물어봅니다.

① 의   ② 를   ③ 에게   ④ 에서

35 [2점]

> 시간을 모릅니다. (   )를 봅니다.

① 잡지   ② 시계   ③ 주소   ④ 편지

〈TOPIK 36회 읽기 [35]〉
- 한국어 Tiếng Hàn
- 친구 Bạn bè

34

알맞은 문법(조사)을 고르는 문제입니다. '물어보다'는 질문하는 '대상'과 '내용'이 필요하기 때문에 '누구에게 무엇을 물어보다'라는 표현으로 사용합니다. 지문에서 '(   )' 앞에 있는 '친구'라는 단어는 대상이기 때문에 '에게'를 사용해야 합니다. 따라서 정답은 ③입니다.

Đây là dạng đề chọn ngữ pháp(trợ từ) thích hợp nhất. Bởi vì '물어보다' là động từ cần 'đối tượng' và 'nội dung' hỏi nên cấu trúc thường được sử dụng theo cấu trúc '누구에게 무엇을 물어보다'. Vì trong đáp án, '친구' là đối tượng nên chúng ta phải sử dụng '에게'. Do đó, đáp án đúng là ③.

〈TOPIK 37회 읽기 [36]〉
- 잡지 Tạp chí
- 시계 Đồng hồ
- 주소 Địa chỉ
- 편지 Lá thư

35

뒤 문장에 '보다'라는 말이 있습니다. 시간을 모를 때 우리가 보는 것을 찾는 문제입니다. 우리는 시간을 몰라서 알고 싶을 때, '시계'를 봅니다. 따라서 정답은 ②입니다.

Trong câu sau có động từ '보다'. Đây là dạng đề tìm cái chúng ta xem khi không biết thời gian. Khi muốn biết bây giờ là mấy giờ, chúng ta thường xem '시계'. Vì vậy, đáp án đúng là ②.

36 `2점`

> 학교가 (   ). 그래서 걸어서 갑니다.

① 작습니다   ② 많습니다   ③ 가깝습니다   ④ 깨끗합니다

〈TOPIK 36회 읽기 [36]〉
• 학교 Trường học
• 작다 Nhỏ
• 많다 Nhiều

36

뒤 문장에서 학교에 걸어서 간다고 말하고 있습니다. '그래서'가 있으므로 앞 문장에는 학교에 걸어가는 이유가 나와야 합니다. 걸어갈 수 있는 이유로 '가깝습니다'를 고를 수 있습니다. 따라서 정답은 ③입니다.

Câu sau cho biết 'tôi' đang đi bộ đến trường. Vì có ' 그래서' nên câu trước phải nêu lý do của việc đi bộ đến trường. Bạn có thể chọn '가깝습니다' cho lý do của việc đi bộ. Do đó, đáp án đúng là ③.

37 `3점`

> 학교 앞에서 약속이 있습니다. 그래서 친구를 (   ).

① 기다립니다   ② 도와줍니다   ③ 좋아합니다   ④ 가르칩니다

〈TOPIK 41회 읽기 [38]〉
• 학교 Trường học
• 앞 Phía trước
• 약속 Cuộc hẹn
• 친구 Bạn bè
• 좋아하다 Thích

37

학교 앞에서 약속이 있습니다. '그래서'가 있으므로 뒤 문장에는 약속이 있을 때 할 수 있는 행동이 나와야 합니다. 그러한 행동으로 '기다립니다'가 가장 적당합니다. 따라서 정답은 ①입니다.

'Tôi' có hẹn trước trường học. Bởi vì có '그래서 nên câu sau phải đề cập tới hành động có thể diễn ra khi có cuộc hẹn. '기다립니다' là hành động thích hợp nhất. Do đó, đáp án đúng là ①.

38 3점

바다 여행이 재미있었습니다. 다음에 (   ) 갈 겁니다.

① 다시   ② 서로   ③ 아주   ④ 제일

〈TOPIK 36회 읽기 [38]〉

• 바다 Biển
• 여행 Du lịch
• 다시 Lại
• 서로 Nhau
• 제일 Nhất

38

바다 여행을 갔는데 재미있었습니다. '다음에'라는 말을 통해 바다 여행을 다시 갈 거라는 것을 알 수 있습니다. 따라서 정답은 ①입니다.

'Tôi' đã đi du lịch ở biển và chuyến đi rất vui. Dựa vào từ '다음에', chúng ta có thể biết được 'tôi' sẽ lại đi du lịch biển. Vì vậy, đáp án là ①.

39 2점

이 그림이 마음에 (   ). 이것을 사고 싶습니다.

① 듭니다   ② 납니다   ③ 옵니다   ④ 잡니다

〈TOPIK 41회 읽기 [39]〉

• 그림 Bức tranh
• 마음에 들다 Ưng ý/thích
• 이것 Cái này/điều này/đây
• 사다 Mua
• 작다 Nhỏ
• 나다 Mọc/xuất hiện/ra
• 오다 Đến
• 자다 Ngủ

39

뒤 문장에서 '사고 싶다'는 말로 자신의 마음을 표현하고 있습니다. 그림을 사고 싶은 이유는 그 그림이 마음에 들기 때문입니다. '듭니다'는 '들다'와 '-ㅂ/습니다'가 만나 'ㄹ'이 탈락된 것입니다. 따라서 정답은 ①입니다.

Câu sau thể hiện cảm xúc của 'tôi' bằng cụm từ '사고 싶다'. Lý do 'tôi' muốn mua một bức tranh là (마음에 들기 때문입니다'(vì tôi thích nó). '듭니다' là '들다' gặp '-ㅂ/습니다' nên tỉnh lược 'ㄹ'. Do đó, đáp án đúng là ①.

※[34~39] 〈보기〉와 같이 (   )에 들어갈 가장 알맞은 것을 고르십시오.

34 2점

> 민수 씨는 <u>선생님입니다</u>. 수미 씨(   ) <u>선생님입니다</u>.

① 과   ② 도   ③ 에   ④ 를

• 씨 Anh/chị
• 선생님 Thầy/cô giáo

34

'민수 씨'와 '수미 씨'는 모두 선생님입니다. 수미 씨가 민수 씨와 같이 선생님이라는 것을 표현하려면, '수미 씨' 다음에 문법(조사) '도'를 사용하는 것이 가장 자연스럽습니다. 따라서 정답은 ②입니다.

Cả anh Min Su và chị Soo Mi đều là giáo viên. Để diễn đạt rằng chị Soo Mi là một giáo viên giống như anh Min Su, cách tự nhiên nhất là sử dụng ngữ pháp(trợ từ) '도' sau chị Soo Mi. Vì vậy, đáp án đúng là ②.

35 2점

> 지갑에 (   )이 <u>없습니다</u>. <u>은행에 갑니다</u>.

① 옷   ② 빵   ③ 책   ④ 돈

• 지갑 Thời tiết
• 없다 Không có
• 은행 Ngân hàng
• 가다 Đi
• 옷 Quần áo
• 빵 Bánh mì
• 책 Sách
• 돈 Tiền

35

뒤 문장에서 은행에 간다고 했습니다. 지갑에 무엇이 없을 때 은행에 가는지 유추해 보면 됩니다. 선택지에서 가장 알맞은 것은 '돈'입니다. 따라서 정답은 ④입니다.

Câu sau cho biết 'tôi' sẽ đi ngân hàng. Bạn cần đoán xem 'tôi' đến ngân hàng khi không có cái gì trong ví. Từ thích hợp nhất trong đáp án là '돈'. Vì vậy, đáp án đúng là ④.

36 2점

집에 사람이 없습니다. 그래서 (   ).

① 조용합니다   ② 따뜻합니다   ③ 친절합니다   ④ 가깝습니다

37 3점

수업이 끝났습니다. 학생들이 교실에서 (   ).

① 지냅니다   ② 나옵니다   ③ 가르칩니다   ④ 도와줍니다

- 집 Nhà
- 사람 Người
- 없다 Không có

34

집에 사람이 없습니다. 뒤 문장에는 '그래서'라는 말이 있으므로 집에 사람이 없을 때 집의 분위기가 어떤지 유추해 보면 됩니다. 선택지에서 가장 알맞은 말은 '조용합니다'입니다. 따라서 정답은 ①입니다.
Không có người ở nhà. Vì trong câu sau có từ '그래서' nên bạn có thể đoán được bầu không khí của căn nhà sẽ như thế nào khi không có ai ở nhà. Từ thích hợp nhất trong các đáp án là '조용합니다'. Vì vậy, đáp án đúng là ①.

- 학생 Sinh viên/học sinh
- 교실 Phòng học

37

'수업이 끝났습니다'라는 앞 문장을 통해 수업이 끝나고 학생들이 교실에서 나올 거라는 것을 유추할 수 있습니다. 따라서 정답은 ②입니다.
Dựa vào câu trước "수업이 끝났습니다.", bạn có thể đoán được giờ học đã kết thúc và học sinh sẽ rời khỏi lớp học. Do đó, đáp án đúng à ②.

38 3점

저는 운동을 좋아합니다. 그래서 축구를 (   ) 합니다.

① 가끔   ② 아주   ③ 자주   ④ 별로

39 2점

바람이 (   ). 비도 내립니다.

① 옵니다   ② 됩니다   ③ 붑니다   ④ 납니다

34-39

연습문제 Đề thi thực hành

※ [34~39] <보기>와 같이 ( )에 들어갈 가장 알맞은 것을 고르십시오.

34 `2점`

> 한국어 수업이 있습니다. 아침 9시( ) 시작합니다.

① 가   ② 를   ③ 의   ④ 에

35 `2점`

> 길을 잘 모릅니다. ( )를 봅니다.

① 도로   ② 잡지   ③ 지도   ④ 시계

36 `2점`

> 공부를 하지 않았습니다. 그래서 시험이 ( ).

① 쉽습니다   ② 나쁩니다   ③ 조용합니다   ④ 어렵습니다

37 `3점`

> 저는 한국 사람이 아닙니다. 그래서 한국어를 잘 ( ).

① 씁니다   ② 줍니다   ③ 모릅니다   ④ 그립니다

38 `3점`

청소를 하지 않았습니다. 그래서 방이 (   ) 더럽습니다.

① 일찍　　　　　② 오래　　　　　③ 너무　　　　　④ 아까

39 `2점`

오늘 파티를 합니다. 그래서 친구와 한국 음식을 (   ).

① 먹습니다　　　　② 만듭니다　　　　③ 만납니다　　　　④ 빌립니다

길 Con đường | **도로** Con đường | **잡지** Tạp chí | **지도** Bản đồ | **시계** Đồng hồ | **공부** Học | **시험** Bài thi | **쉽다** Dễ dàng | **쓰다** Sử dụng/viết/mặc | **청소** Quét dọn | **방** Căn phòng | **파티** Bữa tiệc | **만나다** Gặp

40-42

✏️ 오늘의 어휘 *Từ vựng của ngày hôm nay*

우리	Chúng tôi/ chúng ta	Đại từ	우리 4명은 한국대학교 학생입니다. Bốn chúng tôi là sinh viên của Đại học Hàn Quốc.
값	Giá cả	Danh từ	이 자동차는 값이 아주 비쌉니다. Giá của chiếc xe hơi này rất đắt.
기간	Khoảng thời gian	Danh từ	우리 학교는 방학 기간이 2달입니다. Kỳ nghỉ của trường chúng tôi kéo dài 2 tháng.
등산	Leo núi	Danh từ	저는 등산을 좋아해서 자주 산에 갑니다. Tôi thích leo núi nên thường xuyên leo núi.
무료	Miễn phí	Danh từ	오늘은 무료니까 돈이 필요 없습니다. Hôm nay miễn phí nên bạn không cần trả tiền.
밤	Ban đêm	Danh từ	밤에는 잠을 잡니다. Tôi ngủ vào ban đêm.
부엌	Nhà bếp	Danh từ	부엌에서 요리를 합니다. Tôi nấu ăn trong nhà bếp.
비	Mưa	Danh từ	비가 와서 우산을 씁니다. Trời mưa nên tôi đội ô.
사무실	Văn phòng	Danh từ	사무실에서 회의를 합니다. Chúng tôi họp trong văn phòng.
생일	Sinh nhật	Danh từ	생일을 축하합니다. Chúc mừng sinh nhật!
안내	Hướng dẫn	Danh từ	직원이 손님을 방으로 안내합니다. Nhân viên sẽ dẫn khách về phòng.
약	Thuốc	Danh từ	배가 아파서 약을 먹었습니다. Tôi bị đau bụng nên đã uống thuốc.
영화	Phim	Danh từ	지금 영화관에서 영화를 봅니다. Bây giờ, tôi đang xem phim ở rạp chiếu phim.

오후	Buổi chiều	Danh từ	오전에 수업이 끝나면 오후에는 도서관에 갑니다. Sau giờ học buổi sáng, tôi đến thư viện vào buổi chiều.
이름	Tên	Danh từ	제 이름은 민수입니다. Tên tôi là Min Su.
일주일	Một tuần	Danh từ	'월, 화, 수, 목, 금, 토, 일'(요일)이 일주일입니다. 'Thứ hai, thứ ba, thứ tư, thứ năm, thứ sáu, thứ bảy, chủ nhật' (thứ trong tuần) là một tuần.
전화	Điện thoại	Danh từ	친구에게 전화를 합니다. Tôi gọi điện thoại cho bạn tôi.
점심	Bữa trưa	Danh từ	아침, 점심, 저녁 Bữa sáng, bữa trưa, bữa tối.
행복	Hạnh phúc	Danh từ/ Tính từ	대학교에 합격해서 행복합니다. Tôi rất vui vì đã đỗ đại học.
회의	Cuộc họp/ hội nghị	Danh từ	저희 회사는 매주 월요일에 회의를 합니다. Công ty chúng tôi họp vào thứ hai hàng tuần.
모든	Tất cả	Định từ	모든 책을 다 읽어서 더 읽을 책이 없습니다. Tôi đã đọc tất cả các cuốn sách nên không còn cuốn nào để đọc nữa.
내다	Trả	Động từ	오늘 식사 값은 제가 내겠습니다. Tôi sẽ trả tiền cho bữa ăn hôm nay.
드리다	Biếu (hình thức khiêm nhượng của 주다)	Động từ	오늘 어머니 생신이라서 어머니께 선물을 드릴 겁니다. Hôm nay là sinh nhật của mẹ nên tôi sẽ tặng quà cho mẹ.
들어가다	Đi vào/ bước vào	Động từ	문을 열고 교실에 들어갑니다. Tôi mở cửa và bước vào lớp học.
받다	Nhận	Động từ	친구가 보낸 메일을 받았습니다. Tôi nhận được email bạn tôi đã gửi.
열다	Mở	Động từ	날씨가 더워서 창문을 열었습니다. Thời tiết nóng nực nên tôi đã mở cửa sổ.

찾다	Tìm thấy	Động từ	잃어버린 지갑을 찾았습니다. Tôi đã tìm thấy chiếc ví bị mất của mình.
같다	Bằng/ giống	Tính từ	저와 제 친구는 21살입니다. 우리는 나이가 같습니다. Tôi và bạn tôi 21 tuổi. Chúng tôi bằng tuổi nhau.
맑다	Quang đãng	Tính từ	오늘은 구름이 없고 맑겠습니다. Hôm nay, chắc trời không có mây và quang đãng.
미안하다	Xin lỗi	Tính từ	전화를 못 받아서 미안합니다. Xin lỗi vì tôi đã không nhận điện thoại được.
쉬다	Nghỉ ngơi	Động từ	일요일에는 집에서 쉽니다. Chủ nhật, tôi nghỉ ngơi ở nhà.
좋다	Tốt	Tính từ	운동이 건강에 좋습니다. Tập thể dục rất tốt cho sức khỏe.
매주	Hằng tuần	Danh từ/ Trạng từ	매주 일요일은 집에서 쉽니다. Vào chủ nhật hàng tuần, tôi nghỉ ngơi ở nhà.
지금	Bây giờ	Danh từ/ Trạng từ	지금 저는 한국어를 공부하고 있습니다. Bây giờ, tôi đang học tiếng Hàn.

V-는 동안(에)	어떤 일이 계속 되는 일정한 시간을 나타냅니다. 시간을 나타내는 명사일 경우 'N 동안'을 사용합니다. Diễn đạt khoảng thời gian tiếp diễn của một sự việc nào đó. Đối với danh từ chỉ thời gian, chúng ta sử dụng cấu trúc 'N 동안'. 예 제가 쇼핑하는 동안 친구는 기다리고 있습니다. Bạn tôi đang đợi trong khi tôi mua sắm. 방학 동안 여행을 할 거예요. Tôi sẽ đi du lịch vào kỳ nghỉ.
V-기 전에	앞의 행동이 뒤의 행동보다 먼저 이루어질 때 사용합니다. 시간을 나타내는 명사일 경우 'N 전에'를 사용합니다. Sử dụng khi hành động được đề cập trước diễn ra trước hành động được đề cập sau. Đối với danh từ chỉ thời gian, chúng ta sử dụng cấu trúc 'N 전에'. 예 잠을 자기 전에 책을 읽었습니다. Tôi đọc sách trước khi đi ngủ. 1시간 전에 출발했습니다. Tôi đã xuất phát cách đây 1 giờ đồng hồ.
N(으)로	1. 어떤 지점을 향하는 방향을 나타냅니다. '가다, 오다, 출발하다' 등과 같이 사용합니다. Diễn đạt phương hướng đi tới một địa điểm nào đó. Nó được sử dụng cùng với các động từ như '가다', '오다', '출발하다', vv. 예 오른쪽으로 가세요. Hãy đi về phía bên phải! 2. 어떤 행동을 할 때 사용되는 물건이나 방법을 나타냅니다. Diễn đạt đồ vật hoặc phương pháp được sử dụng để thực hiện một hành động nào đó. 예 저는 학교에 버스로 갑니다. Tôi đến trường bằng xe buýt. 3. 어떤 물건을 만들 때 사용되는 재료를 나타냅니다. '만들다, 되다' 등과 자주 사용합니다. Mô tả nguyên vật liệu được sử dụng để làm một đồ vật nào đó. Nó thường được sử dụng với các động từ như '만들다', '되다', vv. 예 종이는 나무로 만듭니다. Giấy được làm từ gỗ. 4. 어떤 것을 바꿀 때 사용하거나 변화를 나타냅니다. Sử dụng khi thay đổi một cái gì đó hoặc diễn đạt một sự thay đổi nào đó. 예 한국 돈으로 환전을 했습니다. Tôi đã đổi tiền sang đồng won của Hàn Quốc. 지하철로 갈아탔습니다. Tôi đổi sang tàu điện ngầm.
V-(으)ㄴ/는/(으)ㄹ	'V-(으)ㄴ/는/(으)ㄹ + N(명사)'의 형태로 뒤에 오는 명사를 꾸며 줄 때 사용합니다. '-(으)ㄴ'은 과거, '-는'은 현재 또는 반복되는 일, '-(으)ㄹ'은 미래를 나타냅니다. 명사일 경우에는 'N인 N'을 사용합니다. Sử dụng để bổ nghĩa cho danh từ đứng sau theo cấu trúc 'V-(으)ㄴ/는/(으)ㄹ+N'. '-(으)ㄴ' diễn đạt thì quá khứ, '-는' diễn đạt thì hiện tại hoặc sự việc lặp đi lặp lại, và '-(으)ㄹ' diễn đạt thì tương lai. Đối với danh từ, chúng ta sử dụng cấu trúc 'N인 N'. 예 어제 본 영화가 재미있었습니다. Bộ phim tôi đã xem hôm qua rất hay. 지금 보는 영화가 재미있습니다. Bộ phim bây giờ tôi đang xem rất hay. 내일 볼 영화가 재미있을 겁니다. Bộ phim ngày mai tôi chắc rất hay. 취미가 등산인 사람은 민수 씨입니다. Anh Min Su là người có sở thích leo núi.

40-42

40~42 읽고 맞지 않는 것 고르기

글을 읽고 맞지 않는 것을 고르는 문제입니다. 선택지에서 맞는 것을 고르는 게 아니라 **틀린 것을 골라야 하는 문제**이므로 실수하지 않도록 해야 합니다. 문장의 시제는 과거(-았/었-), 현재(-ㅂ/습니다), 미래(-(으)ㄹ 겁니다)의 기본 시제들이 나옵니다. 배점은 각각 3점씩입니다.

지문의 종류는 크게 '문장형'과 '단어형'으로 나눌 수 있습니다. '문장형'은 주로 문장으로 나오는 것이고 '광고, 공지(안내), 개인 메시지 전달' 등이 포함됩니다. '단어형'은 주로 문장보다는 단어로 나오며, 그림이나 표로 제시됩니다.

아래는 지문의 유형에 따라 주로 출제되는 내용과 어휘 및 표현을 자세히 정리한 것입니다.

1. 문장형 지문

1) 안내 공지형

박물관, 미술관, 도서관, 학교(교실, 연습실)와 같은 **관공서 이용 안내문**이나 음악회, 영화제, 요리 교실, 노래 모임과 같은 **여러 가지 행사에 대한 안내문**이 나옵니다.

안내 공지형 지문에는 주로 '**기간, 일시(날짜, 요일, 시간), 장소**' 등이 공통적으로 나오며, 가장 아래 부분에는 '선물을 주거나 음식을 무료로 주는 것'과 같은 **행사의 특징에 대한 추가 정보**가 나오기도 합니다. 또한 지문 내용에는 '안내, 교실, 모임, 공원, 학원, 커피, 주스, 드리다, 배우다, 초대하다' 등의 단어가 자주 나옵니다. 안내 공지형에도 광고형과 같은 가격 정보가 나올 수 있지만 '기간, 일시, 장소' 등을 공지한다는 점에서 광고형과 차이가 있습니다.

2) 광고형

중고 물품(컴퓨터, 냉장고, 세탁기 등)을 파는 광고문이나 책을 무료로 나누어 주는 광고문, 또는 학원 광고문, 새로운 식당이나 커피숍에 대한 광고문, 부동산 광고문, 슈퍼마켓 할인 광고문 등이 나옵니다.

40~42 Đọc văn bản và chọn đáp án không đúng

Đây là dạng đề đọc văn bản và chọn đáp án sai thay vì chọn đáp án đúng; vì vậy, bạn phải thận trọng để không mắc lỗi. Các thì cơ bản xuất hiện trong dạng đề này là thì quá khứ (-았/었-), thì hiện tại (-ㅂ/습니다) và thì tương lai (-(으)ㄹ 겁니다). Điểm số dành cho mỗi câu là 3 điểm.

Văn bản có thể được chia thành 'dạng câu' và 'dạng từ'. 'Dạng câu' chủ yếu xuất hiện dưới dạng câu, bao gồm 'quảng cáo, thông báo (hướng dẫn). và tin nhắn'. 'Dạng từ' chủ yếu được trình bày bằng từ vựng, hình ảnh hoặc bảng biểu.

Dưới đây là phần tổng hợp chi tiết nội dung, từ vựng và cách diễn đạt thường gặp theo từng dạng văn bản.

1. Văn bản 'dạng câu'

1) Dạng thông báo hướng dẫn

Bao gồm các thông báo hướng dẫn sử dụng các cơ quan công cộng như viện bảo tàng, phòng trưng bày mỹ thuật, thư viện, trường học (lớp học, phòng thực hành), thông báo cho các sự kiện khác nhau như buổi hòa nhạc, liên hoan phim, lớp học nấu ăn và hội họp.

Trong dạng thông báo hướng dẫn, về cơ bản, bài đọc đều đề để cập tới '기간(khoảng thời gian), 일시(ngày giờ(날짜, 요일, 시간) và các thông tin bổ sung về các đặc trưng của sự kiện, ví dụ như 'tặng quà hoặc cung cấp đồ ăn miễn phí'. Ngoài ra, nội dung của văn bản thường xuất hiện các từ ngữ như '안내(hướng dẫn), 교실(lớp học), 모임(cuộc họp), 공원(công viên), 학원(trung tâm dạy thêm), 커피(cà phê), 주스(nước hoa quả), 비우다(드리다), 배우다(học), 초대하다(mời)'. Văn bản dạng thông báo hướng dẫn cũng có thông tin về giá cả như dạng quảng cáo nhưng có sự khác biệt với dạng quảng cáo ở điểm thông báo báo khoảng thời gian, thời gian và địa điểm, vv.

2) Dạng quảng cáo

Dạng quảng cáo bao gồm quảng cáo bán đồ cũ(máy tính, tủ lạnh, máy giặt, vv), quảng cáo phát sách miễn phí, quảng cáo cho trung tâm dạy thêm, quảng cáo nhà hàng hoặc quán cà phê mới, quảng cáo bất động sản, quảng cáo giảm giá trong siêu thị, vv.

광고형 지문에는 주로 **'물건의 가격, 연락처'** 등이 공통적으로 나오며, '선물'에 대한 추가 정보가 나오기도 합니다. 지문 내용에는 '메뉴, 팔다, 쉬다, 사용하다, 문을 열다' 등의 단어 및 표현이 자주 나옵니다.

특히 부동산 광고문에는 '방, 부엌, 욕실, 화장실, 침대, 책상, 지하철역 앞과 같은 집의 위치' 등이 나올 수 있으며, 슈퍼마켓 광고문에는 '물, 치약, 우유' 등의 물건 이름과 할인 가격이나 할인 기간 등이 제시될 수 있습니다. 그리고 학원 광고문은 음악이나 미술, 운동, 춤, 노래, 요리 등과 관련된 단어들이 나올 수 있습니다. 식당이나 커피숍 광고문은 '갈비탕, 비빔밥, 냉면'과 같은 음식 이름 및 '커피, 주스'와 같은 음료수 이름 등 메뉴 관련 단어가 나올 수 있습니다.

3) 메시지 전달형
문자메시지, 이메일, 인터넷 게시판 글, 초대 카드, 내용 전달을 위한 메모(외출할 때 남기는 메모) 등과 같이 **어떤 내용을 다른 사람에게 전달하는 것**들입니다.

이 중에서 문자메시지가 자주 출제되었으므로 잘 알아 둘 필요가 있습니다. 메시지를 전달하기 때문에 보통 보내는 사람과 받는 사람이 이름이 함께 나옵니다. 문자메시지나 초대 카드와 같은 편지 형식에서는 **받는 사람의 이름이 지문의 위 부분에, 보내는 사람의 이름은 지문의 아래 부분에** 나옵니다. 그리고 문자메시지 내용에는 '회사, 사무실, 도서관, 커피숍, 전화하다, 전화를 못 받다, -(으)ㄹ게요. -겠습니다' 등의 단어 및 표현이 나올 수 있고, 초대 카드의 경우는 어떤 모임이나 행사에 초대하는 내용으로 일시와 장소에 대한 정보가 포함될 수 있습니다.

이메일의 경우도 보내는 사람과 받는 사람을 잘 확인해야 하며, **어떤 모임에 대한 일시와 장소 정보**를 개인적으로 전달할 수 있습니다. 따라서 '학교, 모임, 커피숍, 만나다' 등의 단어가 나올 수 있습니다.

메모는 전화 메모나 외출할 때 다른 사람에게 전달하는 메모 등 간단한 내용을 써 놓은 것으로 '누구에게 전화가 왔다든지 중요한 회의가 있다든지 하는 전달 사항', '외출 사실에 대한 정보나 식사를 어떻게 하라는 내용' 등이 나올 수 있습니다.

Văn bản dạng quảng cáo chủ yếu đề cập tới 'vật giá cả', đồng thời cũng cung cấp những thông tin bổ sung về 'liên lạc'. Nó thường sử dụng các từ ngữ như 'menu', 'bán', 'nghỉ', 'sử dụng', 'mở cửa', vv.

Đặc biệt, trong quảng cáo bất động sản thường xuất hiện các từ ngữ 'phòng', 'bếp', 'phòng tắm', 'nhà vệ sinh', 'giường', 'bàn', vị trí của ngôi nhà là 'trước ga tàu điện ngầm', vv; quảng cáo trong siêu thị thường đề cập tới tên mặt hàng như 'nước', 'kem đánh răng', 'sữa' và 'giá khuyến mãi' hoặc 'thời gian khuyến mãi', vv. Trong quảng cáo trung tâm dạy thêm có thể xuất hiện các từ liên quan đến âm nhạc, mỹ thuật, thể dục, múa, ca hát, nấu ăn, vv. Quảng cáo nhà hàng hoặc quán cà phê có thể sử dụng tên món ăn như 'canh sườn', 'cơm trộn', 'mì lạnh' vv, và tên đồ uống như 'cà phê', 'nước ép', vv.

3) Dạng tin nhắn
Đây là dạng tin nhắn gửi cho người khác những nội dung như tin nhắn văn bản, e-mail, bài đăng trên bảng thông báo internet, thiệp mời, giấy ghi nhớ để truyền đạt thông tin(giấy ghi nhớ để lại khi đi ra ngoài, vv.

Trong đó, tin nhắn văn bản thường xuyên xuất hiện trong đề thi, vì vậy, bạn nên học kỹ phần này. Vì mục đích của tin nhắn là truyền đạt thông nên có tên người gửi và người nhận. Thông thường, về hình thức, trong thư từ- ví dụ như tin nhắn văn bản hay thiệp mời- ở phần đầu có tên người gửi và ở phần cuối có thông tin người nhận. Và tin nhắn văn bản thường sử dụng các từ ngữ như 'công ty', 'văn phòng', 'thư viện', 'quán cà phê', 'gọi điện thoại', 'không nhận được điện thoại' và các cấu trúc ngữ pháp '-(으)ㄹ게요', '-겠습니다', vv còn thiệp mời - có nội dung là lời mời đến một cuộc họp hoặc sự kiện nào đó - thường chứa các thông tin về ngày giờ và địa điểm.

Trường hợp email, bạn cần phải kiểm tra người gửi và người nhận, và có thể chuyển thông tin về ngày giờ và địa điểm của một cuộc họp nào đó cho một cá nhân nào đó. Vì vậy, email có thể đề cập đến từ ngữ như 'trường học, mội, quán cà phê, gặp gỡ'.

Giấy ghi nhớ là giấy ghi chú những nội dung đơn giản để chuyển cho người khác khi đi ra ngoài, thường đề cập đến những chi tiết quan trọng cần chuyển tải, ví dụ như ai đã gọi điện thoại đến, có cuộc họp quan trọng nào, những thông tin về việc đi ra ngoài, hoặc dặn dò ăn uống ra sao, vv.

2. 단어형 지문

1) 그림형

날씨 예보, 영화표, 약 봉투, 교통 표지판, 지하철 이용 안내 등과 관련된 그림이 제시되고, 관련 정보를 가진 단어들이 이 그림과 함께 제시됩니다.

날씨와 관련된 그림에는 '해, 우산, 구름, 눈사람' 등이 있으며 각각 '맑음, 비, 구름, 눈'과 같은 날씨를 나타냅니다. 그리고 '서울, 부산, 대전, 광주, 춘천, 제주'와 같은 도시 이름, '25℃(25도), 30℃(30도)'와 같은 온도에 대한 정보가 제시될 수 있습니다.

영화표에는 '영화 제목, 극장 이름, 날짜와 시간, 층수, 자리 번호' 등의 단어 및 표현이 나오고, 약 봉투 에는 '환자의 이름, 아침, 점심, 저녁, 식사 전, 식사 후 30분 등의 복용 시간, 복용 횟수' 등이 표시되어 있습니다.

교통 표지판에는 방향을 알려 주는 그림이 나올 수 있고, 지하철 이용 안내는 목적지에 따른 출구 방향이나 지하철을 갈아타는 방법 등이 제시될 수 있습니다. 지하철과 관련된 단어 및 표현에는 '출발, 도착, 환승, 역 이름, (숫자)호선, 갈아타는 곳, 나가는 곳' 등이 나올 수 있습니다.

2) 표형

개인 수첩(다이어리)에 있는 날짜별 일정표에 쓴 메모, 시간별 TV 프로그램 제목, 날짜별 혹은 시간별 여행 일정 등의 **간단한 메모 내용이 표로 제시**됩니다.

개인 일정표는 휴대전화와 같은 그림형으로도 출제될 수 있으며, '점심, 저녁, 약속, 쇼핑, 생일, 수영, 등산, 시험' 등의 단어가 나옵니다. TV 프로그램 제목에는 '드라마, 뉴스, 영화' 등의 단어가 나옵니다. 여행 일정에는 '출발, 도착, 아침, 점심, 저녁, 등산, 바다, 관광, 구경' 등의 단어가 나올 수 있습니다.

2. Văn bản dạng từ vựng

1) Dạng hình ảnh

Bao gồm các hình ảnh liên quan đến dự báo thời tiết, vé xem phim, túi đựng thuốc, biển báo giao thông, hướng dẫn sử dụng tàu điện ngầm, và các từ ngữ có thông tin liên quan được trình bày cùng với các hình ảnh.

Các hình ảnh liên quan đến thời tiết có các từ ngữ như '해(mặt trời)', '우산(ô)', 구름(mây)', '눈사람 (người tuyết) và lần lượt miêu tả thời tiết bằng những từ ngữ như '맑음(quang đãng)', '비(mưa)', '구름(mây)', và '눈(tuyết). Ngoài ra, dạng đề này có thể trình bày tên thành phố như '서울', '부산', '대전', '광주', '춘천', '제주', và các thông tin về nhiệt độ như '25℃(25 độ) và 30℃(30 độ).

Vé xem phim thường sử dụng các từ ngữ như '영화 제목(tên phim)', '극장 이름(tên rạp)', '날짜와 시간(ngày giờ và thời gian)', '층수(số tầng) và '자리 번호(số ghế), còn túi đựng thuốc thì thường viết '환자의 이름('tên bệnh nhân)', '아침, 점심, 저녁, 식사 전, 식사 후 30분 등의 복용 시간(thời gian uống thuốc như bữa sáng, bữa trưa, bữa tối, trước bữa ăn, 30 phút sau bữa ăn, số lần uống thuốc, vv)'

Biển báo giao thông có thể hiển thị hình ảnh chỉ dẫn phương hướng, hướng dẫn sử dụng tàu điện ngầm có thể hướng dẫn lối ra theo từng điểm đến hoặc cách đổi tàu. Các từ và cách diễn đạt liên quan đến tàu điện ngầm có thể bao gồm '출발(xuất phát)', '도착(đến)', '환승(đổi tàu)', '역 이름(tên nhà ga)', '(숫자)호선(tuyến(số))', '갈아타는 곳 (điểm chuyển tàu)', '나가는 곳(cửa ra)'

2) Dạng bảng biểu

Giấy ghi nhớ được viết trong lịch trình theo ngày tháng trong sổ tay cá nhân(nhật ký) và các giấy ghi nhớ ngắn gọn như tiêu đề chương trình TV theo giờ và lịch trình du lịch theo ngày được trình bày dưới dạng bảng biểu.

Lịch trình cá nhân cũng có thể được trình bày dưới dạng hình ảnh, giống như điện thoại di động, đồng thời sử dụng các từ ngữ như '점심(bữa trưa)', '저녁(bữa tối)', '약속(cuộc hẹn)', '쇼핑(mua sắm)', '생일(sinh nhật)', '수영(bơi lội)', '등산(leo núi)', '시험(bài thi/kiểm tra)'. Tiêu đề chương trình truyền hình thường xuất hiện các từ như 'các từ như '드라마(phim truyền hình)', '뉴스(tin tức)', '영화(phim điện ảnh)'. Trong hành trình, có thể xuất hiện các từ vựng như '출발(xuất phát)', '도착(đến)', '아침(bữa sáng)', '점심(bữa trưa)', '저녁(bữa tối)', '등산(leo núi)', '바다(biển)', '관광(du lịch)', '구경(ngắm, xem)', vv.

40-42

🔍 문제분석 Phân tích đề thi

기출문제 Đề thi trước đây

※[40~42] 다음을 읽고 맞지 <u>않는</u> 것을 고르십시오. 각 3점

40

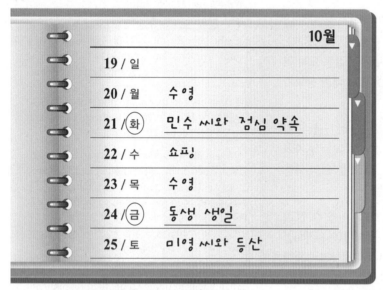

① 금요일에 민수 씨를 만납니다.
② 주말에 미영 씨와 산에 갑니다.
③ 일주일에 두 번 수영을 합니다.
④ 시월 이십이 일에 쇼핑을 합니다.

〈TOPIK 36회 읽기 [40]〉
• 수영 Bơi lội
• 약속 Cuộc hẹn
• 쇼핑 Mua sắm
• 동생 Em

40
수첩(다이어리)에 간단하게 적은 개인 일정 표입니다. 금요일은 동생 생일입니다. 민수 씨는 화요일에 점심 약속이 있기 때문에 화요일에 만납니다. 따라서 정답은 ①입니다.
Đây là một lịch trình cá nhân được ghi chép một cách ngắn gọn trong sổ tay(nhật ký) của tôi. Thứ sáu là sinh nhật của em tôi. Anh Min Su có hẹn ăn trưa vào thứ ba nên tôi gặp anh ấy vào thứ ba. Vì vậy, đáp án đúng là ①.

41

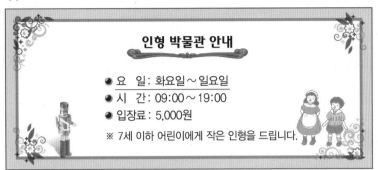

인형 박물관 안내

- 요　일 : 화요일 ~ 일요일
- 시　간 : 09:00 ~ 19:00
- 입장료 : 5,000원

※ 7세 이하 어린이에게 작은 인형을 드립니다.

① 오천 원을 냅니다.
② 월요일에 문을 엽니다.
③ 어린이가 갈 수 있습니다.
④ 오후 일곱 시에 끝납니다.

〈TOPIK 37회 읽기 [40]〉
- 인형　Búp bê
- 박물관　Viện bảo tàng
- 요일　Thứ(trong tuần)
- 시간　Thời gian
- 입장료　Vé vào cổng
- 이하　Dưới(ít/nhỏ hơn)
- 어린이　Trẻ em
- 끝나다　Kết thúc
- 화요일　Thứ ba
- 일요일　Chúa nhật

41

인형 박물관에 대한 안내문입니다. 입장료는 5,000원입니다. 7세 이하 어린이에게 작은 인형을 준다고 했으므로 어린이가 갈 수 있습니다. 관람 시간은 오전 9시부터 오후 7시까지입니다. 박물관 문을 여는 요일은 화요일부터 일요일까지입니다. 따라서 정답은 ②입니다.

Đây là hướng dẫn của bảo tàng búp bê. Vé vào cửa là 5.000 won. Họ nói rằng sẽ tặng búp bê nhỏ cho trẻ em dưới 7 tuổi nên trẻ em có thể đi cùng người lớn. Giờ tham quan từ 9 giờ sáng đến 7 giờ tối. Bảo tàng mở cửa từ thứ ba đến chủ nhật. Vì vậy, đáp án đúng là ②.

42

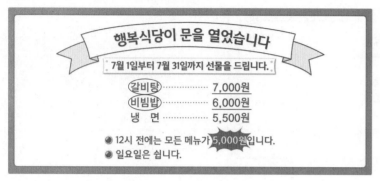

① 한 달 동안 선물을 받을 수 있습니다.
② 일요일에는 식당이 문을 열지 않습니다.
③ 오후에는 갈비탕과 비빔밥의 값이 같습니다.
④ 오전에는 냉면을 오천 원에 먹을 수 있습니다.

〈TOPIK 41회 읽기 [42]〉
• 선물 Món quà
• 메뉴 Menu
• 갈비탕 Galbitang(canh sườn bò)
• 비빔밥 Bibimbap(cơm trộn)
• 냉면 Naengmyeon(mì lạnh)

42

새로 문을 연 식당에 대한 광고문입니다. 7월 한 달 동안 선물을 받을 수 있고, 일요일에는 쉬므로 문을 열지 않습니다. 12시 전, 즉 오전에는 모든 메뉴를 5,000원에 먹을 수 있습니다. 오후에는 갈비탕이 7,000원, 비빔밥이 6,000원, 냉면이 5,500원이므로 각각 값이 다릅니다. 따라서 정답은 ③입니다.

Đây là quảng cáo cho một nhà hàng mới khai trương. Thực khách được nhận quà trong tháng 7, và quán nghỉ nên không mở cửa vào chủ nhật. Tất cả các món trong thực đơn có thể được ăn trước 12: 00, tức là vào buổi sáng với giá 5.000 won. Vào buổi chiều, galbitang là 7.000 won, bibimbap là 6.000 won và naengmyeon là 5.500 won nên giá cả của các món cũng khác nhau. Do đó, đáp án đúng là ③.

샘플문제 Đề thi mẫu

※[40~42] 다음을 읽고 맞지 <u>않는</u> 것을 고르십시오. [각 3점]

40

① 부산은 비가 옵니다.
② 서울은 눈이 옵니다.
③ 대전은 제일 춥습니다.
④ 제주는 날씨가 맑습니다.

• 눈 Tuyết
• 제일 Nhất
• 날씨 Thời tiết

40

한국 주요 도시의 겨울 날씨입니다. 서울은 눈이 오고 온도가 -3도입니다. 부산은 비가 오고 온도가 4도입니다. 대전은 구름이 끼고 온도가 -1도입니다. 제주는 날씨가 맑고 온도가 9도입니다. 그러므로 서울이 제일 춥습니다. 따라서 정답은 ③입니다.

Đây là thời tiết mùa đông ở các thành phố lớn của Hàn Quốc. Ở Seoul, có tuyết rơi và nhiệt độ là -3 độ. Busan có mưa và nhiệt độ là 4 độ. Daejeon u ám và nhiệt độ là -1 độ. Thời tiết ở Jeju quang đãng và nhiệt độ là 9 độ. Cho nên, Seoul là lạnh nhất. Do đó, đáp án đúng là ③.

41

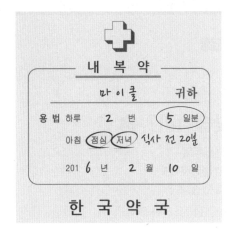

① 약을 먹고 밥을 먹습니다.
② 이 일 동안 약을 먹습니다.
③ 마이클 씨가 약을 먹습니다.
④ 점심, 저녁에 약을 먹습니다.

42

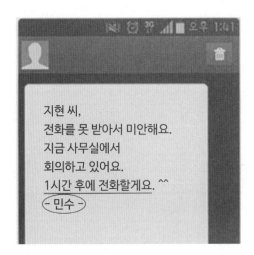

① 민수 씨는 사무실에 있습니다.
② 민수 씨는 전화를 못 받았습니다.
③ 지현 씨는 민수 씨에게 전화를 했습니다.
④ 지현 씨는 1시간 후에 회의를 할 겁니다.

- 회 Lần(danh từ đơn vị chỉ số lần)
- 아침 Bữa sáng
- 저녁 Bữa tối
- 식사 Bữa ăn
- 전 Trước/cách đây
- 분 Phút
- 약국 Nhà thuốc
- 밥 Cơm
- 먹다 Ăn

41

약 봉투에 약의 복용 방법이 쓰여 있습니다. 환자의 이름은 '마이클'입니다. 점심에 1번, 저녁에 1번, 하루에 약을 2번 먹습니다. 식사 전, 즉 밥을 먹기 20분 전에 약을 먹습니다. 그리고 2일이 아니라 5일 동안 약을 먹습니다. 따라서 정답은 ②입니다.

Trên túi đựng thuốc có ghi cách dùng thuốc. Tên bệnh nhân là Michael. Uống thuốc ngày 2 lần, 1 lần vào bữa trưa, 1 lần vào buổi tối. Uống thuốc trước bữa ăn, tức là trước khi ăn cơm 20 phút. Và uống thuốc trong 5 ngày thay vì 2 ngày. Vì vậy, đáp án đúng lời là ②.

- 전화 Điện thoại
- 받다 Nhận
- 회의 Cuộc họp
- 사무실 Văn phòng
- 식사하다 Ăn cơm
- 전화하다 Gọi điện thoại

42

민수 씨가 지현 씨에게 보낸 문자메시지입니다. 전화를 못 받아서 미안하다는 말을 통해 민수 씨가 문자메시지를 보내기 전에 지현 씨가 민수 씨에게 전화를 했다는 것을 알 수 있습니다. 민수 씨는 지금 사무실에서 회의를 하고 있고, 1시간 후에 지현 씨에게 전화를 할 겁니다. 따라서 정답은 ④입니다.

Đây là tin nhắn dạng văn bản anh Min Su gửi cho chị Ji Hyun. Dựa vào tin nhắn của anh Min Su xin lỗi chị Ji Hyun vì đã không trả lời điện thoại, chúng ta biết được chị Ji Hyun đã gọi điện thoại cho anh Min Su trước khi anh Min Su gửi tin nhắn. Hiện giờ, anh Min Su dang họp ở văn phòng, nên 1 tiếng đồng hồ sau, anh ấy sẽ gọi cho chị Ji Hyun. Do đó, đáp án đúng là ④.

40-42

※ [40~42] 다음을 읽고 맞지 <u>않는</u> 것을 고르십시오. 각 3점

40

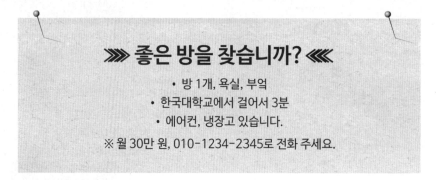

① 한국대학교에서 가깝습니다.
② 이 방 안에 에어컨이 있습니다.
③ 이 방은 한 달에 삼십만 원입니다.
④ 좋은 방이 있는 사람은 전화를 할 겁니다.

41

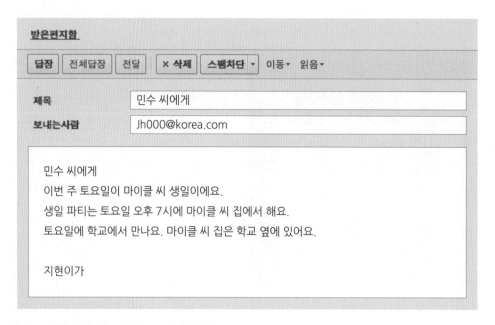

① 마이클 씨 집은 학교에서 가깝습니다.
② 토요일에 학교에서 생일 파티를 합니다.
③ 지현 씨가 민수 씨에게 이메일을 보냈습니다.
④ 민수 씨와 지현 씨는 토요일 저녁에 만날 겁니다.

42

한여름 밤의 영화제

우리 대학교 학생들은 영화를 무료로 볼 수 있어요.

기간: 7월 1일부터 8월 31일까지
일시: 매주 토요일 오후 8시
장소: 한국대학교 학생회관 101호

※ 음식과 음료수는 가지고 들어갈 수 없습니다.

① 대학교에서 음료수를 줍니다.
② 영화제는 두 달 동안 합니다.
③ 오후 여덟 시에 영화가 시작됩니다.
④ 한국대학교 학생회관에서 영화를 봅니다.

방 Căn phòng | 욕실 Nhà tắm | 대학교 Trường đại học | 걷다 Đi bộ | 분 Phút | 에어컨 Máy điều hòa nhiệt độ | 냉장고 Tủ lạnh |
가깝다 Gần | 안내 Hướng dẫn | 보내다 Gửi | 주 Tuần | 토요일 Thứ bảy | 파티 Bữa tiệc | 집 Nhà | 학교 Trường học | 만나다 Gặp |
옆 Bên cạnh | 이메일 E-mail | 저녁 Buổi tối/bữa tối | 한여름 Giữa mùa hè | 영화제 Liên hoan phim | 장소 Địa điểm | 학생회관
Hội quán sinh viên | 음식 Món ăn | 음료수 Nước uống | 시작되다 Bắt đầu

43-45

경치	Phong cảnh	Danh từ	설악산은 가을에 단풍이 들어서 경치가 좋습니다. Vào mùa thu, phong cảnh núi Seorak rất đẹp vì lá đổi màu.
공원	Công viên	Danh từ	저는 친구와 공원에서 자전거를 탑니다. Tôi đạp xe trong công viên với bạn tôi.
기차	Tàu lửa	Danh từ	서울역에서 기차를 타고 부산까지 갔습니다. Tôi đã đi tàu lửa từ ga Seoul đến Busan.
부모님	Cha mẹ	Danh từ	부모님은 아버지와 어머니를 함께 부르는 말입니다. Cha mẹ là từ ngữ gọi chung cha và mẹ.
요리	Nấu ăn	Danh từ	저는 요리를 잘 해서 한국 음식도 만들 수 있습니다. Tôi nấu ăn ngon nên có thể nấu món ăn Hàn Quốc.
자전거	Xe đạp	Danh từ	자전거를 타고 공원에 갔습니다. Tôi đã đi xe đạp đến công viên.
그러면	Nếu vậy	Trạng từ	가: 다이어트를 하고 싶습니다. / 나: 그러면 저하고 같이 운동합시다. A: Tôi muốn giảm cân. B: Vậy thì chúng ta hãy cùng tập thể dục!
함께	Cùng nhau	Trạng từ	이번 주말에 부모님과 함께 제주도에 갑니다. Vào cuối tuần này, tôi sẽ đến đảo Jeju với bố mẹ.
구경하다	Xem/ngắm	Động từ	명동에서 여러 가지 옷과 화장품을 구경했습니다. Tôi đã xem nhiều loại quần áo và mỹ phẩm ở Myeongdong.
놀다	Chơi	Động từ	친구들과 공원에서 놉니다. Tôi chơi với bạn bè trong công viên.
배우다	Học	Động từ	한국어 선생님께 한국어를 배웁니다. Học tiếng Hàn từ thầy(cô) giáo tiếng Hàn.
부르다	Hát	Động từ	노래방에서 노래를 부릅니다. Tôi hát trong quán karaoke.

타다	Đi	Động từ	지하철을 타고 학교에 갑니다. Tôi đi tàu điện ngầm đến trường.
맛있다	Ngon	Tính từ	음식이 맛있어서 많이 먹었습니다. Món ăn rất ngon nên tôi đã ăn rất nhiều.
비싸다	Đắt	Tính từ	사과 값이 비쌉니다. Giá táo rất đắt.
심심하다	Buồn	Tính từ	저는 주말에 친구가 없어서 심심합니다. Vào cuối tuần, tôi buồn vì không có bạn bè.
싸다	Rẻ	Tính từ	학교 식당은 음식이 쌉니다. Món ăn trong nhà ăn của trường rất rẻ.
아름답다	Đẹp	Tính từ	한국의 제주도는 경치가 아름답습니다. Phong cảnh đảo Jeju của Hàn Quốc rất đẹp.
재미없다	Không hay	Tính từ	이 영화는 재미없습니다. Bộ phim này không hay.
즐겁다	Vui vẻ	Tính từ	한국 생활이 즐겁습니다. Cuộc sống ở Hàn Quốc rất vui vẻ.
내일	Ngày mai	Danh từ/ trạng từ	오늘은 금요일이고 내일은 토요일입니다. Hôm nay là thứ sáu và ngày mai là thứ bảy.
매일	Mỗi ngày	Danh từ/ trạng từ	저는 매일 일기를 씁니다. Tôi viết nhật ký mỗi ngày.

A/V-(으)ㄹ 때	어떤 일이나 상황이 일어나는 시간을 나타냅니다. Diễn đạt thời gian mà một sự việc hoặc một tình huống nào đó diễn ra. 예 기분이 좋을 때 노래를 부릅니다. Khi tâm trạng vui vẻ, tôi thường hát.
V-(으)러 가다/오다/다니다	이동하는 목적을 나타냅니다. Diễn đạt mục đích của sự di chuyển. 예 공부하러 도서관에 갑니다. Tôi đến thư viện để học bài.
A/V-(으)면	뒤의 내용에 대한 조건을 나타냅니다. Diễn đạt điều kiện cho nội dung sau đó. 예 봄이 오면 꽃이 핍니다. Nếu mùa xuân đến, hoa sẽ nở.
V-아/어 주다	다른 사람을 위해서 하는 일을 나타냅니다. '윗사람'을 위해서 하는 일은 'V-아/어 드리다'를 사용합니다. Diễn đạt việc một ai đó làm cho người khác. Khi làm điều gì đó cho người bề trên, chúng ta sử dụng cấu trúc 'V-아/어 드리다'. 예 여자 친구에게 꽃을 사 주었습니다. Tôi đã mua hoa cho bạn gái của tôi. 선생님의 일을 도와 드렸습니다. Tôi đã giúp thầy(cô) giáo của tôi.

43-45

43~45 글의 내용과 같은 것 고르기

　지문을 읽고 글의 내용과 같은 것을 고르는 문제입니다. 지문은 3문장 정도로 나오며, **일상적인 생활을 주제로 '어제, 오늘, 내일, 주말, 매일, N마다, -(으)ㄹ 때' 등의 시간 표현을 사용하여 경험이나 느낌을 설명하는 글**이 출제됩니다. 43, 45번 문제는 배점이 3점이고, 44번 문제는 배점이 2점입니다. 하지만 문제별 난이도는 크게 다르지 않으므로 배점 차이는 신경 쓰지 않아도 됩니다.

　문장 사이에서 '그리고, 그래서, 그러면'과 같은 접속부사가 자주 나오기 시작합니다. 그리고 **앞 문장의 내용을 지시하는 '그 N, 거기, 그곳' 등의 표현**이 자주 등장합니다. 문장을 연결할 때에는 '-고, -아/어서, -(으)면'처럼 비교적 쉬운 문법이 사용되며, 문장을 마칠 때에는 '-았/었습니다, -ㅂ/습니다, -고 있습니다, -(으)ㄹ 겁니다'와 같은 시제 표현이 나타납니다. 선택지는 '저는'으로 시작하는 경우가 많고, 문장을 마칠 때에는 지문과 마찬가지로 기본적인 시제를 나타내는 문법들이 사용되고 있습니다.

　이 문제는 글을 읽으면서 해당되는 선택지가 맞는지 틀리는지 판단해야 합니다. 글의 내용과 선택지를 잘 비교해 가며 일치하지 않는 내용을 하나씩 지워 나가면서 답을 찾으면 됩니다. 선택지에 나오는 표현들은 지문에 있는 표현을 그대로 사용하지 않는 경우도 있기 때문에 **유사한 단어들을 알고 있어야 같은 의미**를 찾아내기가 쉽습니다.

　선택지에서는 주로 '어제, 오늘, 내일, 주말, 매일, N마다, -(으)ㄹ 때' 등의 시간 표현이나 '자주, 혼자, 조금, 잘' 등과 같은 부사를 지문과 다르게 사용하여 틀린 답을 제시하는 경우가 많습니다. 그러므로 이러한 부분을 주의해서 보는 것이 좋습니다.

43~45 Chọn đáp án giống với nội dung của văn bản

　Đây là dạng đề đọc văn bản và chọn đáp án giống với nội dung của văn bản đó. Văn bản bao gồm khoảng 3 câu, chủ đề thường là cuộc sống thường nhật, được trình bày dưới dạng giải thích trải nghiệm hoặc cảm xúc; các từ ngữ và cấu trúc ngữ pháp thường được sử dụng là '어제, 오늘, 내일, 주말, 매일, N마다, -(으)ㄹ 때'. Điểm số phân bố cho các câu là câu 43, 45 mỗi câu 3 điểm, và câu 44 thì 2 điểm. Tuy nhiên, độ khó của mỗi câu không khác biệt nhiều nên bạn không cần bận tâm đến sự chênh lệch về điểm số.

　Các câu thường được liên kết với nhau bằng các trạng từ như '그리고', '그래서', '그러면'. Và các đại từ như '그 N', '거기', '그곳' chỉ nội dung câu trước thường xuất hiện. Dạng đề này thường sử dụng các đuôi từ liên kết câu tương đối dễ như '-고, -아/어서, -(으)면', và các đuôi từ kết thúc câu biểu thị 'thì' như 다, -ㅂ/습니다, -고 있습니다, -(으)ㄹ 겁니다'. Các đáp án thường bắt đầu bằng '저는' và kết thúc câu bằng các cấu trúc ngữ pháp biểu thị 'thì' cơ bản giống như văn bản.

　Đối với dạng đề này, bạn nên vừa đọc văn bản vừa phán đoán đáp án nào đúng, đáp án nào sai. Bạn có thể tìm ra câu trả lời bằng cách so sánh nội dung văn bản bản với các đáp án và xóa từng đáp án không giống với nội dung văn bản. Cũng có trường hợp văn bản và các đáp án không sử dụng cùng từ ngữ nên bạn phải biết các từ tương tự thì mới có thể dễ dàng tìm ra câu có ý nghĩa tương tự.

　Khác với văn bản, các đáp án sai thường sử dụng các từ vựng và ngữ pháp biểu đạt thời gian như '어제, 오늘, 내일, 주말, 매일, N마다, -(으)ㄹ 때'. Vì vậy, bạn cần đọc kỹ những phần như vậy.

43-45

기출문제 Đề thi trước đây

※ [43~45] 다음의 내용과 같은 것을 고르십시오. 각 2, 3점

43~45

> 저는 요리를 못합니다. 그래서 (매일) 학생 식당에서 밥을 먹습니다. 학생 식당은 음식 값이 싸고 김치가 맛있습니다.

① 학생 식당은 조금 비쌉니다.
② 학생 식당에 김치가 없습니다.
③ 저는 학생 식당에 날마다 갑니다.
④ 저는 맛있는 음식을 잘 만듭니다.

① 학생식당은 음식 값이 싸고
② 김치가 맛있습니다
④ 요리를 못합니다

〈TOPIK 37회 읽기 [45]〉
• 그래서 Vì vậy
• 학생 식당 Căng-tin sinh viên
• 김치 Kimchi
• 날마다 Mỗi ngày

43~45

'저'는 요리를 못합니다. 그리고 학생 식당은 값이 싸고 김치가 맛있습니다. 매일 학생 식당에서 밥을 먹는다고 했으므로 학생 식당에 날마다 간다는 것을 알 수 있습니다. 따라서 정답은 ③입니다.
'Tôi' không thể nấu ăn. Còn căng-tin sinh viên thì rẻ và Kimchi rất ngon. Vì 'tôi' đã nói ăn ở căng-tin sinh viên mỗi ngày nên chúng ta có thể biết được 'tôi' đến căng-tin sinh viên mỗi ngày. Do đó, đáp án đúng là ③.

샘플문제 Đề thi mẫu

※ [43~45] 다음의 내용과 같은 것을 고르십시오. 각 2, 3점

43~45

> 저는 가족과 기차로 경주에 갔습니다. 그곳에서 자전거를 타고 아름다운 경치를 구경했습니다. 다음에는 친구들과 경주에 다시 가고 싶습니다.

① 저는 자전거를 타고 경주에 갔습니다.
② 저는 친구들과 함께 기차를 탔습니다.
③ 저는 경주에서 아름다운 경치를 봤습니다.
④ 저는 다음에 부모님과 경주에 가려고 합니다.

• 경주 Gyeongju (thành phố ở Đông Nam Hàn Quốc)
• 그곳 Nơi đó/đó
• 다음 Tiếp theo/kế tiếp/sau
• 다시 Lại

43~45

가족과 기차를 타고 경주에 갔습니다. 그리고 다음에는 부모님이 아니라 친구들과 가려고 합니다. 경주에서 자전거를 타고 아름다운 경치를 구경했습니다. 따라서 정답은 ③입니다.
'Tôi' đi tàu lửa đến Gyeongju cùng với gia đình. Và lần sau, 'tôi' dự định đi với bạn của 'tôi' thay vì đi với bố mẹ. Ở Gyeongju, 'tôi' đã đạp xe và ngắm phong cảnh đẹp. Vì vậy, đáp án đúng là ③.

43-45

연습문제 Đề thi thực hành

※[43~45] 다음의 내용과 같은 것을 고르십시오.

43 3점

> 오늘은 친구의 생일입니다. 그래서 친구 집에 놀러 가서 파티를 했습니다. 저는 친구에게 책을 사 주었습니다.

① 저는 생일 선물을 받았습니다.
② 저는 오늘 친구 집에 갔습니다.
③ 친구는 저와 함께 책을 샀습니다.
④ 친구는 가족과 생일 파티를 했습니다.

44 2점

> 저는 재미없고 심심할 때 노래방에 갑니다. 노래방에 가서 제가 좋아하는 한국 노래를 부릅니다. 그러면 재미있고 즐겁습니다.

① 저는 한국 노래를 잘 모릅니다.
② 저는 즐거울 때 노래방에 갑니다.
③ 저는 노래방에 가면 재미없습니다.
④ 저는 심심할 때 한국 노래를 부릅니다.

45 3점

> 내일 오후에 공원에서 친구를 만납니다. 그 친구는 주말마다 공원에서 운동을 합니다. 저도 친구와 만나서 함께 운동을 할 겁니다.

① 저는 주말마다 친구를 만납니다.
② 저는 매일 오후에 공원에 갑니다.
③ 저는 내일 친구와 운동을 합니다.
④ 저는 친구에게 운동을 배울 겁니다.

그래서 Vì vậy | 집 Nhà | 파티 Bữa tiệc | 노래방 Quán karaoke | 한국 노래 Bài hát Hàn Quốc | 만나다 Gặp

46-48

✏️ 오늘의 어휘 Từ vựng của ngày hôm nay

사진	Bức ảnh	Danh từ	여행을 가서 사진을 찍었습니다. Tôi đã đi du lịch để chụp ảnh.
앞	Phía trước	Danh từ	앞, 뒤, 옆, 위, 아래(밑), 안(속), 밖 Trước, sau, bên, trên, dưới (dưới), bên trong (bên trong), bên ngoài.
옛날	Ngày xưa	Danh từ	옛날에는 세탁기도 텔레비전도 없었습니다. Ngày xưa không có máy giặt, cũng chẳng có ti-vi.
요즘	Dạo này	Danh từ/ trạng từ	요즘 저는 한국어를 배웁니다. Dạo này, tôi đang học tiếng Hàn.
인기	Sự yêu thích	Danh từ	그 가수는 우리나라에서 인기가 많습니다. Ca sĩ đó được yêu thích ở Hàn Quốc.
키	Chiều cao	Danh từ	제 친구는 저보다 키가 작습니다. Bạn tôi thấp hơn tôi.
그런데	Mà	Trạng từ	가: 안녕하십니까? / 나: 네, 안녕하십니까? 그런데 어디 가십니까? A: Xin chào. B: Xin chào. Mà anh đi đâu đây?
그리고	Và/còn	Trạng từ	그 식당은 음식이 맛있습니다. 그리고 값도 쌉니다. Quán ăn đó đồ ăn ngon. Và giá cả cũng rẻ.
더	Hơn	Trạng từ	형은 동생보다 키가 더 큽니다. Người anh cao hơn người em.
많이	Nhiều	Trạng từ	밥을 많이 먹어서 배가 부릅니다. Tôi ăn nhiều cơm nên no bụng.
빨리	Nhanh	Trạng từ	바빠서 밥을 빨리 먹었습니다. Tôi bận nên ăn cơm nhanh.
입다	Mặc	Động từ	저는 청바지를 입었습니다. Tôi mặc quần jean.

찍다	Chụp(ảnh)	Động từ	토요일에 친구들과 공원에 가서 사진을 찍었습니다. Thứ bảy, tôi đã đi công viên với bạn bè để chụp ảnh.
다르다	Khác	Tính từ	나라마다 국기가 다릅니다. Mỗi nước có một quốc kỳ khác nhau.
어리다	Nhỏ(tuổi)	Tính từ	동생은 언니보다 두 살 어립니다. Em nhỏ hơn chị gái 2 tuổi.
예쁘다	Đẹp	Tính từ	꽃이 예쁩니다. Hoa đẹp.
짧다	Ngắn	Tính từ	저는 짧은 치마를 좋아합니다. Tôi thích váy ngắn.
크다	To/lớn	Tính từ	수박은 사과보다 큽니다. Dưa hấu to hơn táo.
힘들다	Mệt	Tính từ	오늘 오래 걸어서 힘듭니다. Hôm nay, tôi đi bộ lâu nên rất mệt.
보통	Thông thường	Trạng từ	주말에는 보통 친구를 만납니다. Cuối tuần, tôi thường gặp gỡ bạn bè.

🌱 오늘의 문법 Ngữ pháp của ngày hôm nay

부터 ~ 까지	'부터'는 어떤 일의 시작이나 출발, '까지'는 도착이나 끝을 나타냅니다. '부터' diễn đạt sự khởi đầu hoặc xuất phát, và '까지' diễn đạt đến đích hoặc kết thúc của một sự việc nào đó. 예 12시부터 1시까지 점심시간입니다. Từ 12 giờ đến 1 giờ là giờ ăn/nghỉ trưa.
A/V-(으)면 좋겠다	말하는 사람의 희망이나 바람을 나타냅니다. Diễn đạt hy vọng hoặc mong muốn của người nói. 예 시험에 합격하면 좋겠습니다. Hy vọng bạn vượt qua kỳ thi.
A/V-지만	앞과 뒤의 내용이 반대나 대조일 때 사용합니다. Sử dụng khi nội dung trước và sau đối lập hoặc tương phản với nhau. 예 집 안은 따뜻하지만 밖은 춥습니다. Bên trong ăn nhà thì ấm nhưng bên ngoài thì lạnh. 김치를 좋아하지만 매워서 조금만 먹었습니다. Tôi thích kimchi, nhưng nó cay nên tôi chỉ ăn ít thôi.

46-48

46~48 글의 중심 생각 고르기

글의 중심 생각을 고르는 문제입니다. **이 글이 전달하고 싶은 내용이 무엇인지, 어떤 의도로 이 글을 썼는지에 집중**해서 글을 읽어야 합니다. 지문은 3문장 정도로 나오며, 주로 **글의 중간 부분이나 끝부분에 필자의 중심 생각**이 들어있는 경우가 많으므로 이 부분에 유의하여 글을 읽는 것이 좋습니다. 46, 47번 문제는 배점이 3점이고, 48번 문제는 배점이 2점입니다. 하지만 문제별 난이도는 크게 다르지 않으므로 배점 차이는 신경 쓰지 않아도 됩니다

이 문제부터는 '-고 싶다, -(으)ㄹ 수 있다, -아/어 주다, -(으)려고 하다, -(으)면 좋겠다, -기가 힘들다/어렵다' 등의 새로운 문법 표현들이 다양하게 등장합니다. 선택지는 '저는'으로 시작하는 경우가 대부분이며, 다른 주어로 'N은/는'이 제시되더라도 ① ~④ 모두 동일하게 나타납니다.

지문에 '그래서, 그리고, 그런데'와 같은 접속부사가 자주 등장합니다. 특히 **'그래서'는 앞의 내용이 뒤의 내용의 이유나 근거가 될 때 사용**하므로 뒤의 내용에 글의 중심 생각이 나타나는 경우가 많습니다. 따라서 '그래서' 뒤에 나오는 문장을 주의 깊게 보는 것이 좋습니다.

46~48 Chọn ý chính của văn bản

Đây là dạng đề của việc lựa chọn ý chính của văn bản. Bạn nên tập trung đọc và nắm bắt nội dung của bài viết là gì, tác giả viết bài này với mục đích gì. Văn bản bao gồm khoảng ba câu, và ý chính thường được trình bày ở giữa hoặc cuối văn bản; vì vậy, bạn nên chú ý đến phần này. Điểm số được phân bổ như sau: 3 điểm cho mỗi câu 46, 47, 2 điểm cho câu 48. Tuy nhiên, độ khó của mỗi câu không chênh lệch nhiều nên bạn không cần bận tâm đến về sự chênh lệch về điểm số .

Từ đề thi này trở đi sẽ xuất hiện nhiều cấu trúc ngữ pháp mới như '-고 싶다', '-(으)ㄹ 수 있다', '-아/어 주다', '-(으)려고 하다', '-(으)면 좋겠다', '-기가 힘들다/어렵다', vv. Đa số các đáp án đều bắt đầu bằng '저는'; trong trường hợp chủ ngữ không phải là 저는 mà là 'N은/는' thì ①-④ cũng có cùng chủ ngữ.

Trong văn bản, các trạng từ liên kết như '그래서', '그리고', '그런데' thường xuyên xuất hiện. Đặc biệt, '그래서' thường được sử dụng để diễn đạt nội dung của câu trước là nguyên nhân hoặc lý do của câu sau; vì vậy, ý chính của văn bản thường được trình bày trong câu sau. Do đó, bạn nên đọc kỹ câu có '그래서'.

46-48

※[46~48] 다음을 읽고 (중심 생각)을 고르십시오. 각 2, 3점

46~48

> 일이 재미없으면 그 일을 오래 하기 힘듭니다. 그래서 저는 재미있는 일을 찾고 있습니다. 시간이 많이 걸리겠지만 즐겁게 할 수 있는 일을 찾을 겁니다.

① 저는 일을 많이 할 겁니다.
② 저는 일을 빨리 찾고 싶습니다.
③ 저는 지금 일을 시작할 겁니다.
④ 저는 재미있는 일을 하고 싶습니다.

〈TOPIK 41회 읽기 [47]〉
• 일 Công việc/nghề nghiệp
• 그래서 Vì vậy/cho nên
• 걸리다 Mất(thời gian), mắc(bệnh)

46~48
일이 재미없으면 오래 하기 힘듭니다. '그래서' 재미있는 일을 찾고 있습니다. 그렇기 때문에 중심 생각은 재미있는 일을 하고 싶다는 것입니다. 따라서 정답은 ④입니다.
Nếu công việc không thú vị, 'tôi' sẽ khó làm nó lâu dài. 'Grae-seo', 'tôi' đang tìm kiếm việc gì đó thú vị. Vì vậy, ý chính của văn bản là 'tôi' muốn làm việc gì đó thú vị. Cho nên, đáp án đúng là ④.

※[46~48] 다음을 읽고 중심 생각을 고르십시오. 각 2, 3점

46~48

> 민수 씨는 어릴 때 키가 작고 뚱뚱했습니다. 그리고 친구가 많지 않았습니다. 그런데 지금은 키가 크고 살이 빠져서 사람들에게 인기가 많습니다.

① 민수 씨는 옛날과 많이 다릅니다.
② 민수 씨는 앞으로 키가 더 클 겁니다.
③ 민수 씨는 요즘 살이 빠지고 있습니다.
④ 민수 씨는 옛날부터 친구들이 많았습니다.

• 작다 Nhỏ
• 뚱뚱하다 Béo
• 많다 Nhiều
• 살 Thịt
• 빠지다 Sụt(cân)

46~48
민수 씨는 어릴 때 키가 작고 뚱뚱하고 친구가 많지 않았습니다. 그러나 지금은 반대로 키가 크고 살이 빠져서 인기가 많습니다. 옛날과 지금이 서로 다르다는 것이 중심 생각입니다. 따라서 정답은 ①입니다.
Khi còn trẻ, anh Min Su thấp, béo và không có nhiều bạn bè. Nhưng bây giờ ngược lại, anh cao, sụt cân(gầy đi) nên được nhiều người yêu thích. Ý chính là ngày xưa và bây giờ khác nhau. Vì vậy, đáp án đúng là ①.

46-48

※[46~48] 다음을 읽고 중심 생각을 고르십시오.

46 3점

저는 키가 아주 큽니다. 보통 옷 가게에서 바지를 사면 짧아서 입을 수가 없습니다. 그래서 저는 바지 사는 것이 어렵습니다.

① 저는 짧은 바지를 좋아합니다.
② 저는 바지를 입을 수가 없습니다.
③ 저는 바지를 사러 옷 가게에 갑니다.
④ 저는 키가 커서 바지 사기가 힘듭니다.

47 3점

이번 주말에 제주도로 여행을 갑니다. 제주도에 가면 예쁜 바다 앞에서 사진을 많이 찍을 겁니다. 빨리 주말이 오면 좋겠습니다.

① 저는 주말에 자주 여행을 갑니다.
② 저는 주말마다 제주도에 갈 겁니다.
③ 저는 제주도에 빨리 가고 싶습니다.
④ 저는 제주도 바다 사진을 찍었습니다.

48 2점

저는 한국 음식을 좋아하지만 만들 줄 모릅니다. 그래서 형이 한국 음식을 자주 만들어 줍니다. 형이 만든 불고기와 잡채는 모두 맛있습니다.

① 형은 한국 음식을 잘 만듭니다.
② 형은 불고기와 잡채를 좋아합니다.
③ 형은 한국 음식을 맛있게 먹습니다.
④ 형은 한국 음식을 만들 줄 모릅니다.

옷 가게 Cửa hàng quần áo | **바지** Quần | **그래서** Vì vậy/cho nên | **이번** Lần này | **제주도** Đảo Jeju | **바다** Biển | **한국 음식** Món ăn Hàn Quốc | **형** Anh trai(đối với em trai) | **불고기** Bulgogi(món thịt bò xào kiểu Hàn Quốc) | **잡채** Japchae(món miến làm từ khoai lang trộn với các lọa rau)

49-50

✏️ 오늘의 어휘 Từ vựng của ngày hôm nay

근처	Gần	Danh từ	우리 집 근처에는 공원도 있고 백화점도 있습니다. Gần nhà tôi cũng có công viên và cũng có cửa hàng bách hóa.
버스	Xe búyt	Danh từ	저는 버스를 타고 회사에 갑니다. Tôi đến công ty bằng xe buýt.
손님	Khách/ khách hàng	Danh từ	가게에 손님이 많습니다. Có rất nhiều khách hàng trong cửa hàng.
이사	Chuyển nhà	Danh từ/ động từ	저는 다음 달에 학교 근처로 이사를 갑니다. Tôi sẽ chuyển nhà đến gần trường vào tháng tới.
주인	Chủ nhân	Danh từ	이 책의 주인은 누구입니까? Ai là chủ nhân của cuốn sách này?
직원	Nhân viên	Danh từ	저는 이 회사에서 일하는 직원입니다. Tôi là nhân viên làm việc tại công ty này.
화장실	Nhà vệ sinh	Danh từ	남자 화장실은 1층에 있고 여자 화장실은 2층에 있습니다. Nhà vệ sinh nam ở tầng 1 còn nhà vệ sinh nữ ở tầng 2.
회사	Công ty	Danh từ	저는 한국 회사에 취직하려고 합니다. Tôi dự định xin việc ở công ty Hàn Quốc.
새	Mới	Định từ	새 옷을 샀습니다. Tôi mua quần áo mới.
같이	Cùng	Trạng từ	주말에 친구하고 같이 영화를 보려고 합니다. Tôi dự định đi xem phim cùng với bạn tôi vào cuối tuần.
바로	Ngay lập tức	Trạng từ	집에 도착하면 바로 연락하십시오. Khi về đến nhà, hãy liên lạc cho tôi ngay nhé!
하지만	Tuy nhiên	Trạng từ	저는 듣기를 잘 합니다. 하지만 쓰기를 잘 못 합니다. Tôi giỏi môn Nghe nhưng lại không giỏi môn Viết.
살다	Sống	Động từ	저는 서울에 삽니다. Tôi sinh sống ở Seoul.

이야기하다	Trò chuyện	Động từ	저는 함께 사는 친구와 매일 이야기합니다. Tôi trò chuyện với người bạn sống cùng mỗi ngày.
인사하다	Chào	Động từ	학교에서 친구를 만나면 반갑게 인사합니다. Khi gặp bạn bè ở trường, tôi vui vẻ chào họ.
읽다	Đọc	Động từ	저는 매일 신문을 읽습니다. Tôi đọc báo mỗi ngày.
졸업하다	Tốt nghiệp	Động từ	저는 내년에 대학교를 졸업합니다. Tôi sẽ tốt nghiệp đại học vào năm tới.
길다	Dài	Tính từ	머리가 길어서 미용실에 머리를 자르러 갑니다. Tóc dài nên tôi đến tiệm uốn tóc để cắt tóc.
넓다	Rộng	Tính từ	제 방은 아주 넓습니다. Phòng của tôi rất rộng rãi.
멀다	Xa	Tính từ	학교가 멀어서 걸어갈 수 없습니다. Trường học xa nên tôi không thể đi bộ.
좁다	Hẹp	Tính từ	지금 사는 방이 조금 좁지만 깨끗합니다. Căn phòng hiện giờ tôi đang sống hơi nhỏ nhưng sạch sẽ.
편하다	Tiện/ dễ chịu	Tính từ	운동화를 신으면 발이 편합니다. Khi mang giày thể thao, chân chúng ta sẽ dễ chịu.
먼저	Trước tiên/ trước	Trạng từ	밥을 먹기 전에 먼저 손을 씻습니다. Trước khi ăn cơm, tôi rửa tay.
정말	Thật/rất	Trạng từ	삼계탕이 정말 맛있습니다. Samgyetang(gà hầm sâm) rất ngon.

만	다른 것은 배제하고 그것 하나에 대해서 말할 때 사용합니다. Sử dụng khi nói về một điều nào đó sau khi loại trừ những điều khác. 예 우리 반에서 마이클 씨만 미국 사람입니다. Trong lớp tôi, chỉ có Michael là người Mỹ.
V-(으)ㄴ 후에	앞의 행동이 끝나고 뒤의 행동을 할 때 사용합니다. 시간을 나타내는 명사일 경우 'N 후에'를 사용합니다. 비슷한 표현으로 '-(으)ㄴ 다음에', '-(으)ㄴ 뒤에'가 있습니다. Diễn đạt hành động sau khi hành động trước đó kết thúc. Khi kết hợp với danh từ chỉ thời gian, chúng ta sử dụng cấu trúc 'N 후에'. Chúng ta có thể sử dụng hai cấu trúc tương tự là '-(으)ㄴ 다음에' và '-(으)ㄴ 뒤에'. 예 밥을 먹은 후에(다음에, 뒤에) 커피를 마십니다. Sau khi ăn cơm, tôi uống cà phê.
A/V-아/어도	앞의 내용과 상관없이 항상 뒤의 일이 있음을 나타냅니다. Sử dụng khi sự việc nào đó ở vế sau luôn diễn ra mà không chịu tác động của nội dung vế trước. 예 저는 키가 작아도 농구를 잘 합니다. Mặc dù thấp bé nhưng tôi chơi bóng rổ rất giỏi.

49-50

글을 읽고 물음에 답하는 문제입니다. 49~50번부터는 한 지문을 읽고 두 개의 문제를 풀게 됩니다. 지문은 5문장 정도로 나오며, 글을 읽기 전에 49번의 선택지부터 확인하는 것이 좋습니다. 그리고 나서 글 전체를 읽으면서 대략적인 내용을 파악해야 합니다. 50번 문제는 선택지와 글의 내용을 비교해 가면서 문제를 푸는 것이 효율적입니다.

Đây là dạng đề đọc văn bản và trả lời câu hỏi. Từ câu 49-50 trở đi, bạn sẽ đọc một văn bản và giải quyết hai vấn đề. Văn bản bao gồm khoảng 5 câu; bạn nên đọc các đáp án trước khi đọc văn bản. Sau đó, bạn nên đọc toàn bộ văn bản và nắm bắt đại ý. Riêng câu 50, sẽ hiệu quả hơn nếu bạn giải đề bằng cách so sánh các đáp án với nội dung của văn bản.

49 ㉠에 들어갈 알맞은 말 고르기

㉠에 들어갈 표현을 찾는 문제입니다. ㉠의 앞뒤 문장을 잘 읽어 보면 답을 쉽게 찾을 수 있습니다. 선택지에는 '책을 읽고, 잠을 자고, 일을 하고, 밥을 먹고'와 같이 4개의 단어가 하나의 문법 표현으로 나옵니다. 이와 같은 경우에는 **문법보다는 단어의 의미를 파악하여 문맥에 어울리는 적절한 단어를 선택**해야 합니다.

49 Chọn cụm từ thích hợp điền vào ㉠

Đây là dạng đề tìm cụm từ thích hợp điền vào ㉠. Nếu đọc kỹ các câu trước và câu sau của ㉠, bạn có thể dễ dàng tìm được đáp án đúng. Các đáp án được trình bày bằng 4 từ vựng dưới cùng một dạng ngữ pháp như '책을 읽고', '잠을 자고', '일을 하고' và '밥을 먹고'. Trong trường hợp như vậy, để có thể chọn từ thích hợp với ngữ cảnh, bạn phải nắm bắt ý nghĩa của từ vựng thay vì ngữ pháp.

50 글의 내용과 같은 것 고르기

전체적인 내용을 잘 읽고 같은 내용을 찾아야 합니다. 글을 읽으면서 해당되는 선택지가 맞는지 틀리는지 판단해야 합니다. **글의 내용과 선택지를 잘 비교해 가며 관련이 없는 내용을 하나씩 지워 나가면 답을 찾을 수 있습니다.** 그리고 선택지에 나오는 표현들은 글에 있는 표현을 그대로 사용하지 않는 경우도 있기 때문에 **유사한 단어들을 알고 있어야 같은 의미를 찾아내기가 쉽습니다.**

50 Chọn đáp án có cùng nội dung với văn bản

Bạn nên đọc kỹ toàn bộ văn bản và tìm nội dung giống nhau. Bạn phải vừa đọc văn bản, vừa phán đoán đáp án nào đúng, đáp án nào sai. Khi so sánh nội dung của văn bản với các đáp án, xoá từng nội dung không liên quan, bạn có thể tìm ra đáp án đúng. Cũng có trường hợp đáp án không sử dụng y nguyên những từ vựng đã sử dụng trong văn bản. Do đó, để tìm ra nghĩa cụm từ có ý nghĩa tương tự, bạn phải biết những từ gần nghĩa.

49-50

🔍 문제분석 Phân tích đề thi

※[49~50] 다음을 읽고 물음에 답하십시오. 각 2점

우리 회사 지하에는 운동하는 방, 책을 읽는 방, 낮잠을 자는 방, 이야기하는 방이 있습니다. 이 방들은 점심시간에만 문을 엽니다. 우리 회사 사람들은 이곳을 좋아합니다. 이 방에 가고 싶은 사람들은 (㉠   ) 바로 지하로 갑니다. <u>식사 후에</u> 짧은 시간 동안 하고 싶은 것을 할 수 있기 때문입니다.

49 ㉠에 들어갈 알맞은 말을 고르십시오.

① 책을 읽고　　　　　② 잠을 자고

③ 일을 하고　　　　　④ 밥을 먹고

50 이 글의 내용과 같은 것을 고르십시오.

① 우리 회사 식당은 지하에 있습니다.

② 우리 회사에서는 낮잠을 잘 수 없습니다.

③ 우리 회사 지하에 있는 방은 인기가 많습니다.

④ 우리 회사 사람들은 저녁에 지하에서 운동합니다.

① 지하 ▷ 운동, 책, 낮잠, 이야기 방

② 낮잠을 자는 방 ▷ 낮잠을 잘 수 있습니다

④ 지하 방은 점심시간만 문을 엽니다

〈TOPIK 41회 읽기 [49~50]〉

• 지하　Tầng hầm
• 방　Căn phòng
• 낮잠　Giấc ngủ trưa
• 점심시간　Giờ trưa
• 문을 열다　Mở cửa
• 이곳　Nơi này/đây
• 동안　trong(một khoảng thời gian hoặc sự kiện nào đó)
• 때문　Bởi vì

49

㉠ 뒤에 있는 문장을 살펴보면 '식사 후에' 하고 싶은 것을 할 수 있다고 했습니다. 따라서 정답은 ④입니다.
Trong câu sau ㉠, người viết cho biết có thể làm điều mình muốn '식사 후에(sau khi ăn cơm)'. Do đó, đáp án đúng là ④.

50

회사 지하에는 <u>운동하기, 책 읽기, 낮잠 자기, 이야기하기를 할 수 있는 방</u>이 있습니다. 회사 식당에 대한 이야기는 없습니다. '우리 회사 사람들은 이곳을 좋아합니다'라고 했으므로 <u>인기가 많다는 것</u>을 알 수 있습니다. 따라서 정답은 ③입니다.
Dưới tầng hầm của công ty có một căn phòng để có thể tập thể dục, đọc sách, ngủ trưa và trò chuyện. Đoạn văn không đề cập đến nhà ăn của công ty. Dựa vào câu: "우리 회사 사람들은 이곳을 좋아합니다", chúng ta có thể hiểu căn phòng này được yêu thích. Do đó, đáp án đúng là ③.

※[49~50] 다음을 읽고 물음에 답하십시오. 각 2점

> 학교 앞에 새 미용실이 문을 열었습니다. 이 미용실에는 (㉠). 손님이 오면 주인이 인사하기 전에 먼저 고양이가 인사합니다. 그리고 머리를 하는 동안 고양이와 함께 즐거운 시간을 보낼 수 있습니다. 이 미용실은 고양이 때문에 인기가 많습니다.

- 미용실 Tiệm uốn tóc
- 고양이 Mèo
- 머리를 하다 Làm tóc
- 시간을 보내다 Trải qua thời gian
- 오래되다 Lâu

49 ㉠에 들어갈 알맞은 말을 고르십시오.

① 손님이 별로 없습니다　② 기다리는 시간이 깁니다

③ 고양이 직원이 있습니다　④ 주인이 인사하지 않습니다

49

㉠ 뒤에 있는 문장을 살펴보면 미용실에서 손님에게 인사하고, 손님들과 놀아 주는 '고양이'에 대한 내용이 나옵니다. 따라서 정답은 ③입니다.

Nội dung của câu sau ㉠ nói về '고양이' chào khách, chơi với khách. Do đó, đáp án đúng là ③.

50 이 글의 내용과 같은 것을 고르십시오.

① 이 미용실은 오래되었습니다.

② 고양이는 미용실 주인보다 친절합니다.

③ 머리를 할 때에는 고양이를 볼 수 없습니다.

④ 이 미용실은 고양이가 있어서 손님이 많습니다.

50

새 미용실이 문을 열었습니다. 고양이는 손님에게 미용실 주인보다 먼저 인사하고, 머리를 하는 동안 놀아 줍니다. '이 미용실은 고양이 때문에 인기가 많습니다'라고 했으므로 고양이를 보려고 오는 손님이 많다는 것을 알 수 있습니다. 따라서 정답은 ④입니다.

Tiệm uốn tóc mới vừa khai trương. Con mèo chào khách hàng trước chủ tiệm, và chơi với khách hàng trong khi họ làm tóc. Tiệm uốn tóc này nổi tiếng nhờ con mèo. Dựa vào câu "이 미용실은 고양이 때문에 인기가 많습니다.", chúng ta có thể biết được rất nhiều khách hàng đến xem con mèo. Do đó, đáp án đúng là ④.

49-50

※[49~50] 다음을 읽고 물음에 답하십시오. 각 2점

> 저는 지금 학교 앞에서 오빠와 같이 살고 있습니다. 우리 집은 오래됐지만 방도 넓고, 화장실도 깨끗합니다. 저는 (㉠) 정말 편합니다. 하지만 오빠는 회사가 멀어서 매일 한 시간씩 버스를 탑니다. 그래서 졸업한 후에는 오빠 회사 근처로 이사를 하려고 합니다.

49 ㉠에 들어갈 알맞은 말을 고르십시오.

① 새 집이라서   ② 졸업을 해서
③ 학교가 가까워서   ④ 버스를 타야 해서

50 이 글의 내용과 같은 것을 고르십시오.

① 저는 학교 앞에서 살고 싶습니다.
② 오빠는 버스를 타고 회사에 갑니다.
③ 저는 오빠 집 근처에 살고 있습니다.
④ 우리 집은 좁아도 화장실이 깨끗합니다.

오빠 Anh trai (đối với em gái) | **집** Nhà | **방** Căn phòng

51-52

감기	Cảm cúm	Danh từ	감기에 걸려서 열이 납니다. Tôi bị cảm cúm nên bị sốt.
과일	Hoa quả	Danh từ	여름에는 수박, 포도 같은 과일을 많이 먹습니다. Vào mùa hè, chúng ta ăn nhiều hoa quả như dưa hấu, nho.
내용	Nội dung	Danh từ	이 책의 내용은 재미있습니다. Nội dung của cuốn sách này rất thú vị.
마지막	Cuối cùng	Định từ	마지막 사람이 문을 닫았습니다. Người cuối đã đóng cửa.
방법	Phương pháp	Danh từ	공부를 잘 하는 방법을 알고 싶습니다. Tôi muốn biết làm cách nào để học giỏi.
순서	Thứ tự/ trình tự	Danh từ	요리하는 순서가 중요합니다. Trong nấu ăn, trình tự rất quan trọng.
이유	Lý do	Danh từ	민수 씨가 학교에 안 온 이유를 알고 싶습니다. Tôi muốn biết lý do anh Min Su không đến trường.
차	Trà	Danh từ	저는 자기 전에 따뜻한 차를 마십니다. Trước khi ngủ, tôi uống trà nóng.
나가다	Đi ra	Động từ	수업이 끝나서 교실에서 나갑니다. Lớp học kết thúc nên tôi ra khỏi lớp học.
돌아오다	Trở về/trở lại	Động từ	고향에 가면 한 달 후에 서울에 돌아옵니다. Nếu về quê, một tháng nữa, tôi sẽ trở lại Seoul.
들어오다	Đi vào/bước vào	Động từ	동생이 제 방에 들어옵니다. Em tôi bước vào phòng tôi.
떠나다	Rời khỏi	Động từ	저는 내일 여행을 떠납니다. Ngày mai, tôi đi du lịch.
사용하다	Sử dụng	Động từ	화장실을 깨끗하게 사용해야 합니다. Bạn phải sử dụng nhà vệ sinh sạch sẽ.

신청하다	Xin phép/ đề nghị	Động từ	저는 몸이 아파서 회사에 휴가를 신청했습니다. Tôi bị ốm nên đã xin nghỉ phép ở công ty.
씻다	Rửa	Động từ	비누로 손을 씻습니다. Tôi rửa tay bằng xà phòng.
예약하다	Đặt trước	Động từ	저는 고향으로 갈 비행기 표를 예약했습니다. Tôi đã đặt vé máy bay về quê.
이용하다	Sử dụng	Động từ	저는 책을 빌릴 때 학교 도서관을 이용합니다. Khi mượn sách, tôi sử dụng thư viện của trường.
조심하다	Thận trọng	Động từ	문제를 풀 때 틀리지 않게 조심하십시오. Khi giải đề, hãy thận trọng để không làm sai!
지나가다	Đi qua	Động từ	그 버스는 학교 앞을 지나갑니다. Xe buýt đó đi ngang qua trường.
지키다	Giữ	Động từ	건강을 지키려면 운동을 해야 합니다. Muốn giữ sức khỏe, bạn phải tập thể dục.
건강하다	Khỏe mạnh	Tính từ	우리 형은 운동을 해서 아주 건강합니다. Anh trai tôi tập thể dục nên rất khỏe mạnh.
괜찮다	Không sao	Tính từ	가: 늦게 와서 미안합니다. / 나: 괜찮습니다. A: Xin lỗi vì tôi đã đến muộn./ B: Không sao ạ.
중요하다	Quan trọng	Tính từ	무엇보다 건강이 중요합니다. Sức khỏe là quan trọng hơn cả.
필요하다	Cần	Động từ	다른 나라로 여행을 가려면 비자가 필요합니다. Muốn đi đến quốc gia khác, chúng ta cần visa.
모두	Tất cả	Danh từ/ trạng từ	책을 모두 읽어서 더 읽을 책이 없습니다. Tôi đã đọc hết sách nên không còn cuốn sách nào để đọc nữa.

A-(으)ㄴ데 V-는데	**1.** 뒤 내용에 대한 상황이나 배경을 설명할 때 사용합니다. 명사일 때는 'N인데'를 사용합니다. Sử dụng để giải thích tình huống hoặc bối cảnh của nội dung sau đó. Khi trước đó là một danh từ, chúng ta sử dụng 'N인데'. 예 공부를 하는데 전화가 왔습니다. Khi đang học, tôi nhận được một cuộc điện thoại. 제 고향은 부산인데 바다가 아름다운 곳입니다. Quê tôi ở Busan, đó là nơi biển rất đẹp. **2.** 뒤 내용에 대한 이유를 말할 때 사용합니다. 'A/V-(으)니까'와 비슷한 표현입니다. 뒤의 내용은 주로 명령 '-(으)십시오, -(으)세요', 청유 '-(으)ㅂ시다, -(으)ㄹ까요?' 등을 사용합니다. Sử dụng khi giải thích lý do cho nội dung sau đó. Nó tương tự với cấu trúc 'A/V-(으)니까'. Nội dung sau đó chủ yếu được trình bày ở dạng cầu khiến như '-(으)십시오, -(으)세요', '-(으)ㅂ시다, -(으)ㄹ까요?', vv. 예 여기는 사람이 많은데 다른 곳으로 갈까요? Có rất nhiều người ở đây, chúng ta đi nơi khác nhé? 비가 오는데 여행을 취소하세요. Trời mưa, anh hủy chuyến du lịch đi! **3.** 앞과 뒤의 내용이 반대나 대조일 때 사용합니다. 'A/V-지만'과 비슷한 표현입니다. Sử dụng khi nội dung trước và sau đối lập hoặc tương phản với nhau. Đây là cấu trúc tương tự với 'A/V-지만'. 예 집 안은 따뜻한데 밖은 춥습니다. Bên trong nhà thì ấm, nhưng bên ngoài thì lạnh. 김치를 좋아하는데 매워서 조금만 먹었습니다. Tôi thích kimchi, nhưng nó cay nên tôi ăn ít thôi.
V-(으)려고	어떤 행동을 하는 목적을 나타냅니다. Diễn đạt mục đích của một hành động nào đó. 예 대학에 가려고 한국어를 배웁니다. Tôi đang học tiếng Hàn để vào đại học.
A/V-거나	앞의 것이나 뒤의 것 중에서 하나를 선택할 때 사용합니다. 명사일 때는 'N(이)나'를 사용합니다. Sử dụng khi lựa chọn một trong cái trước hoặc cái sau. Đối với danh từ, chúng ta sử dụng 'N(이)나' 예 주말에는 친구를 만나거나 집에서 쉽니다. Cuối tuần, tôi gặp gỡ bạn bè hoặc nghỉ ngơi ở nhà. 아침에 우유나 커피를 마십니다. Tôi uống sữa hoặc cà phê vào buổi sáng.

51-52

📖 유형분석 Phân tích dạng đề

글을 읽고 물음에 답하는 문제입니다. 5~6문장으로 나오는 지문을 읽고 두 개의 문제를 풀게 됩니다. 무엇에 대해 설명하는 내용의 글이 출제되며, '-(으)ㄹ 수 있다/없다, -(으)면 되다, -아/어야 하다/되다' 등의 표현이 자주 나옵니다.

글을 읽기 전에 51번의 선택지부터 확인하는 것이 좋습니다. 그러고 나서 글 전체를 읽으면서 대략적인 내용을 파악해야 52번 문제를 풀 수 있습니다.

Đây là dạng đề đọc văn bản và trả lời câu hỏi. Bạn sẽ đọc văn bản bao gồm 5, 6 câu và giải quyết 2 vấn đề. Nội dung của văn bản thường là giải thích về một cái gì đó, và các cấu trúc ngữ pháp thường gặp là '-(으)ㄹ 수 있다/없다, -(으)면 되다, -아/어야 하다/되다', vv.

Trước khi đọc văn bản, bạn nên đọc các đáp án của câu 51. Sau đó, để có thể giải đề câu 52, bạn phải vừa đọc toàn bộ văn bản, vừa nắm bắt đại ý.

---

51 ㉠에 들어갈 알맞은 말 고르기

㉠에 들어갈 표현을 찾는 문제입니다. 따라서 특히 ㉠의 앞뒤 문장을 잘 읽어 보면 답을 쉽게 찾을 수 있습니다.

선택지는 주로 하나의 단어가 4개의 문법 표현으로 나오거나 4개의 단어가 하나의 문법 표현으로 나옵니다. '먹지만, 먹거나, 먹는데, 먹으면'과 같이 '먹다' 하나의 단어가 4개의 문법 표현으로 나오는 경우에는 단어의 의미보다는 문법 표현의 기능을 파악하는 것이 중요합니다. 반면에 '기차가 지나가서, 기차를 기다려서, 기차역에 내려서, 기차역에 돌아와서'와 같이 4개의 단어가 '-아/어서' 하나의 문법 표현으로 나오는 경우에는 단어의 의미를 파악하여 적절한 단어를 선택해야 합니다.

51 Chọn cụm từ thích hợp điền vào ㉠

Đây là dạng đề tìm cụm từ thích hợp điền vào ㉠. Do đó, nếu đọc kỹ câu trước và câu sau của ㉠, bạn có thể dễ dàng tìm được đáp án đúng.

Thông thường, các đáp án 1 từ vựng được trình bày dưới 4 cấu trúc ngữ pháp, hoặc 4 từ vựng được trình bày dưới 1 cấu trúc ngữ pháp. Nếu 1 từ vựng được trình bày dưới 4 cấu trúc ngữ pháp khác nhau, ví dụ như '먹다' được trình bày dưới 4 cấu trúc ngữ pháp là '먹지만', '먹거나', '먹는데' và '먹으며', thì bạn cần nắm bắt kỹ năng của các dạng ngữ pháp đó thay vì ý nghĩa của từ vựng. Ngược lại, nếu 4 từ vựng khác nhau được trình bày dưới cùng 1 cấu trúc ngữ pháp, ví dụ cấu trúc ngữ pháp '-아/어서' được trình bày với 4 từ vựng khác nhau như '기차가 지나가서', '기차를 기다려서', '기차역에 내려서' và '기차역에 돌아와서', bạn cần nắm bắt ý nghĩa của từ vựng để chọn từ vựng thích hợp.

---

52 무엇에 대한 이야기인지 맞는 것 고르기

전체적인 내용을 잘 읽고 무엇에 대한 글인지 맞는 것을 고르는 문제입니다. 일반적으로 첫 문장에서 전체적인 내용에 대한 화제를 제시합니다. 그리고 '물건을 사용하는 방법, 건강이 나빠지는 이유, 공공시설의 서비스 내용, 한국에서 갈 수 있는 관광지, 행사에서 할 수 있는 일, 음식을 만드는 순서 등'과 같은 화제에 대한 구체적인 내용이 나옵니다. 그렇기 때문에 먼저 글의 화제를 찾고 전체적인 내용이 그 화제에 대해 무엇을 말하고 있는지 선택지에서 찾아야 합니다. 선택지에서 부분적인 내용을 오답으로 사용하기 때문에 전체적인 내용을 설명하는 표현을 찾는 것이 중요합니다.

52 Chọn chủ đề của văn bản

Đây là dạng đề đọc toàn bộ nội dung và chọn câu mô tả đúng nhất nội dung của văn bản đó. Nhìn chung, câu đầu tiên, trình bày nội dung tổng thể của cả văn bản đó. Và nội dung cụ thể của văn bản thường nói các chủ đề như 'cách sử dụng đồ đạc, lý do sức khỏe kém đi, nội dung của các dịch vụ trong các cơ quan công cộng, các địa điểm du lịch có thể tham quan ở Hàn Quốc, thứ tự làm món ăn', vv Vì vậy, trước tiên, bạn nên tìm hiểu chủ đề của văn bản là gì, sau đó mới đọc các đáp án xem toàn bộ nội dung của văn bản nói gì về chủ đề đó. Vì trong các đáp án có chứa đáp án sai nên việc quan trọng là bạn phải tìm ra từ ngữ giải thích nội dung của toàn bộ văn bản.

51-52

기출문제 Questions of Previous Tests

※[51~52] 다음을 읽고 물음에 답하십시오.

> 겨울에 기차를 타고 떠나는 '눈꽃 여행'이 있습니다. '눈꽃 여행'은 (㉠) 즐거운 시간을 보내고 다음 역으로 가는 여행입니다. 첫 번째 역에서 <u>내리면</u> 눈길을 산책하고 얼음낚시를 합니다. <u>다음 역</u>에서는 눈사람을 만듭니다. 그리고 마지막 역에서는 따뜻한 차를 마십니다.

51 ㉠에 들어갈 알맞은 말을 고르십시오. **3점**

① 기차가 지나가서 　② 기차를 기다려서

③ 기차역에 내려서 　④ 기차역에 돌아와서

52 무엇에 대한 이야기인지 고르십시오. **2점**

① 기차 안에서 볼 수 있는 것

② 기차를 다시 탈 수 있는 곳

③ 눈꽃 여행을 갈 수 있는 날

④ 눈꽃 여행에서 할 수 있는 일

〈TOPIK 37회 읽기 [51~52]〉

• 겨울 Mùa đông
• 눈꽃 여행 Du lịch hoa tuyết
• 역 Ga
• 내리다 Xuống
• 눈길 Con đường phủ tuyết
• 산책하다 Đi dạo
• 얼음낚시 Câu cá trên băng
• 눈사람 Người tuyết

51

세 번째 문장을 보면 '첫 번째 역에 내리면'이라는 내용이 나옵니다. 그리고 이어서 다음 역과 마지막 역에서 하는 일도 설명합니다. 즉 '눈꽃 여행'은 기차역마다 내려서 즐거운 시간을 보내는 여행입니다. 따라서 ㉠에 들어갈 정답은 ③입니다.

Nội dung của câu thứ 3 là '첫 번째 역에서 내리면'. Câu tiếp theo giải thích những việc diễn ra ở ga tiếp theo và ga cuối cùng. Nói cách khác, '눈꽃 여행' là một chuyến đi mà bạn có thể xuống ở mỗi ga xe lửa để có một khoảng thời gian thưởng ngoạn phong cảnh. Do đó, ③ là đáp án đúng cần điền vào ㉠.

52

눈꽃 여행을 가면 눈길을 산책하고 얼음낚시를 하고, 눈사람을 만들고, 따뜻한 차를 마실 수 있습니다. 즉 눈꽃 여행에서 할 수 있는 일을 설명하고 있습니다. 따라서 정답은 ④입니다.

Khi đi 'du lịch hoa tuyết', bạn có thể đi dạo trên con đường tuyết, đi câu cá trên băng, làm người tuyết và uống trà nóng. Nghĩa là, đoạn văn này giải thích những gì bạn có thể làm trong chuyến du lịch hoa tuyết. Do đó, đáp án đúng là ④.

※[51~52] 다음을 읽고 물음에 답하십시오.

요즘 감기에 걸린 사람들이 많은데 <u>감기는 걸리기 전에 조심해야 합니다.</u> 밖에 나갔다가 집에 들어오면 손과 발을 깨끗하게 씻어야 합니다. 과일을 많이 먹는 것도 좋습니다. 제일 중요한 것은 몸을 따뜻하게 해 주는 것입니다. 따뜻한 물을 (㉠) 목도리를 하면 목을 건강하게 지킬 수 있습니다.

- 걸리다 Mắc(bệnh)
- 사람 Người
- 밖 Bên ngoài
- 손 Bàn tay
- 발 Bàn chân
- 제일 Nhất
- 몸 Thân thể
- 물 Nước
- 목도리를 하다 Quàng khăn
- 목 Cổ

51 ㉠에 들어갈 알맞은 말을 고르십시오. 3점

① 마시거나　　　　② 마시니까
③ 마시려고　　　　④ 마시지만

51

㉠이 있는 문장을 살펴보면 '따뜻한 물을 마시다'와 '목도리를 하다'를 하면 '목을 건강하게 지킬 수 있습니다'라고 합니다. 이 표현을 통해 ㉠에는 목을 건강하게 지키기 위해 선택할 수 있는 방법을 나열할 때 사용하는 '-거나'가 들어가는 것을 알 수 있습니다. 따라서 ㉠에 들어갈 정답은 ①입니다.
Câu có ㉠ sử dụng những cụm từ như '따뜻한 물을 마시다', '목도리를 하면 목을 건강하게 지킬 수 있습니다'. Dựa vào các cụm từ này, bạn có thể biết được nội dung điền vào ㉠ sử dụng '거나' khi liệt kê các phương pháp có thể lựa chọn để giữ ấm cổ. Do đó, đáp án đúng cho ㉠ là ①.

52 무엇에 대한 이야기인지 맞는 것을 고르십시오. 2점

① 몸을 지키는 순서　　② 감기에 좋은 음식
③ 몸을 따뜻하게 하는 이유　　④ 감기에 걸리지 않는 방법

52

감기는 걸리기 전에 조심해야 하니까 손과 발을 깨끗하게 씻고, 과일을 많이 먹고, 몸을 따뜻하게 해 주고, 따뜻한 물을 마시거나 목도리를 해야 합니다. 즉 감기에 걸리지 않는 방법을 설명하고 있습니다. 따라서 정답은 ④입니다.
Chúng ta chú ý kẻo bị cảm cúm, cho nên phải rửa tay chân sạch sẽ, ăn nhiều hoa quả, giữ ấm cơ thể, uống nước ấm hoặc quàng khăn. Nói cách khác, văn bản này giải thích cách để không bị cảm lạnh. Vì vậy, câu trả lời là ④.

51-52

※[51~52] 다음을 읽고 물음에 답하십시오.

> 1345는 외국인의 한국 생활을 도와주는 안내 전화입니다. 이 전화는 한국에서 생활하고 있는 외국인들이 모두 이용할 수 있습니다. 한국 생활에서 필요한 정보가 있으면 1345에 (㉠). 한국어를 몰라도 괜찮습니다. 은행이나 우체국 이용 방법을 친절하게 가르쳐 줍니다. 비자를 신청하는 방법도 확인할 수 있습니다.

51 ㉠에 들어갈 알맞은 말을 고르십시오. 3점

① 갈 수 있습니다   ② 보낼 수 있습니다
③ 예약할 수 있습니다   ④ 물어볼 수 있습니다

52 무엇에 대한 이야기인지 맞는 것을 고르십시오. 2점

① 비자를 신청하는 방법   ② 외국인과 한국인 비교
③ 1345 전화의 서비스 내용   ④ 1345 전화를 사용하는 사람

외국인 Người nước ngoài | **생활** Cuộc sống | **도와주다** Giúp đỡ | **정보** Thông tin | **한국어** Tiếng Hàn | **은행** Ngàn hàng | **우체국** Bưu điện | **비자** Visa | **확인하다** Kiểm tra/xác nhận | **보내다** Gửi | **물어보다** Hỏi | **서비스** Dịch vụ

53-54

✏️ **오늘의 어휘** Từ vựng của ngày hôm nay

날	Ngày	Danh từ	일요일은 학교에 안 갑니다. 쉬는 날입니다. Tôi không đi học vào chủ nhật. Đó là ngày nghỉ.
모양	Hình dạng	Danh từ	저와 동생은 머리 모양이 다릅니다. Em tôi và tôi có kiểu tóc khác nhau.
색깔	Màu sắc	Danh từ	옷 색깔이 예쁩니다. Màu sắc của quần áo rất đẹp.
어른	Người lớn	Danh từ	어른을 만나면 먼저 인사해야 합니다. Khi gặp người lớn, bạn phải chào hỏi trước.
얼굴	Gương mặt	Danh từ	제 여동생은 얼굴이 예쁩니다. Em gái tôi có gương mặt đẹp.
흰색	Trắng	Danh từ	제 남자 친구는 흰색이 잘 어울립니다. Bạn trai của tôi hợp với màu trắng.
또	Lại	Trạng từ	어제 입은 옷을 오늘 또 입습니다. Hôm nay, tôi mặc lại bộ quần áo đã mặc hôm qua.
특히	Đặc biệt	Trạng từ	저는 운동을 좋아합니다. 특히 축구를 좋아합니다. Tôi thích thể dục thể thao. Đặc biệt, tôi thích bóng đá.
항상	Luôn luôn	Trạng từ	저는 공부할 때 항상 음악을 듣습니다. Khi học bài, tôi luôn nghe nhạc.
다니다	Đi	Động từ	아버지는 회사에 다닙니다. Bố tôi làm việc ở công ty.
벗다	Cởi	Động từ	집에 들어갈 때에는 신발을 벗습니다. Khi bước vào nhà, tôi cởi giày.
생각하다	Suy nghĩ	Động từ	내일 할 일을 생각하고 있습니다. Tôi đang nghĩ về những việc ngày mai tôi phải làm.
올라가다	Đi lên	Động từ	주말마다 산에 올라갑니다. Tôi leo núi vào mỗi cuối tuần.

웃다	Cười	Động từ	웃는 얼굴이 예쁩니다. Gương mặt tươi là gương mặt đẹp.
태어나다	Sinh ra	Động từ	저는 서울에서 태어났습니다. Tôi sinh ra tại Seoul.
노랗다	Vàng	Tính từ	그 옷은 색깔이 노랗습니다. Màu của quần áo là màu vàng.
비슷하다	Tương tự	Tính từ	저와 제 동생은 얼굴이 비슷합니다. Tôi và em tôi có gương mặt tương tự nhau.
빨갛다	Đỏ	Tính từ	가을에는 단풍의 색이 빨갛습니다. Vào mùa thu, lá phong có màu đỏ.
하얗다	Trắng	Tính từ	어젯밤에 하얀 눈이 많이 내렸습니다. Đêm qua, tuyết trắng rơi rất nhiều.
둘	Hai	Số từ	하나, 둘, 셋, 넷, 다섯, 여섯, 일곱, 여덟, 아홉, 열 Một, hai, ba, bốn, năm, sáu, bảy, tám, chín, mười
다	Tất cả	Danh từ/ trạng từ	가: 숙제 다 했습니까? / 나: 네, 다 했습니다. A: Bạn đã làm xong bài tập về nhà chưa? / B: Vâng, tôi làm xong rồi.
화가 나다	Nổi giận		저는 친구가 약속 시간에 늦어서 화가 났습니다. Tôi nổi giận vì bạn tôi trễ hẹn.
화를 내다	Nổi giận		제가 숙제를 안 해서 선생님께서 화를 내셨습니다. Vì tôi không làm bài tập về nhà nên thầy(cô) giáo đã nổi giận.

께 께서	1. '께'는 '에게'의 높임 표현으로 어떤 행동을 받는 대상이 윗사람일 때 사용합니다. '주다, 보내다, 연락하다, 전화하다, 질문하다' 등의 높임 표현인 '드리다, 보내 드리다, 연락드리다, 전화드리다, 질문드리다' 등과 자주 사용합니다. *'께' là kính ngữ của '에게', được sử dụng khi người tiếp nhận một hành động nào đó là người bề trên. Nó thường được sử dụng với các động từ như '드리다', '보내 드리다', '연락드리다', '전화드리다', '질문드리다', là các từ khiêm nhượng của '주다', '보다', '연락하다', '전화하다', '질문하다', vv.* 예 저는 부모님께 선물을 드렸습니다. *Tôi đã biếu quà cho bố mẹ.* 2. '께서'는 '이/가'의 높임 표현으로 문장의 주어를 나타냅니다. *'께서' là kính ngữ của '이/가', diễn đạt danh từ đứng trước là chủ ngữ của câu.* 예 부모님께서 저에게 선물을 주셨습니다. *Bố mẹ tôi đã tặng quà cho tôi.*
A-아/어지다	점점 그렇게 변함을 나타냅니다. *Diễn đạt sự thay đổi như vậy một cách từ từ.* 예 봄이 되면 날씨가 따뜻해집니다. *Khi mùa xuân đến, thời tiết trở nên ấm áp hơn.*
V-아/어 보다	어떤 일을 한번 시도하거나 경험한 적이 있음을 나타냅니다. *Diễn đạt sự thử nghiệm hoặc trải nghiệm một việc nào đó.* 예 그 사람을 한번 만나 보겠습니다. *Tôi sẽ thử gặp người đó một lần.* 저는 명동에 여러 번 가 봤습니다. *Tôi đã từng đến Myeongdong vài lần.*

53-54

글을 읽고 물음에 답하는 문제입니다. 4~6문장으로 나오는 지문을 읽고 두 개의 문제를 풀게 됩니다. 앞의 문제보다 단어의 난이도가 높아지며, 글의 핵심 내용은 마지막 문장에 위치합니다.

글을 읽기 전에 53번의 선택지부터 확인하는 것이 좋습니다. 그러고 나서 글 전체를 읽으면서 대략적인 내용을 파악해야 합니다. 54번 문제는 선택지와 글의 내용을 비교해 가면서 문제를 푸는 것이 효율적입니다.

Đây là dạng đề đọc văn bản và trả lời câu hỏi. Trong dạng đề này, bạn sẽ đọc một văn bản bao gồm 4-6 câu và giải quyết 2 vấn đề. So với các đề trước, trong đề này, độ khó của từ vựng cũng cao hơn, và nội dung trọng tâm của văn bản thường nằm ở câu cuối cùng.

Trước khi đọc văn bản, bạn nên đọc đáp án từ câu 53 trở đi. Sau đó, bạn phải vừa đọc toàn bộ văn bản vừa nắm bắt đại ý. Đối với câu 54, sẽ hiệu quả hơn nếu bạn so sánh các đáp án với nội dung văn bản.

53 ㉠에 들어갈 알맞은 말 고르기

'㉠에 들어갈 표현을 찾는 문제입니다. 따라서 특히 ㉠의 앞뒤 문장을 잘 읽어 보면 답을 쉽게 찾을 수 있습니다.

선택지는 주로 하나의 단어가 4개의 문법 표현으로 나오거나 4개의 단어가 하나의 문법 표현으로 나옵니다. '먹지만, 먹거나, 먹는데, 먹으면'과 같이 '먹다' **하나의 단어가 4개의 문법 표현으로 나오는 경우에는 단어의 의미보다는 문법 표현의 기능을 파악**하는 것이 중요합니다. 반면에 '기차가 지나가서, 기차를 기다려서, 기차역에 내려서, 기차역에 돌아와서'와 같이 **4개의 단어가 '-아/어서' 하나의 문법 표현으로 나오는 경우에는 단어의 의미를 파악**하여 적절한 단어를 선택해야 합니다.

53 Chọn cụm từ thích hợp điền vào ㉠

Đây là dạng đề tìm nhóm từ điền vào ㉠. Do đó, nếu đọc kỹ câu trước và câu sau của ㉠, bạn có thể dễ dàng tìm ra đáp án đúng.

Thông thường, trong các đáp án, 1 từ vựng được trình bày dưới 4 cấu trúc ngữ pháp khác nhau hoặc 4 từ vựng được trình bày dưới cùng một cấu trúc ngữ pháp. Nếu 1 từ vựng được diễn đạt dưới 4 cấu trúc ngữ pháp, ví như 먹다 được diễn đạt thành '먹지만', '먹거나', '먹는데' và '먹으며', bạn cần nắm bắt kỹ năng ngữ pháp thay vì ý nghĩa của từ vựng. Ngược lại, nếu 4 từ vựng được diễn đạt dưới cùng một cấu trúc ngữ pháp, ví dụ như '기차가 지나가서', '기차를 기다려서', '기차역에 내려서' và '기차역에 돌아와서' được điền đạt dưới cùng 1 cấu trúc ngữ pháp là '-아/어서', thì bạn cần biết ý nghĩa của từ vựng để lựa chọn từ vựng thích hợp.

54 글의 내용과 같은 것 고르기

전체적인 내용을 잘 읽고 같은 내용을 찾아야 합니다. 글을 읽으면서 해당되는 선택지가 맞는지 틀리는지 판단해야 합니다. **글의 내용과 선택지를 잘 비교해 가며 관련이 없는 내용을 하나씩 지워 나가면 답을 찾을 수 있습니다.** 그리고 선택지에 나오는 표현들은 글에 있는 표현을 그대로 사용하지 않는 경우도 있기 때문에 **유사한 단어들을 알고 있어야 같은 의미를 찾아내기가 쉽습니다.**

54 Chọn đáp án có cùng nội dung với văn bản

Bạn nên đọc kỹ toàn bộ văn bản và tìm nội dung giống nhau. Bạn phải vừa đọc văn bản, vừa phán đoán đáp án nào đúng, đáp án nào sai. Khi so sánh nội dung của văn bản với các đáp án, xóa từng nội dung không liên quan, bạn có thể tìm ra đáp án đúng. Cũng có trường hợp đáp án không sử dụng y nguyên những từ vựng đã sử dụng trong văn bản. Do đó, để tìm ra cụm từ có nghĩa tương tự, bạn cần biết những từ gần nghĩa.

문제분석 Phân tích đề thi

기출문제 Đề thi trước đây

※[53~54] 다음을 읽고 물음에 답하십시오.

> 저와 제 여동생은 <u>같은 날 태어났습니다</u>. 우리는 얼굴이 아주 비슷합니다. 머리색과 머리 모양도 같습니다. 또 청바지와 흰색 티셔츠를 좋아하는 것도 똑같습니다. 그리고 둘 다 작은 일에도 잘 웃습니다. (그래서) 많은 사람들이 (㉠) 동생으로 생각합니다.

53 ㉠에 들어갈 알맞은 말을 고르십시오. `2점`

① 저를 봐서
② 저를 보면
③ 저를 보거나
④ 저를 보니까

54 이 글의 내용과 같은 것을 고르십시오. `3점`

① 저와 여동생은 잘 웃지 않습니다.
② 저와 여동생은 머리 색깔이 다릅니다.
③ 저와 여동생은 태어난 날이 같습니다.
④ 저와 여동생은 청바지를 잘 입지 않습니다.

> ① 작은 일에도 잘 웃습니다
> ② 머리색과 머리 모양도 같습니다
> ④ 청바지와 흰색 티셔츠를 좋아합니다

〈TOPIK 36회 읽기 [53~54]〉

- 여동생 Em gái
- 머리색 Màu tóc
- 청바지 Quần jean
- 티셔츠 Áo phông
- 똑같다 Giống

53

㉠이 있는 문장을 살펴보면 '많은 사람들이, 동생으로 생각합니다'라고 합니다. 이 표현을 통해 ㉠에는 '저'를 동생으로 생각하는 <u>조건이나 가정을 나타내는 '-(으)면'</u>이 들어가는 것을 알 수 있습니다. 따라서 ㉠에 들어갈 정답은 ②입니다.

Câu có ㉠ sử dụng những cụm từ 'Nhiều người, được coi là em trai'. Dựa vào đây, chúng ta có thể biết chi tiết cần điền vào ㉠ là '-(으)면' - cấu trúc ngữ pháp diễn đạt điều kiện hoặc giả định rằng 'tôi' được coi là em trai. Do đó, đáp án đúng là ②.

54

'저'와 여동생은 태어난 날, 얼굴, 머리색, 머리 모양, 청바지와 흰색 티셔츠를 좋아하는 것, 잘 웃는 것이 같습니다. 따라서 정답은 ③입니다.

'Tôi' và em gái có cùng ngày tháng năm sinh, khuôn mặt, màu tóc, kiểu tóc, thích quần jean, áo phông trắng và hay cười. Vì vậy, đáp án đúng là ③.

※[53~54] 다음을 읽고 물음에 답하십시오.

> 저는 모자 쓰기를 좋아해서 항상 모자를 쓰고 다닙니다. 오늘도 모자를 쓰고 길을 가는데 할아버지를 만났습니다. 제가 인사를 하니까 할아버지께서 화를 내셨습니다. 한국에서는 어른 앞에서 인사할 때 (㉠) 때문입니다. 그래서 저는 앞으로 모자를 벗고 인사할 겁니다.

- 모자 Mũ
- 쓰다 Đội
- 길 Con đường
- 할아버지 Ông/ông cụ
- 만나다 Gặp gỡ
- 싫어지다 Không thích

53 ㉠에 들어갈 알맞은 말을 고르십시오. 2점

① 모자가 예쁘기　　② 모자를 좋아하기
③ 모자를 써야 하기　④ 모자를 벗어야 하기

53

할아버지께서 화를 내신 이유를 설명하기 위해 어른 앞에서 인사할 때 어떻게 해야 하는지를 파악해야 합니다. ㉠의 앞 문장에서 할아버지는 '제'가 모자를 쓰고 인사하니까 화를 내셨고, 뒤 문장에서 '저'는 앞으로 모자를 벗고 인사할 거라고 합니다. 그러므로 ㉠에는 모자를 벗는다는 내용이 들어가야 합니다. 따라서 정답은 ④입니다.
Để giải thích lý do tại sao ông cụ nổi giận, bạn cần tìm hiểu cách chào hỏi người lớn. Trong câu trước ㉠, ông cụ tức giận vì 'tôi' đội mũ khi chào, và trong câu sau, 'tôi' nói sẽ cởi mũ khi chào. Vì vậy, nội dung của ㉠ là 'cởi mũ'. Do đó, đáp dán đúng là ④.

54 이 글의 내용과 같은 것을 고르십시오. 3점

① 인사를 할 때 모자가 필요합니다.
② 저는 앞으로 모자 쓰기가 싫어졌습니다.
③ 저는 할아버지께 인사를 하지 않았습니다.
④ 할아버지께서 모자 때문에 화가 나셨습니다.

54

인사를 할 때 모자를 벗어야 하는데, '저'는 모자를 쓰고 할아버지께 인사를 했습니다. 할아버지께서는 모자 때문에 화를 내셨지만, '저'는 모자 쓰기가 싫어졌다는 말은 하지 않았습니다. 따라서 정답은 ④입니다.
Khi chào người lớn, người Hàn Quốc phải cởi mũ ra nhưng 'tôi' đã đội mũ khi chào ông cụ. Ông nội nổi giận vì cái mũ, nhưng 'tôi' không nói không thích đội mũ. Vì vậy, đáp án đúng là ④.

53-54

※[53~54] 다음을 읽고 물음에 답하십시오.

제주도는 사계절이 아름다운 곳입니다. 봄에는 노란 유채꽃을 볼 수 있고, 여름에는 푸른 바다에서 수영을 합니다. 가을에는 빨간 단풍이 예쁘고, 겨울에는 하얀 눈이 내린 한라산을 구경할 수 있습니다. 특히 저는 등산을 (㉠   ) 계절마다 한라산에 올라가 보고 싶습니다. 이번 주말에도 한라산의 단풍을 보러 제주도에 갈 생각입니다.

53 ㉠에 들어갈 알맞은 말을 고르십시오. 2점

① 좋아해도   ② 좋아해서
③ 좋아하거나   ④ 좋아하지만

54 이 글의 내용과 같은 것을 고르십시오. 3점

① 제주도는 사계절이 비슷합니다.
② 저는 계절마다 한라산에 갔습니다.
③ 이번 주말에 제주도에 가려고 합니다.
④ 제주도에는 산은 있지만 바다는 없습니다.

제주도 Đảo Jeju | 사계절 Bốn mùa | 곳 Nơi | 봄 Mùa xuân | 유채꽃 Hoa cải | 여름 Mùa hè | 푸르다 Màu xanh | 바다 Biển | 수영 Bơi lội | 가을 Mùa thu | 단풍 Lá phong | 겨울 Mùa đông | 한라산 Núi Halla | 이번 Lần này

55-56

물건	Đồ vật	Danh từ	가방 안에 물건이 많아서 무겁습니다. Trong túi chứa rất nhiều thứ nên rất nặng.
시장	Chợ	Danh từ	시장에서 과일을 삽니다. Tôi mua hoa quả ở chợ.
오랜만	Lâu rồi mới	Danh từ	오랜만에 친구를 만났습니다. Lâu lắm rồi tôi mới gặp bạn mình.
올해	Năm nay	Danh từ	저는 올해 스무 살입니다. Năm nay, tôi hai mươi tuổi.
놀라다	Ngạc nhiên	Động từ	부모님이 갑자기 학교에 오셔서 깜짝 놀랐습니다. Bố mẹ tôi đột nhien đến trường nên tôi rất ngạc nhiên.
팔다	Bán	Động từ	백화점에서는 여러 가지 물건을 팝니다. Cửa hàng bách hóa bán nhiều loại mặt hàng.
바라다	Mong muốn	Động từ	시험에 합격하기를 바랍니다. Chúc bạn thi đỗ.
보내다	Trải qua	Động từ	친구와 즐거운 시간을 보냈습니다. Tôi đã trải qua khoảng thời gian vui vẻ với bạn bè.
주고받다	Trao đổi	Động từ	친구들과 문자를 주고받았습니다. Tôi đã trao đổi nhắn tin với bạn bè.
다양하다	Đa dạng	Tính từ	시장에 가면 다양한 음식과 물건이 있습니다. Ở chợ có đa dạng các loại thực phẩm và hàng hóa.
소중하다	Quý giá	Tính từ	저에게 제일 소중한 물건은 아버지의 편지입니다. Bức thư của cha là thứ quý giá nhất đối với tôi.
특별하다	Đặc biệt	Tính từ	방학에 특별한 계획이 있습니까? Bạn có kế hoạch gì đặc biệt cho kỳ nghỉ không?

V-기로 하다	1. 앞으로의 어떤 계획이나 결심을 나타냅니다. Diễn đạt một kế hoạch hoặc quyết tâm nào đó sẽ thực hiện trong tương lai. 예 내년부터 담배를 피우지 않기로 했습니다. Tôi đã quyết định từ sang năm trở đi sẽ không hút thuốc lá. 2. 다른 사람과 약속한 것을 말할 때 사용합니다. Sử dụng khi nói về điều đã hứa với người khác. 예 저는 내년에 민수와 결혼하기로 했습니다. Tôi đã hứa kết hôn với Min Su vào năm sau.
N처럼	앞의 명사와 행동이나 상태가 같거나 비슷한 정도임을 나타냅니다. Diễn đạt mức độ giống hoặc tương tự của hành động hoặc trạng thái với danh từ đứng trước. 예 저는 아버지처럼 노래를 잘합니다. Tôi hát hay giống bố.
V-(으)려고 하다	어떤 일을 할 계획을 나타냅니다. Diễn đạt một kế hoạch sẽ thực hiện một hành động nào đó. 예 저는 내년에 대학에 입학하려고 합니다. Tôi dự định vào đại học trong năm tới.

55-56

📖 유형분석 Phân tích dạng đề

글을 읽고 물음에 답하는 문제입니다. 지문이 5~7문장으로 이루어져 있으며, 55번은 2점, 56번은 각 3점입니다.

주로 수필이나 설명문 형식의 글로 자신의 경험을 소개하거나 어떤 대상을 설명하는 글이 많습니다. 지문은 과거와 현재를 비교하여 달라진 점이나, 어떤 음식, 물건, 장소에서 평범하지 않은 특별한 점을 소개하는 내용들이 출제되었습니다. 예를 들어 '전통 시장의 변화, 장소와 기분에 따라 바꿔 쓰는 안경, 전통 떡볶이와 일반 떡볶이와의 차이점, 많이 웃으면 가격을 깎아 주는 웃음 극장' 등이 있습니다. 따라서 주제가 무엇인지, 달라진 점이 무엇인지, 특별한 점이 무엇인지를 생각해 가면서 문제를 푸는 것이 좋습니다.

55 ㉠에 들어갈 알맞은 말 고르기

㉠에 들어갈 알맞은 **접속 부사**를 찾는 문제입니다. 따라서 ㉠ **의 앞 문장과 뒤 문장의 관계를 이해**하면 답을 쉽게 찾을 수 있습니다. 앞 문장과 뒤 문장의 내용이 반대이면 '그러나, 하지만, 그런데, 그렇지만' 등을 사용하며, 비슷한 내용을 계속 나열할 때는 '그리고'를 사용합니다. 그리고 원인과 결과의 관계일 때는 '그래서, 그러니까'를 사용하며, 앞 문장이 뒤 문장의 조건이 될 때는 '그러면'을 사용합니다. 초급에서는 이 정도의 접속 부사가 나오므로 아래 정리한 내용을 꼭 기억해 두시기 바랍니다.

1) 반대: 그러나, 하지만, 그런데, 그렇지만
   예 그들은 사랑했습니다. '그러나/하지만/그런데/그렇지만' 부모님의 반대로 결혼은 하지 못했습니다.
2) 나열: 그리고
   예 저는 수영을 좋아합니다. '그리고' 테니스도 좋아합니다.
3) 원인-결과: 그래서, 그러니까
   예 아이가 숙제를 하지 않았습니다. '그래서/그러니까' 엄마가 나가지 못하게 했습니다.
4) 조건: 그러면
   예 열심히 공부하세요. '그러면' 장학금을 탈 수 있을 거예요.

56 글의 내용과 같은 것 고르기

전체적인 내용을 잘 읽고 같은 내용을 찾아야 합니다. 글을 읽으면서 해당되는 선택지가 맞는지 틀리는지 판단해야 합니다. **글의 내용과 선택지를 잘 비교해 가며 관련이 없는 내용을 하나씩 지워 나가면 답을 찾을 수 있습니다.** 그리고 선택지의 문장에 사용되는 표현들은 지문에 나온 표현들을 그대로 사용하지 않는 경우도 있기 때문에 **유사한 어휘들을 알고 있어야 같은 의미를 찾아낼 수 있습니다.**

Đây là dạng đề đọc văn bản và trả lời câu hỏi. Văn bản gồm 5 đến 7 câu, câu 55 được 2 điểm và câu 56 được 3 điểm.

Đa số các văn bản đều là dạng tùy bút hoặc văn bản thuyết minh, tức là các văn bản giới thiệu kinh nghiệm của bản thân hoặc giải thích về một chủ đề nào đó. Đáp án thường là những nội dung so sánh quá khứ và hiện tại, giới thiệu về những điểm thay đổi, những điểm đặc biệt của một món ăn, đồ vật hoặc một địa điểm nào đó. Ví dụ: có 'những thay đổi trong chợ truyền thống, mắt kính có thể thay đổi theo địa điểm và tâm trạng, sự khác biệt giữa tteokbokki truyền thống và tteokbokki thông thường, 'rạp hát nụ cười' khán giả cười nhiều thì sẽ được giảm giá, vv. Vì vậy, khi giải đề, bạn nên suy nghĩ xem chủ đề là gì, đâu là điểm thay đổi và đâu là điểm đặc biệt.

55 Chọn từ thích hợp điền vào ㉠

Đây là dạng đề tìm trạng từ nối thích hợp để điền vào ㉠. Do đó, nếu hiểu rõ mối quan hệ giữa câu trước và câu sau ㉠, bạn có thể dễ dàng tìm ra đáp án đúng. Nếu nội dung của câu trước và câu sau đối lập nhau, chúng ta chọn '그러나', '하지만', '그런데', '그렇지만' khi liên tục liệt kê những nội dung tương tự, chúng ta sử dụng '그리고'. Và khi giữa các câu có mối quan hệ nguyên nhân hoặc kết quả, chúng ta sử dụng, '그래서' và '그러니까', khi câu đầu tiên là điều kiện của câu thứ hai, chúng ta sử dụng '그러면' ở đầu câu sau. Đề thi trình độ sơ cấp thường sử dụng các trạng từ liên kết này; vì vậy, các bạn nên ghi nhớ những nội dung mà chúng tôi tổng hợp dưới đây.

56 Chọn đáp án giống với nội dung của văn bản

Bạn nên đọc kỹ toàn bộ văn bản rồi tìm nội dung tương tự. Trong khi đọc, bạn phải phán đoán đáp án nào đúng, đáp án nào sai. Khi so sánh nội dung của văn bản với các đáp án, xóa các nội dung không liên quan, bạn có thể tìm được đáp án đúng. Ngoài ra, vì các từ vựng được sử dụng trong văn bản có thể không được lặp lại trong các đáp án; vì vậy, để tìm được đáp án có cùng ý nghĩa với văn bản. bạn phải biết các từ gần nghĩa.

🔍 문제분석 Phân tích đề thi

기출문제 Đề thi trước đây

※[55~56] 다음을 읽고 물음에 답하십시오.

제가 어렸을 때 우리 집 근처에 있는 작은 시장에 자주 갔습니다. (㉠) 백화점이 생긴 후에는 그 시장에 가지 않았습니다. 오늘은 오랜만에 그 시장에 가 보고 많이 놀랐습니다. 시장 안에 가게가 많고 살 수 있는 물건도 다양했습니다. 또 아주머니들이 맛있는 음식을 만들어서 팔고 있었습니다. 앞으로 집 근처 시장을 자주 이용하기로 했습니다.

---

55 ㉠에 들어갈 알맞은 말을 고르십시오. 2점

① 그래서　　　　　② 그리고

③ 그런데　　　　　④ 그러니까

56 이 글의 내용과 같은 것을 고르십시오. 3점

① 저는 이제 시장에 자주 가려고 합니다.

② 물건을 사는 아주머니들이 많았습니다.

③ 시장이 생기기 전에 백화점에 자주 갔습니다.

④ 전에는 가게가 많아서 물건 사기가 편했습니다.

② 아주머니들 ▷ 팔고 있었습니다

③ 백화점이 생긴 후에 시장에 가지 않았습니다

④ 오늘 시장에 갔습니다 ▷ 가게가 많고 물건이 다양했습니다

〈TOPIK 37회 읽기 [55~56]〉

- 어리다　Trẻ
- 근처　Gần
- 작다　Nhỏ
- 자주　Thường xuyên
- 생기다　Xuất hiện
- 많다　Nhiều
- 맛있다　Ngon
- 만들다　Làm
- 이용　Sử dụng

55

첫 번째 문장을 보면 '어렸을 때는 시장에 자주 갔다'는 내용이 나오며 ㉠ 뒤의 문장에서는 '시장에 자주 가지 않았다'는 내용이 나옵니다. ㉠의 앞뒤 문장의 내용이 반대이므로 ㉠에는 '그런데'가 와야 합니다. 따라서 정답은 ③입니다.
Câu đầu tiên nói rằng "Khi còn nhỏ, tôi thường xuyên đi chợ." câu ㉠ nói rằng "Tôi đã không thường xuyên đi chợ". Vì nội dung của các câu trước và câu sau ㉠ tương phản với nhau nên từ cần điền vào ㉠ là '그런데'. Do đó, đáp án đúng là ③.

56

이 사람은 백화점이 생긴 후에 시장에 전혀 가지 않았습니다. 오랜만에 시장에 가 보니 맛있는 음식을 파는 아주머니들도 많고, 옛날 보다 가게도 많았습니다. 앞으로 시장을 자주 이용하려고 합니다. '자주 이용하다'와 '자주 가다'는 유사한 의미로 해석될 수 있습니다. 따라서 정답은 ①입니다.
'Tôi' không hề đi chợ sau khi cửa hàng bách hóa được thành lập. Lâu lắm rồi, 'tôi' mới đi chợ thì thấy nhiều cô bán đồ ăn ngon, hàng quán nhiều hơn ngày xưa. Sắp tới, 'tôi' dự định thường xuyên đi chợ. '자주 이용하다' và '자주 가다' được hiểu là những nhóm từ có ý nghĩa tương tự. Vì vậy, đáp án đúng là ①.

※[55~56] 다음을 읽고 물음에 답하십시오.

> 옛날에는 집에서만 전화를 사용할 수 있었습니다. 그러나 지금은 휴대전화가 생겨서 밖에서도 전화를 할 수 있습니다. 저는 휴대전화로 사진도 찍고 텔레비전도 봅니다. (㉠) 외국에 있는 친구들과도 메시지를 주고받으며 즐거운 시간을 보냅니다. 이제 휴대전화는 <u>저에게 없으면 안 되는 소중한 물건</u>이 되었습니다.

- 옛날 Ngày xưa
- 사용 Sử dụng
- 지금 Bây giờ
- 휴대전화 Điện thoại động
- 밖 Bên ngoài
- 사진 Bức ảnh
- 찍다 Chụp(ảnh)
- 외국 Nước ngoài
- 메시지 Tin nhắn
- 즐겁다 Vui vẻ
- 시간 Thời gian
- 이제 Bây giờ
- 물건 Đồ vật
- 되다 Trở thành

55 ㉠에 들어갈 알맞은 말을 고르십시오. **2점**

① 그래서 　　　② 그리고

③ 그런데 　　　④ 그러니까

55

㉠ 앞 문장을 보면 '휴대전화로 사진도 찍고 텔레비전도 본다'는 내용이 나오며 ㉠ 뒤 문장에서는 '휴대전화로 외국에 있는 친구들과 메시지를 주고받는다'는 내용이 나옵니다. ㉠의 앞뒤 문장 모두 휴대전화의 기능을 나열하고 있으므로 ㉠에는 '그리고'가 와야 합니다. 따라서 정답은 ②입니다.

Nội dung của câu trước ㉠ là "휴대전화로 사진도 찍고 텔레비전도 본다", và câu sau của ㉠ là "휴대전화로 외국에 있는 친구들과 메시지를 주고받는다". Vì cả hai câu trước và sau ㉠ đều liệt kê các chức năng của điện thoại di động, nên chúng ta cần phải điền '그리고' vào ㉠. Vì vậy, đáp án đúng là ②.

56 이 글의 내용과 같은 것을 고르십시오. **3점**

① 저에게 휴대전화는 꼭 필요한 물건입니다.

② 저는 외국에 있는 친구들과 자주 만납니다.

③ 옛날에는 집에서만 휴대전화를 사용했습니다.

④ 옛날에는 휴대전화로 자주 사진을 찍었습니다.

56

변화된 전화기의 기능에 대한 내용입니다. 옛날에는 집전화만 있어서 집전화로 통화만 가능했습니다. 휴대전화가 나오면서 사진기, 텔레비전, 컴퓨터 등과 같은 기능을 하고 있습니다. 그래서 사람들이 <u>소중히 여기는 물건 중 하나가</u> 휴대전화가 되었습니다. <u>'소중한 물건'과 '꼭 필요한 물건'은 유사한 의미를</u> 갖습니다. 따라서 정답은 ①입니다.

Đây là nội dung về các chức năng của điện thoại sau khi được thay đổi. Ngày xưa chỉ có điện thoại nhà nên người ta chỉ có thể gọi điện bằng điện thoại nhà. Khi điện thoại di động ra đời, nó có thêm các chức năng như máy ảnh, ti-vi và máy tính. Vì vậy, điện thoại di động là một trong những đồ vật mà mọi người quý trọng. '소중한 물건' và '꼭 필요한 물건' là hai cụm từ có ý nghĩa tương tự nhau. Vì vậy, đáp án đúng là ①.

55-56

※[55~56] 다음을 읽고 물음에 답하십시오.

> 설날은 한국의 큰 명절 중에 하나입니다. 설날 아침에는 밥 대신 떡국을 먹습니다. 떡국은 설날에 먹는 특별한 음식입니다. 새해 떡국을 먹는 이유는 흰 떡처럼 깨끗하게 살고, 긴 떡처럼 건강하게 오래 살고 싶은 사람들의 마음이 들어있습니다. 남쪽 지방에서는 떡국을 먹지만 북쪽 지방에서는 만둣국을 먹기도 합니다. 만둣국을 먹는 이유는 올해 농사가 잘 되기를 바라는 의미입니다. (㉠) 설날이 되면 북쪽 지방에서는 만둣국을 먹습니다.

55 ㉠에 들어갈 알맞은 말을 고르십시오. 2점

① 그래서 　　　　　　 ② 그리고
③ 그렇지만 　　　　　　 ④ 그러니까

56 이 글의 내용과 같은 것을 고르십시오. 3점

① 설날 아침에는 밥과 떡국을 먹습니다.
② 설날 남쪽 지방 사람들은 만둣국을 먹습니다.
③ 설날에 먹는 음식은 지방마다 다르지 않습니다.
④ 사람들은 오래 살고 싶은 마음으로 떡국을 먹습니다.

설날 Tết Nguyên đán | **명절** Lễ tết | **아침** Buổi sáng/bữa sáng | **대신** Thay vì | **떡국** Tteokguk(súp bánh gạo Hàn Quốc) | **새해** Năm mới | **이유** Lý do | **희다** Trắng | **떡** Bánh/tteok | **건강하다** Khỏe mạnh | **오래 살다** Sống lâu | **마음** Tấm lòng | **남쪽 지방** Khu vực phía Nam | **북쪽 지방** Khu vực phía Bắc | **만둣국** Manduguk | **농사** Làm ruộng | **의미** Ý nghĩa

57-58

✏️ **오늘의 어휘** Từ vựng của ngày hôm nay

공항	Sân bay	Danh từ	공항에서 비행기를 탑니다. Tôi lên máy bay ở sân bay.
노래	Bài hát	Danh từ	노래방에서 노래를 부릅니다. Tôi hát ở quán karaoke.
다행	May mắn	Danh từ	교통사고가 났는데 안 다쳐서 다행입니다. Tôi bị tai nạn giao thông nhưng may mắn thay, tôi không bị thương.
산책	Đi dạo	Danh từ	식사 후에 공원에서 산책을 합니다. Sau bữa ăn, tôi đi dạo trong công viên.
가입하다	Gia nhập/ tham gia	Động từ	저는 대학교에서 태권도 동아리에 가입했습니다. Tôi tham gia câu lạc bộ Taekwondo ở trường đại học.
다녀오다	Đi(rồi về)	Động từ	어머니, 학교에 다녀오겠습니다. Thưa mẹ, con đi học.
잘하다	Giỏi	Động từ	저는 한국에 살아서 한국어를 잘합니다. Tôi sinh sống ở Hàn Quốc nên giỏi tiếng Hàn.
지나다	Trôi qua	Động từ	봄이 지나고 여름이 왔습니다. Mùa xuân đã trôi qua và mùa hè đã đến.
잃어버리다	Đánh mất	Động từ	아침에 지하철에서 지갑을 잃어버렸습니다. Buổi sáng, tôi đánh mất ví trên tàu điện ngầm.
그립다	Nhớ	Tính từ	한국에서 혼자 살고 있어서 부모님이나 친구가 많이 그립습니다. Tôi sống một mình ở Hàn Quốc nên rất nhớ bố mẹ và bạn bè.
유명하다	Nổi tiếng	Tính từ	한국의 김치는 외국에서도 유명합니다. Kimchi ở của Hàn Quốc cũng nổi tiếng ở nước ngoài.

V-아/어 버리다	1. 해야 할 일을 완전히 끝내서 마음에 부담이 없음을 나타냅니다. Sử dụng khi gánh nặng trong lòng được trút bỏ do hoàn thành một công việc nào đó cần làm. 예 숙제를 모두 끝내 버렸습니다. Tôi đã làm xong tất cả bài tập. 2. 어떤 결과에 대한 아쉬움이나 서운함을 나타냅니다. Diễn đạt nỗi buồn hoặc sự tiếc nuối hoặc về một kết quả nào đó. 예 기숙사에서 함께 살던 친구가 고향으로 돌아가 버렸습니다. Người bạn trước đây ở cùng tôi trong ký túc xá đã về quê.
A/V-(으)면서	동시에 둘 이상의 행동이나 상태가 있음을 나타냅니다. 명사일 경우 'N(이)면서'를 사용합니다. Diễn tả 2 hành động hoặc trạng thái diễn ra tại cùng một thời điểm. Đối với danh từ, chúng ta sử dụng cấu trúc 'N(이)면서. 예 민수는 텔레비전을 보면서 밥을 먹고 있습니다. Min Su vừa xem TV vừa ăn cơm. 이 빵은 맛있으면서 쌉니다. Ổ bánh mì này vừa ngon vừa rẻ. 민수는 어학당 학생이면서 회사원입니다. Min Su vừa là học viên trung tâm ngoại ngữ, vừa là nhân viên công ty.
N밖에	다른 선택이나 어떤 가능성도 없음을 나타냅니다. '안, 못, 없다, 모르다'와 같은 부정적인 표현이 함께 사용됩니다. Sử dụng khi không có lựa chọn hoặc khả năng nào khác. Thường được sử dụng với các dạng phủ định như '안', '못', '없다', và '모르다'. 예 저는 운동은 수영밖에 못합니다. Về thể dục thể thao, tôi chỉ biết bơi thôi. 지금 지갑에 1000원밖에 없습니다. Tôi chỉ có 1000 won trong ví.

57-58

📖 유형분석 Phân tích dạng đề

57~58 순서대로 맞게 나열한 것 고르기

순서가 맞지 않는 네 개의 문장을 내용에 맞게 순서대로 나열한 것을 고르는 문제입니다. '그래서, 그런데, 그러나, 그리고, 그래도'와 같은 접속부사와 '요즘, 지난주, 주말, 어제, 오늘, 내일'과 같은 시간 명사, 그리고 '이, 그, 저'와 같은 지시대명사 등이 문장의 순서를 판단하는 데 중요한 역할을 합니다.

· 접속부사

앞뒤 문장을 연결하는 접속부사에는 다음과 같은 것들이 있습니다. **반대의 의미로 '그러나, 하지만, 그런데, 그렇지만', 나열의 의미로 ' 그리고', 원인-결과의 의미로 '그래서, 그러니까', 조건의 의미로 '그러면'**이 있습니다.

· 시간 명사

네 개의 문장을 순서대로 고르는 문제에서 **'요즘, 지난주, 주말, 어제, 오늘, 내일'과 같은 시간 명사는 주로 첫 문장에 옵니다.** 어떤 일이나 사건을 소개할 때 '언제, 어떤 일'이 발생했는지를 가장 먼저 소개하기 때문입니다. 따라서 시간 명사의 특성을 알면 첫 문장을 찾을 수 있으며 두 번째 문장은 첫 문장과의 상관관계를 이해하면서 풀면 다음 문장도 쉽게 찾을 수 있습니다.

· 지시대명사

지시대명사는 '이, 그, 저'와 같이 무엇을 가리킬 때 사용하며, 문장 앞에 **지시대명사가 있다는 것은 앞 문장에서 어떤 대상을 소개했거나 언급한 적이 있다는 의미**입니다. 보통 소개한 대상은 다음 문장에서 지시대명사와 함께 사용되어 '이 사람, 그 동전, 그 남자, 이 축제'와 같은 형태로 제시됩니다. 이 경우 앞에서 말한 대상을 좀 더 자세하게 소개하거나 설명하는 경우가 많으므로 **지시대명사가 있는 문장은 보통 두 번째 문장이나 세 번째 문장이 됩니다.**

한 문제는 '나'와 관련된 이야기로 출제되고, 다른 한 문제는 어떤 대상에 대한 소개나 설명하는 글이 출제됩니다. 그러므로 **유형을 먼저 파악한 후 그 유형의 특성에 맞게 문장을 나열하면서 정답을 찾아야 합니다.** 보통 첫 번째 문장에는 전체 내용의 배경이나 주제가 제시됩니다. 그러나 지금까지 출제된 문제들은 **선택지에서 첫 문장을 제시해 주었기 때문에 두 번째 문장부터 찾으면 됩니다.** 아래에 유형별 문장의 특성을 정리해 두었으니 참고하시기 바랍니다.

57~58 Chọn đáp án liệt kê đúng trật tự của câu

Đây là dạng đề đưa ra bốn câu không đúng trật tự và yêu cầu thí sinh chọn đáp án liệt kê các câu theo đúng trật tự. Các trạng từ liên kết như '그래서', '그런데', '그러나', '그리고' và '그래도', và các danh từ chỉ thời gian như '요즘', '지난주', '주말', '어제', '오늘' hoặc '내일' và các đại từ chỉ định như '이, 그, 저' đóng vai trò quan trọng trong việc phán đoán thứ tự của những câu này.

· Trạng từ liên kết

Sau đây là những trạng từ được sử dụng để nối câu trước và câu sau. Các trạng từ mang ý nghĩa tương phản bao gồm 그러나', '하지만', '그런데' và '그렇지만', trạng từ mang ý nghĩa liệt kê là '그리고', các trạng từ chỉ nguyên nhân, lý do bao gồm '그래서' và '그러니까', trạng từ chỉ điều kiện là '그러면'.

· Danh từ chỉ thời gian

Trong dạng đề chọn bốn câu theo đúng trật tự, các danh từ chỉ thời gian như '요즘', '지난주', '주말', '어제', '오늘', '내일' thường xuất hiện ở câu đầu tiên. Bởi vì, khi giới thiệu một sự việc hoặc một sự kiện nào đó, trước tiên, người ta thường giới thiệu 'sự việc hay sự kiện đó' việc 'gì', diễn ra 'bao giờ'. Vì vậy, nếu biết các đặc điểm của các danh từ chỉ thời gian, bạn có thể tìm được câu đầu tiên; và hiểu được mối quan hệ tương quan giữa câu đầu tiên và câu thứ hai, bạn có thể dễ dàng tìm được câu tiếp theo.

· Đại từ chỉ định

Đại từ chỉ định được sử dụng để chỉ một cái gì đó như '이', '그' hoặc '저', và sự xuất hiện của đại từ chỉ định ở trước một câu có nghĩa là một đối tượng nào đó đã được giới thiệu hoặc đề cập trong câu trước. Thông thường, đối tượng được giới thiệu trước đó được sử dụng cùng với đại từ chỉ định trong câu sau và được trình bày dưới dạng '이 사람, 그 동전, 그 남자, 이 축제'. Trong trường hợp này, người ta thường giới thiệu hoặc giải thích một cách cụ thể về đối tượng đã được đề cập đến trước đó; vì vậy, câu có đại từ chỉ định thường là câu thứ hai hoặc câu thứ ba.

Sẽ có một đề được trình bày dưới dạng câu chuyện liên quan đến '나', và đề còn lại được trình bày dưới dạng văn bản giới thiệu hoặc giải thích về một đối tượng nào đó. Vì vậy, sau khi xác định dạng đề trước, bạn phải sắp xếp các câu đúng theo đặc điểm của dạng đề đó để tìm ra đáp án đúng. Thông thường, câu đầu tiên thường đề cập đến bối cảnh của nội dung hoặc chủ đề. Tuy nhiên, đối với các đề từ trước đến nay, đáp án thường trình bày câu đầu tiên nên bạn cần tìm câu thứ hai trở đi. Các bạn hãy tham khảo đặc điểm của các câu theo từng dạng đề mà chúng tôi đúc kết dưới đây.

1. 나와 관련된 이야기

지금까지 나와 관련된 이야기로 '고향의 딸기 축제 소개, 남자 친구 소개, 아는 사람 소개, 지갑을 잃어버린 후 찾게 된 과정 소개'와 같은 내용이 출제되었습니다. 보통 문장의 순서는 '사건의 배경 제시, 사건 소개, 사건 처리 과정 설명, 사건의 결과에 대한 정리'와 같은 형태로 제시되니 **순서에 따른 문장의 형태를 꼭 알아 두시기 바랍니다.**

첫째 문장 Câu đầu tiên	주로 어떤 일이 일어난 배경을 제시합니다. Chủ yếu trình bày bối cảnh của một sự kiện nào đó.
둘째 문장 Câu thứ 2	어떤 일이나 사건을 소개하는 문장이 옵니다. Giới thiệu một sự việc hoặc sự kiện nào đó.
셋째 문장 Câu thứ 3	앞 문장의 내용을 더 이어가거나 더 자세히 설명합니다. Triển khai hoặc giải thích cụ thể hơn nội dung câu trước.
넷째 문장 Câu thứ 4	지금까지의 내용을 정리하거나 그 결과를 이야기합니다. Tóm tắt những nội dung đã trình bày ở trên hoặc nêu kết quả của sự kiện.

2. 어떤 대상에 대한 소개나 설명

지금까지 어떤 대상에 대한 소개나 설명에 대한 글로 '동물마다 다른 수면시간, 노란 토마토 소개, 특별한 볼펜 소개, 외국 동전 사용처 소개'와 같은 내용이 출제되었습니다. 문장의 순서는 아래와 같은 형태로 제시되니 **순서에 따른 문장의 형태를 꼭 알아 두시기 바랍니다.**

첫째 문장 Câu đầu tiên	어떤 시점이나 상황을 제시하거나 뒤에서 말할 내용을 유추할 수 있는 내용을 가볍게 언급합니다. Đề cập đến một thời điểm hoặc tình huống nào đó, hoặc đề cập sơ qua về nội dung mà chúng ta có thể đoán được nội dung sẽ được đề cập sau đó..
둘째 문장 Câu thứ 2	실제로 말하고자 하는 내용을 제시합니다. Trình bày nội dung mà tác giả dự định trình bày.
셋째 · 넷째 문장 Câu thứ 3 và 4	두 번째 문장에 대한 구체적인 예 또는 '원인-결과, 결과-원인'과 같은 문장을 제시합니다. Đưa ra các ví dụ cụ thể hoặc các câu trình bày 'nguyên nhân-kết quả, kết quả-nguyên nhân của sự việc được trình bày trong câu thứ 2.

1. Câu chuyện liên quan đến 'tôi'

Từ trước tới nay, nội dung của dạng đề này thường là những câu chuyện liên quan đến 'tôi', ví dụ như 'giới thiệu về lễ hội dâu tây quê hương, giới thiệu bạn trai, giới thiệu người quen, kể lại quá trình mất và tìm lại chiếc ví'. Thông thường, các câu được sắp xếp theo trật tự 'trình bày bối cảnh của sự kiện, giới thiệu sự kiện, giải thích quá trình xử lý sự kiện, tóm tắt kết quả vụ án'. Hãy nắm chắc trật tự của các câu!

2. Giới thiệu hoặc giải thích về một chủ đề nào đó

Cho đến nay, chủ đề của dạng đề này thường là 'thời gian ngủ khác nhau của mỗi loài động vật, giới thiệu cà chua vàng, giới thiệu loại bút bi đặc biệt, giới thiệu cách sử dụng đồng xu nước ngoài'. Hãy ghi nhớ trật tự của các câu thường được sắp xếp như sau:

57-58

기출문제 Đề thi trước đây

※[57~58] 다음을 순서대로 맞게 나열한 것을 고르십시오.

57 3점

> (가) 그런데 공항에서 지갑을 잃어버렸습니다. 사건
> (나) 지난주에 친구들과 같이 여행을 갔습니다. 배경
> (다) 지갑을 다시 찾아서 정말 다행이었습니다. 정리
> (라) 그때 안내원이 방송을 해서 지갑을 찾아 주었습니다. 해결

① (나)-(가)-(다)-(라) ② (나)-(가)-(라)-(다)
③ (나)-(다)-(가)-(라) ④ (나)-(다)-(라)-(가)

〈TOPIK 37회 읽기 [57]〉
- 지갑 Ví
- 지난주 Tuần trước
- 같이 Cùng nhau
- 다시 Lại
- 찾다 Tìm thấy
- 정말 Rất/thật
- 그때 Khi đó
- 안내원 Hướng dẫn viên
- 방송 Phát thanh/truyền hình
- 주다 Cho/tặng

57
나와 관련된 사건으로, 사건의 진행은 보통 아래와 같은 순서로 출제됩니다.
지난주에 여행을 갔다(사건의 배경)→지갑을 잃어버렸다(사건의 소개)→안내원이 방송을 해 줘서 지갑을 찾았다(사건 처리 과정)→지갑을 다시 찾아서 다행이다(내용 정리). 따라서 정답은 ②입니다

Đây là dạng đề đề cập tới sự kiện liên quan đến 'tôi', diễn tiến của sự kiện thường được trình bày theo thứ tự sau đây: Tôi đã đi du lịch vào tuần trước(giới thiệu sự kiện) → Tôi đánh mất ví(giới thiệu sự việc) → Nhờ lễ tân thông báo, tôi đã tìm thấy ví(quá trình xử lý sự kiện) → Tôi rất may mắn vì đã tìm lại được ví của mình(kết luận). Vì vậy, câu trả lời là ②.

58 2점

(가) <u>그래서</u> 조금 비싸지만 더 인기가 많습니다.
(나) 요즘 마트에 특별한 색의 토마토들이 많습니다.
(다) <u>그 중에서</u> 특히 노란색 토마토가 인기가 있습니다.
(라) 노란색 토마토는 보통 토마토보다 맛이 더 답니다.

① (나)-(다)-(가)-(라)　② (나)-(다)-(라)-(가)
③ (나)-(가)-(다)-(라)　④ (나)-(가)-(라)-(다)

〈TOPIK 37회 읽기 [58]〉
• 조금 Một ít
• 인기 Sự yêu thích
• 요즘 Dạo này
• 마트 Siêu thị
• 색 Màu sắc
• 토마토 Cà chua
• 특히 Đặc biệt
• 노랗다 Màu vàng
• 보통 Thông thường
• 맛 Vị/phong vị
• 더 Thêm
• 달다 Ngọt

58
어떤 대상을 소개하거나 설명하는 글입니다. 첫 문장은 어떤 일이나 사건을 소개할 때 사용되는 시간 명사 '요즘'이 있는 문장 (나)입니다. 다음은 '그 중에서'란 지시대명사가 있는 문장 (다)가 와야 하며, 다음으로 '원인-결과'의 순으로 '노란색 토마토는 보통 토마토보다 달아서 인기가 있다'는 내용이 와야 합니다. 따라서 정답은 ②입니다.

Đây là văn bản giới thiệu hoặc giải thích về một chủ đề nào đó. Câu đầu tiên là câu (나) có '요즘' - danh từ chỉ thời gian được dùng khi giới thiệu một sự việc hoặc sự kiện nào đó. Tiếp theo phải là câu (다) có đại từ chỉ định '그 중에서', tiếp theo là 'nguyên nhân-kết quả', nội dung của câu này phải là '노란색 토마토는 보통 토마토보다 달아서 인기가 있다'. Vì vậy, đáp án đúng là ②.

※[57~58] 다음을 순서대로 맞게 나열한 것을 고르십시오.

57 3점

> (가) 공원에는 데이트를 하는 사람들이 많았습니다.
>
> (나) 어느 날 학교 근처에 있는 공원에 산책을 나갔습니다.
>
> (다) 사람들을 보면서 고향에 있는 부모님이 많이 그리웠습니다.
>
> (라) 그리고 가족들이 음식을 먹으면서 즐겁게 이야기하고 있었습니다.

① (나)-(가)-(다)-(라) ② (나)-(다)-(가)-(라)

③ (나)-(가)-(라)-(다) ④ (나)-(다)-(라)-(가)

- 데이트 Hẹn hò
- 어느 날 Một ngày kia
- 근처 Gần
- 나가다 Đi ra
- 고향 Quê hương
- 부모님 Cha mẹ
- 즐겁다 Vui vẻ
- 이야기하다 Trò chuyện

57

시간 표현이 있는 '어느 날~공원에 산책을 나갔다'는 문장 (나)가 첫 문장이 되며, 그 공원을 다시 자세하게 소개하는 문장 (가)가 두 번째 문장이 됩니다. 공원에서 데이트 하는 사람, 가족과 즐겁게 이야기하는 사람 등을 '그리고'로 연결한 문장 (라)가 세 번째 문장이 되며 글을 정리하는 문장 (다)가 마지막 문장이 됩니다. 따라서 정답은 ③입니다.

Câu đầu tiên là (나) - tức là câu '어느 날-공원에 산책을 나갔다', và câu thứ 2 là (가) giới thiệu chi tiết hơn về công viên. Câu thứ 3 là (라) là câu liên kết các chi tiết 'mọi người hẹn hò', 'những người nói chuyện với gia đình ở công viên', vv bằng '그리고' và câu cuối cùng là (다) - câu tóm tắt nội dung văn bản. Vì vậy, đáp án đúng là ③.

58 2점

(가) 요즘 특별한 영화관이 많이 소개되고 있습니다.

(나) 집처럼 편안하게 영화를 볼 수 있기 때문입니다.

(다) 그래서 가격은 좀 비싸지만 젊은 사람들에게 인기가 많습니다.

(라) 그 중에서도 침대에서 영화를 볼 수 있는 영화관이 인기가 있습니다.

① (가)-(다)-(라)-(나) ② (가)-(라)-(다)-(나)

③ (가)-(다)-(나)-(라) ④ (가)-(라)-(나)-(다)

• 특별하다 Đặc biệt
• 소개되다 Được giới thiệu
• 편안하다 Dễ chịu/thoải mái
• 가격 Giá cả
• 젊다 Trẻ
• 침대 Giường

58

시간 표현이 있는 '요즘 특별한 영화관~' 문장 (가)가 첫 문장이 되며, 그 영화관을 자세하게 설명하는 지시대명사가 있는 문장 (라)가 두 번째 문장이 됩니다. 접속부사 '그래서'는 앞의 내용이 뒤의 내용의 원인이나 근거가 되므로 '그래서'가 있는 문장 (다)는 마지막 문장이 됩니다. 따라서 정답은 ④입니다 Câu câu đầu tiên là (가) - tức là câu '요즘 특별한 영화관' có danh từ chỉ thời gian, và câu thứ hai là (라) có đại từ chỉ định giải thích chi tiết về rạp chiếu phim. Trạng từ '그래서' liên kết câu trước và câu sau, câu trước là nguyên nhân hoặc căn cứ cho nội dung của câu sau. Vì vậy, đáp án đúng là ④.

57-58

연습문제 Đề thi thực hành

※[57~58] 다음을 순서대로 맞게 나열한 것을 고르십시오.

57 `3점`

> (가) 제 룸메이트는 미국에서 온 마이클입니다.
> (나) 마이클은 노래를 좋아해서 노래 동아리에 가입했습니다.
> (다) 저도 마이클처럼 노래도 잘하고 친구도 많았으면 좋겠습니다.
> (라) 그런데 이제 3개월밖에 안 됐는데 친구도 많고 한국 노래도 잘합니다.

① (가)-(나)-(다)-(라)   ② (가)-(다)-(라)-(나)
③ (가)-(나)-(라)-(다)   ④ (가)-(다)-(나)-(라)

58 `2점`

> (가) 그곳은 한국의 비빔밥이 유명한 도시입니다.
> (나) 지난 주말에 친구와 함께 여행을 다녀왔습니다.
> (다) 비빔밥은 밥에 채소를 올린 후 고추장을 넣어서 만든 음식입니다.
> (라) 그런데 건강에도 좋고 맛도 좋아서 외국인들에게 인기가 많습니다.

① (나)-(다)-(가)-(라)   ② (나)-(가)-(다)-(라)
③ (나)-(다)-(라)-(가)   ④ (나)-(가)-(라)-(다)

룸메이트 Người cùng phòng | **좋아하다** Thích | **동아리** Câu lạc bộ | **되다** Trở thành | **비빔밥** Bibimbap | **도시** Thành phố | **함께** Cùng nhau | **채소** Rau | **올리다** Nâng lên | **고추장** Tương ớt | **만들다** Làm | **건강** Sức khỏe

59-60

기분	Tâm trạng	Danh từ	시험을 잘 못 봐서 기분이 안 좋습니다. Tôi làm bài thi không tốt nên tâm trạng không được vui.
유학	Du học	Danh từ	저는 한국어를 공부하러 한국에 유학을 왔습니다. Tôi đã đến(du học) Hàn Quốc để học tiếng Hàn.
작년	Năm ngoái	Danh từ	저는 작년에 대학교를 졸업했습니다. Tôi đã tốt nghiệp trường đại học hồi năm ngoái.
점심 식사	Bữa trưa	Danh từ	점심 식사를 맛있게 드셨습니까? Anh ăn trưa ngon miệng chứ ạ?
직접	Trực tiếp	Danh từ	제가 선생님을 만나서 직접 이야기하겠습니다. Tôi sẽ gặp thầy(cô) giáo để nói chuyện trực tiếp.
처음	Đầu tiên	Danh từ	우리는 한국에서 처음 만났습니다. Chúng tôi gặp nhau lần đầu tiên tại Hàn Quốc.
혼자	Một mình	Danh từ	저는 혼자 살고 있습니다. Tôi sống một mình.
천천히	Chậm	Trạng từ	저는 친구와 천천히 걸으면서 많은 이야기를 했습니다. Tôi vừa đi bộ chầm chậm vừa nói chuyện với bạn tôi.
일하다	Làm việc	Động từ	저는 병원에서 일합니다. Tôi làm việc ở bệnh viện.
듣다	Nghe	Động từ	저는 음악을 좋아해서 항상 음악을 들으면서 공부합니다. Tôi thích âm nhạc nên luôn luôn vừa nghe nhạc vừa học bài.
싫다	Không thích	Tính từ	저는 겨울이 싫습니다. Tôi không thích mùa đông.

V-게 되다	어떤 상황에 이르게 됨을 나타냅니다. Sử dụng khi sự việc đạt đến một tình huống nào đó. 예 한국에서 공부하면서 한국어를 잘하게 되었습니다. 　Học ở Hàn Quốc, tôi đã giỏi tiếng Hàn.
V-(으)ㄴ 적이 있다/없다	과거에 무엇을 해 보았거나 어떤 특별한 경험이 있음을 나타냅니다. Sử dụng khi thử thực hiện một hành động nào đó hoặc có một kinh nghiệm đặc biệt trong quá khứ. 예 저는 제주도에 간 적이 있습니다. Tôi đã từng đến đảo Jeju.

59-60

글을 읽고 물음에 답하는 문제입니다. '건강관리법이나 요리법'과 같은 생활에 도움이 되는 지식, 또는 취미와 같은 개인의 경험을 설명하는 글이 주로 출제됩니다. 개인의 경험을 소개하는 글은 '공연을 할 때 사람들의 박수 소리를 들으면 기분이 좋아져서 더 열심히 춤을 춘다, 게임만 하던 내가 어머니가 사 온 강아지를 만나면서 게임보다 강아지를 좋아하게 되었다'와 같이 어떤 계기로 인하여 달라진 감정이나 행동의 변화에 대한 내용이 나옵니다.

지문이 5~6문장 정도로 나오며, 글을 읽기 전에 59번의 '문제에 제시된 문장'부터 확인하는 것이 좋습니다. 그러고 나서 글 전체를 읽으면서 대략적인 내용을 파악해야 합니다.

Đây là dạng đề đọc văn bản và trả lời câu hỏi. Nội dung chủ yếu của văn bản là những kiến thức hữu ích cho cuộc sống như 'phương pháp chăm sóc sức khỏe hoặc cách nấu ăn, hoặc các văn bản giới thiệu về kinh nghiệm cá nhân như sở thích chẳng hạn. Bài giới thiệu kinh nghiệm cá nhân thường nói về sự thay đổi về cảm xúc, hành động do một động cơ nào đó, ví dụ như "Khi biểu diễn, nếu nghe tiếng vỗ tay của khán giả, tôi cảm thấy vui nên nhảy múa nhiệt tình hơn.", "Tôi vốn chỉ chơi game, nhưng khi gặp chú chó mẹ mua về, tôi đã thích chú chó đó hơn game."

Văn bản gồm 5-6 câu; trước khi đọc văn bản, bạn nên đọc 'câu được trình bày trong đề thi của câu 59. Sau đó, bạn phải đọc toàn bộ đoạn văn để nắm bắt đại ý.

59 문장이 들어갈 곳 고르기

지문에 있는 ㉠, ㉡, ㉢, ㉣ 중에서 '문제에 제시된 문장'이 들어갈 알맞은 곳을 고르는 문제입니다. '문제에 제시된 문장'을 먼저 읽고 내용을 이해한 후 지문을 읽으면서 들어갈 곳을 고르는 것이 좋습니다. '그래서, 그런데, 그러나, 그리고, 그래도'와 같은 접속부사가 있으면 앞뒤 문장의 '원인-결과, 조건, 대조, 나열'과 같은 의미 관계를 파악하시기 바랍니다.

'문제에 제시된 문장'에 나오는 어휘나 표현이 다시 나오는 부분을 주의해서 읽는 것도 중요합니다. 이러한 경우 뒤 문장이 앞 문장의 내용을 확장하여 구체적으로 설명하거나 시간의 경과에 따른 변화를 나타내는 경우가 많습니다.

59 Chọn vị trí thích hợp cho câu

Đây là dạng đề chọn vị trí thích hợp cho câu được trình bày trong đề trong số ㉠, ㉡, ㉢ và ㉣. Bạn nên đọc trước 'câu được trình bày trong đề bài', hiểu nội dung, sau đó, đọc văn bản và chọn vị trí phù hợp cho câu đó. Nếu có trạng từ liên kết như 'thế nên', 'thế mà', 'nhưng', 'và', 'dù vậy', hãy biết rằng câu trước và sau có mối quan hệ ngữ nghĩa như 'nguyên nhân - kết quả, điều kiện, tương phản, liệt kê'.

Bạn cũng nên đọc kỹ những phần nhắc lại các từ hoặc cách diễn đạt đã xuất hiện trong 'câu được trình bày trong đề bài'. Trong trường hợp này, câu sau thường mở rộng nội dung của câu trước để giải thích một cách cụ thể hoặc đề cập tới sự thay đổi diễn ra theo trình tự thời gian.

60 글의 내용과 같은 것 고르기

전체적인 내용을 잘 읽고 같은 내용을 찾아야 합니다. 글을 읽으면서 해당되는 선택지가 맞는지 틀리는지 판단해야 합니다. 글의 내용과 선택지를 잘 비교해 가며 관련이 없는 내용을 하나씩 지워 나가면 답을 찾을 수 있습니다. 그리고 선택지의 문장에 사용되는 표현들은 지문에 나온 표현들을 그대로 사용하지 않는 경우도 있기 때문에 유사한 어휘들을 알고 있어야 같은 의미를 찾아낼 수 있습니다.

60 Chọn đáp án giống với nội dung của văn bản

Bạn nên đọc kỹ toàn bộ văn bản rồi tìm nội dung tương tự. Trong khi đọc, bạn phải phán đoán đáp án nào đúng, đáp án nào sai. Khi so sánh nội dung của văn bản với các đáp án, xóa các nội dung không liên quan, bạn có thể tìm được đáp án đúng. Ngoài ra, vì văn bản và các đáp án có thể không sử dụng cùng từ ngữ nên bạn phải biết các từ vựng tương tự mới có thể tìm được đáp án cùng ý nghĩa với văn bản.

59-60

기출문제 Đề thi trước đây

※[59~60] 다음을 읽고 물음에 답하십시오.

> 걷기는 <u>많은 사람들</u>이 쉽게 할 수 있는 운동입니다. (㉠)
> 걷는 것은 건강에 도움이 많이 됩니다. (㉡) 다리만
> 움직이면서 걷는 것이 아니고 <u>온몸이 움직이게 되기 때문입
> 니다.</u> (㉢) 그런데 걷기 운동을 할 때에는 <u>천천히 걷
> 기 시작해서 조금씩 빨리 걷는 것이 좋습니다.</u> (㉣)
> 이렇게 하는 것이 건강에 도움이 더 많이 됩니다.

59 다음 문장이 들어갈 곳을 고르십시오. `2점`

> <u>어린 아이부터 나이가 많은 사람까지</u> 모두 쉽게 할 수 있
> 습니다.

① ㉠   ② ㉡   ③ ㉢   ④ ㉣

60 이 글의 내용과 같은 것을 고르십시오. `3점`

① 사람들은 걸을 때 온몸이 움직이게 됩니다.
② 다리만 움직이면서 걷는 것이 건강에 좋습니다.
③ 걷기 운동은 처음부터 빨리 걷는 것이 좋습니다.
④ 천천히 오래 걷는 것이 건강에 더 도움이 됩니다.

  ② 건강에 도움 ▷ 온몸을 움직이게 되기 때문
  ③ 천천히 걷기 시작해서
  ④ 조금씩 빨리 걷는 것이 좋습니다

〈TOPIK 41회 읽기 [59~60]〉
• 걷다 Đi bộ
• 도움이 되다 Có ích, ích lợi
• 움직이다 Di chuyển
• 시작하다 Bắt đầu
• 조금씩 Từng chút một
• 이렇게 Như thế này
• 건강 Sức khỏe

59
제시된 문장은 걷기 운동을 쉽게 할 수 있는 대상을 '어린 아이부터 나이가 많은 사람까지'라고 구체적으로 설명하고 있습니다. ㉠의 앞 문장에서 걷기는 쉽게 할 수 있는 운동이고, 그 대상을 '많은 사람들'이라고 했으므로, 제시된 문장은 ㉠의 앞 문장을 좀 더 자세하게 설명하고 있습니다. 따라서 정답은 ①입니다.
Câu được cho sẵn giải thích một cách cụ thể những đối tượng có thể dễ dàng đi bộ tập thể dục là '어린 아이부터 나이가 많은 사람까지'. Câu trước của ㉠ cho biết đi bộ là môn thể dục dễ dàng thực hiện và đối tượng của môn thể dục này là '많은 사람들' cho nên câu được trình bày giải thích chi tiết hơn cho nội dung câu trước ㉠. Vì vậy, đáp án đúng là ①.

60
걷기는 천천히 걷기 시작해서 조금씩 빨리 걷는 것이 좋습니다. 걷기가 건강에 도움이 되는 이유는 '다리만 움직이면서 걷는 것이 아니고 온몸이 움직이게 되기 때문이다'라고 했습니다. 따라서 정답은 ①입니다.
Nên bắt đầu đi bộ từ từ và sau đó nhanh dần. Bài đọc cho biết lý do đi bộ có lợi cho sức khỏe là '다리만 움직이면서 걷는 것이 아니고 온몸이 움직이게 되기 때문이다'. Vì vậy, đáp án đúng là ①.

※[59~60] 다음을 읽고 물음에 답하십시오.

저는 회사에 다니기 전에는 커피를 마시지 않았습니다. (㉠) 그러나 직장 생활을 하면서 <u>커피를 처음 마시게 되었습니다.</u> (㉡) 특히 점심 식사 후에는 커피를 꼭 마십니다. (㉢)밥을 먹은 다음에 커피를 마시면 잠이 오지 않아서 일하는 데 좋습니다. (㉣)

- 전 Trước
- 마시다 Uống
- 않다 Không
- 직장 생활 Cuộc sống ở công sở
- 후 Sau
- 꼭 Chắc chắn
- 다음 Kế tiếp/tiếp theo/sau
- 잠 Giấc ngủ
- 잠이 오다 Buồn ngủ

59 다음 문장이 들어갈 곳을 고르십시오. `2점`

처음에는 아침에만 한 잔 마셨는데 요즘은 하루에 세 잔 정도 마십니다.

① ㉠   ② ㉡   ③ ㉢   ④ ㉣

(59)

제시된 문장에 사용된 '처음'이란 어휘가 ㉡ 앞에서도 사용되고 있습니다. 같은 어휘를 반복해서 사용하면서 '<u>시간의 경과에 따른 변화</u>'를 설명하고 있습니다. 직장 생활을 하면서 커피를 처음 마셨고, 처음에는 아침에만 마셨는데 요즘은 하루에 3잔을 마신다는 내용으로 제시된 문장은 ㉡에 어울립니다. 따라서 정답은 ②입니다.

Từ '처음' sử dụng trong câu được cho sẵn cũng được sử dụng trước ㉡. Bằng cách lặp đi lặp lại cùng một từ vựng, đoạn văn này giải thích 'sự thay đổi theo thời gian'. Với nội dung 'Tôi uống cà phê lần đầu tiên khi bắt đầu đi làm; ban đầu, tôi chỉ uống vào buổi sáng, nhưng bây giờ tôi uống 3 ly mỗi ngày", câu được cho sẵn sẽ phù hợp khi đặt vào ㉡. Vì vậy, đáp án đúng là ②.

60 이 글의 내용과 같은 것을 고르십시오. `3점`
① 저는 어렸을 때부터 커피를 좋아했습니다.
② 요즘 잠이 오지 않아 커피를 마시지 않습니다.
③ 점심을 먹으면서 커피를 마시면 잠이 오지 않습니다.
④ 회사에 처음 다녔을 때는 하루에 한 잔 정도 마셨습니다.

(60)

이 사람은 직장 생활을 시작하면서부터 커피를 마셨고 점심을 먹은 후에는 잠이 오지 않아 일하는 데 좋기 때문에 커피를 꼭 마십니다. <u>처음 직장 생활을 할 때는 아침에 한 잔 정도 커피를 마셨습니다.</u> 따라서 정답은 ④입니다.

'Tôi' đã uống cà phê, trưa uống cà phê từ khi bắt đầu đi làm; sau khi ăn cơm trưa, không ngủ được, 'tôi' thường uống cà-phê vì cà-phê rất giúp 'tôi' làm việc hiệu quả hơn. Khi mới đi làm, 'tôi' uống khoảng một ly cà-phê vào buổi sáng. Do đó, đáp án đúng là ④.

59-60

연습문제 Đề thi thực hành

※[59~60] 다음을 읽고 물음에 답하십시오.

저는 고향에 있을 때 어머니가 항상 요리를 해 주셔서 요리를 한 적이 한 번도 없었습니다. (㉠) 우리 어머니는 요리를 하실 때 자주 라디오를 들으셨습니다. (㉡) 그런데 저는 작년에 한국에 유학을 오면서 혼자 살게 되었습니다. (㉢) 그래서 이제는 제 손으로 직접 요리를 합니다. (㉣) 그럼 기분도 좋아지고 요리도 즐거워집니다.

59 다음 문장이 들어갈 곳을 고르십시오. 2점

가끔 요리를 하기 싫을 때는 어머니처럼 라디오를 들으면서 요리를 합니다.

① ㉠   ② ㉡   ③ ㉢   ④ ㉣

60 이 글의 내용과 같은 것을 고르십시오. 3점
① 저는 청소와 빨래를 하면 기분이 좋아집니다.
② 저는 고향에서 요리를 한 적이 한 번 있습니다.
③ 저는 한국에 오기 전에 어머니의 일을 잘 도왔습니다.
④ 저는 엄마처럼 음악을 들으면서 요리하는 것을 좋아합니다.

고향 Quê hương | 항상 Luôn luôn | 한 번 Một lần | 자주 Thường xuyên | 라디오 Ra-di-ô | 살다 Sống | 이제 Bây giờ | 가끔 Thỉnh thoảng | 그럼 Vậy thì | 즐겁다 Vui vẻ

61-62

✏️ 오늘의 어휘 Từ vựng của ngày hôm nay

가게	Cửa hàng	Danh từ	가게에서 주스를 삽니다. Tôi mua nước hoa quả ở cửa hàng.
경험	Kinh nghiệm	Danh từ	저는 여러 가지 아르바이트를 해 봐서 경험이 많습니다. Tôi đã từng làm thêm nhiều công việc khác nhau nên có nhiều kinh nghiệm.
기억하다	Nhớ	Động từ	10년 전 친구를 만났는데 그 친구는 저를 기억하지 못합니다. Tôi đã gặp bạn của mình cách đây 10 năm nhưng bạn không nhớ tôi.
느끼다	Cảm thấy/ cảm nhận	Động từ	저는 친구가 도와줄 때, 친구의 사랑을 느낍니다. Khi bạn tôi giúp đỡ tôi, tôi cảm nhận được tình yêu thương của bạn.
바꾸다	Đổi	Động từ	옷이 작아서 큰 옷으로 바꿨습니다. Áo nhỏ nên tôi đã đổi lấy áo lớn hơn.
생각나다	Nhớ	Động từ	고향 사진을 보면 부모님이 생각납니다. Khi nhìn những hình ảnh quê hương, tôi nhớ đến cha mẹ.
원하다	Muốn	Động từ	사람들은 건강하게 살기를 원합니다. Con người ai cũng muốn sống khỏe mạnh.

N(이)라고	다른 사람에게 자신을 소개할 때 사용합니다. Sử dụng khi giới thiệu với người khác về bản thân. 예 저는 민수라고 합니다. Tôi là Min Su.
V-고 싶어 하다	다른 사람의 희망이나 원하는 것을 나타냅니다. Diễn đạt hy vọng hoặc mong muốn của người khác. 예 여동생은 그 남자와 결혼하고 싶어 합니다. Em gái tôi muốn kết hôn với chàng trai đó.
V-기 바라다	어떤 일이나 상태가 그렇게 되기를 희망할 때 사용합니다. Diễn đạt hy vọng hoặc mong muốn một sự việc hay trạng thái nào đó diễn ra như vậy. 예 할아버지, 올해도 건강하시기 바랍니다. Ông ơi, cháu chúc ông năm nay cũng khỏe mạnh.
A/V-다가	어떤 행위나 상태가 끝나지 않은 상황에서 다른 행위나 상태로 전환됨을 나타냅니다. Sử dụng khi một hành động hoặc trạng thái nào đó chưa hoàn thành thì chuyển sang một hành động hoặc trạng thái khác. 예 밥을 먹다가 전화를 받았습니다. Tôi đang ăn thì nhận được một cuộc gọi.

61-62

📖 **유형분석** Phân tích dạng đề

61~62 읽고 물음에 답하기

읽고 물음에 답하는 문제입니다. 지문은 5~6 문장으로 이루어져 있습니다. 지문은 일상생활에 도움이 되는 생활정보나 지식 정보의 글을 소개하거나 설명하는 글이 많습니다. 예를 들어 '지폐보다 동전이 먼저 생겨난 이유, 차 없는 거리 행사 안내' 등입니다. 그리고 '특별한 행사, 가게, 이름' 등을 소재로 그것에 대해 설명하는 설명문의 글이 많습니다. 예를 들면 '이름의 특별한 의미, 특별한 티셔츠를 만들어 주는 가게' 등입니다. 따라서 지문의 소재가 무엇인지, 특별한 점은 무엇인지, 무엇을 소개하고 싶은 것인지 등을 중점적으로 이해해야 풀 수 있습니다.

61 ㉠ 안에 들어갈 알맞은 말 고르기

전체 글의 내용을 파악하고 ㉠에 들어갈 내용을 찾는 문제입니다. ㉠ 안에 들어갈 내용은 주로 연결 표현입니다. 연결 표현은 종결 표현과 중요한 연관이 있습니다. 그래서 **종결 표현을 알면 ㉠에 넣을 연결 표현을 쉽게 찾을 수 있습니다.** 아래 정리한 것은 **함께 사용되는 문법과 표현**으로 시험에 자주 출제되는 표현이니 꼭 알아 두시기 바랍니다.

1) -(으)면서 ~ -다 예 공부하면서 음악을 듣습니다.
2) -(으)면 ~ -(으)ㄹ 수 있다/없다 예 열심히 운동을 하면 건강해질 수 있습니다.
3) -(으)니까 ~ -(으)세요 예 오늘은 아프니까 집에서 쉬세요.
4) -(으)려면 ~ -아/어야 되다 예 계속 장학금을 받으려면 열심히 공부해야 됩니다.
5) -아/어도 ~ -아/어야 되다 예 피곤해도 오늘까지 숙제를 해야 됩니다.
6) -아/어서 ~ -지 못하다 예 눈이 나빠서 책을 읽지 못합니다.

또한 앞뒤 문장의 문맥을 이해하면 답을 쉽게 찾을 수 있습니다. 문맥은 문장 앞에 나오는 접속 부사를 보고 파악할 수 있습니다. **반대의 의미로 '그러나, 하지만, 그런데, 그렇지만', 나열의 의미로 '그리고', 원인-결과의 의미로 '그래서, 그러니까', 조건의 의미로 '그러면'**이 있습니다.

62 글의 내용과 같은 것 고르기

전체적인 내용을 잘 읽고 같은 내용을 찾아야 합니다. 글을 순서대로 읽으면서 해당되는 선택지가 맞는지 틀리는지를 판단해야 합니다. **글의 내용과 선택지를 잘 비교해 가면서 관련이 없는 내용을 하나씩 지워 나가야 합니다.** 그리고 선택지에 사용되는 표현들은 위의 글에 나온 표현들을 그대로 사용하는 경우가 많지 않기 때문에 **비슷한 어휘나 반대되는 어휘들을 알고 있어야** 정답을 쉽게 찾을 수 있습니다.

61~62 Đọc và trả lời câu hỏi

Đây là dạng đề đọc và trả lời câu hỏi. Văn bản gồm 5-6 câu. Đa số các văn bản là bài giới thiệu hay giải thích các kiến thức hoặc thông tin bổ ích cho cuộc sống hàng ngày. Ví dụ: "Tại sao tiền xu được phát minh trước tiền giấy, thông tin hướng dẫn về sự kiện đường phố không có xe hơi", vv. Ngoài ra, cũng có rất nhiều văn bản thuyết minh giải thích về các chủ đề như 'sự kiện đặc biệt, cửa hàng, tên gọi'. Ví dụ 'ý nghĩa đặc biệt của tên, cửa hàng làm áo phông đặc biệt', vv. Vì vậy, bạn phải nắm bắt rõ chủ đề, điểm đặc biệt, nội dung của văn bản là gì thì mới có thể giải đề được.

61 Điền từ thích hợp điền vào ㉠

Đây là dạng đề nắm bắt nội dung của toàn văn bản và tìm nội dung điền vào ㉠. Nội dung cần điền vào ㉠ chủ yếu là các đuôi từ liên kết câu. Đuôi từ liên kết câu. thường liên quan chặt chẽ với đuôi từ kết thúc câu. Vì vậy, nếu biết đuôi từ kết thúc câu, bạn có thể dễ dàng tìm được đuôi từ liên kết cầu để điền vào ㉠. Bạn nên ghi nhớ các cặp đuôi từ liên kết câu và đuôi từ kết thúc câu sau đây vì chúng thường xuyên xuất hiện trong các đề thi TOPIK.

Ngoài ra, nếu hiểu được ngữ cảnh của câu trước và câu sau, bạn có thể tìm được đáp án đúng một cách dễ dàng. Dựa vào các trạng từ liên kết đứng ở đầu câu, bạn có thể xác định được ngữ cảnh. Các trạng từ mang nghĩa tương phản bao gồm '그러나', '하지만', '그런데', '그렇지', trạng từ mang nghĩa liệt kê là '그리고', trạng từ chỉ nguyên nhân - kết quả bao gồm '그래서' và '그러니까', trạng từ mang nghĩa điều kiện là '그러면'.

62 Chọn đáp án giống với nội dung của văn bản

Bạn nên đọc kỹ toàn bộ văn bản rồi tìm nội dung tương tự. Trong khi đọc, bạn phải phán đoán đáp án nào đúng, đáp án nào sai. Khi so sánh nội dung của văn bản với các đáp án, xóa các nội dung không liên quan, bạn có thể tìm được đáp án đúng. Ngoài ra, văn bản và các đáp án có thể không sử dụng cùng một từ vựng; vì vậy, để tìm được đáp án đúng, bạn phải biết các từ gần nghĩa hoặc trái nghĩa.

61-62

🔍 문제분석 Phân tích đề thi

기출문제 Đề thi trước đây

※[61~62] 다음을 읽고 물음에 답하십시오. 각 2점

> 저는 어제 친구하고 재미있는 옷 가게에 갔습니다. 그 가게에서는 우리가 <u>티셔츠의 그림을 직접 그릴 수 있습니다</u>. 그림을 그려서 주면 그것을 티셔츠로 만들어 줍니다. 어제 우리는 티셔츠를 하나씩 만들어 입었습니다. <u>같은 티셔츠를 입으니까 친구가 더 소중하게 느껴졌습니다</u>. 그 옷을 (㉠) 친구가 생각날 것 같습니다.

〈TOPIK 37회 읽기 [61~62]〉
- 재미있다 Thú vị/hay
- 티셔츠 Áo phông
- 그림 Bức tranh
- 그리다 Vẽ
- 하나 Một
- 느끼다 Cảm thấy/cảm nhận
- 구경하다 Ngắm/xem
- 같다 Giống

61 ㉠에 들어갈 알맞은 말을 고르십시오.

① 만든 지   ② 만든 후에

③ 입을 때마다   ④ 입어 봐서

61

㉠에 뒤에 친구가 생각날 것 같다고 말했습니다. 즉, <u>친구가 생각나게 하는 행동이 ㉠에 들어가야 합니다</u>. 따라서 정답은 ③입니다.
Sau ㉠, 'tôi' nói rằng sau này sẽ rất nhớ người bạn của mình. Nói cách khác, cụm từ cần điền vào ㉠ là hành động khiến 'tôi' nhớ đến bạn mình. Do đó, đáp án đúng là ③.

62 이 글의 내용과 같은 것을 고르십시오.

① 저는 어제 친구와 티셔츠를 구경했습니다.
② 저는 친구의 티셔츠를 사러 가게에 갔습니다.
③ 가게에서 우리가 원하는 그림을 그려 주었습니다.
④ 우리는 같은 티셔츠를 입고 더 가깝게 느꼈습니다.

     ①, ② *티셔츠에 그림을 직접 그릴 수 있습니다*
     ③ *우리는 티셔츠를 하나씩 만들어 입었습니다*

62

이 가게에서는 자신들이 직접 그림을 그려서 티셔츠로 만듭니다. 친구와 같은 티셔츠를 입으니까 친구가 더 소중하다고 하였습니다. 즉, 더 가깝게 느껴진 것입니다. 따라서 정답은 ④입니다.
Ở cửa hàng này, 'tôi' và người bạn tự tay vẽ tranh trên áo phông. 'Tôi' nói rằng vì mặc chiếc áo giống người bạn nên cảm nhận bạn mình thật đáng quý. Nói cách khác, 'tôi' cảm thấy tình bạn trở nên thân thiết hơn. Do đó, đáp án đúng là ④.

※[61~62] 다음을 읽고 물음에 답하십시오. 각 2점

제 이름은 김별입니다. 할아버지께서 밤하늘의 별처럼 밝고 큰 사람이 되기를 바라셨습니다. 그래서 김별로 이름을 지어 주셨습니다. 그런데 어머니와 아버지는 별 뒤에 '님'을 (㉠) 별님이라고 부릅니다. 하늘의 별처럼 소중한 사람이 되기를 바라시기 때문입니다. 저도 할아버지와 부모님이 지어 주신 이름의 의미처럼 밝고 소중한 큰 별이 되고 싶습니다.

- 이름 Tên
- 할아버지 Ông
- 밤하늘 Bầu trời đêm
- 별 Vì sao
- 밝다 Sáng
- 바라다 Mong muốn
- 짓다 Làm/xây dựng
- 뒤 Sau
- 부르다 Gọi
- 의미 Ý nghĩa
- 붙이다 Dán/gắn/ghép

61 ㉠에 들어갈 알맞은 말을 고르십시오.

① 붙여서
② 붙이는데
③ 붙이면
④ 붙이려고

61

㉠에서는 별님이라는 이름을 만드는 과정을 설명하는 내용이 들어가야 합니다. '별+님=별님'은 '별 뒤에 님을 붙이다'와 같이 표현합니다. 이름을 만든 후, 그 이름을 사용하고 있습니다. 이럴 때는 순서의 의미를 나타내는 '-아/어서'를 사용합니다. 따라서 정답은 ①입니다.

Trong ㉠, bạn cần điền nội dung giải thích quá trình đặt tên '별님' nên '별+님=별님' nghĩa là '별 뒤에 님을 붙이다'. Sau khi đặt tên, 'tôi' sử dụng tên gọi đó. Lúc này, '-아/어서' được sử dụng để diễn đạt ý nghĩa của trình tự. Vì vậy, đáp án đúng là ①.

62 이 글의 내용과 같은 것을 고르십시오.

① 할아버지가 제 이름을 바꾸셨습니다.
② 우리 가족은 저를 모두 별이라고 부릅니다.
③ 제 이름 김별은 소중한 사람을 의미합니다.
④ 할아버지는 밤하늘의 별이 되고 싶어 하십니다.

62

할아버지께서는 '저'의 이름을 김별이라고 지으셨지만 부모님은 '별님'이라고 바꾸어 부르십니다. 할아버지가 지어 주신 '별'이라는 이름은 소중한 사람을 의미합니다. 따라서 정답은 ③입니다.

Ông 'tôi' đặt tên cho 'tôi' là '김별', nhưng bố mẹ tôi đã đổi thành '별님'. Cái tên '별' mà ông nội đặt cho tôi có nghĩa là người quý báu. Do đó, đáp án đúng là ③.

61-62

※[61~62] 다음을 읽고 물음에 답하십시오. 각 2점

> 지난주에 남자 친구와 함께 제주도에 갔습니다. 제주도는 한국에서 유명한 관광지입니다. 우리는 여행을 하다가 특별한 가게에서 재미있는 경험을 했습니다. 휴대전화로 찍은 사진을 주면 그것을 컵으로 만들어 주는 가게였습니다. 우리는 오늘을 (㉠   ) 컵을 하나씩 만들어 가졌습니다. 그리고 아침마다 같은 컵으로 커피를 마시면서 서로를 생각하기로 약속했습니다.

61 ㉠에 들어갈 알맞은 말을 고르십시오.

① 기억해서　　　　　　　　② 기억해도

③ 기억하니까　　　　　　　④ 기억하려고

62 이 글의 내용과 같은 것을 고르십시오.

① 남자친구에게 컵을 만들어 선물했습니다.

② 제주도에서 찍은 사진으로 컵을 만들었습니다.

③ 우리는 아침마다 만나서 커피를 마시기로 했습니다.

④ 우리는 제주도 여행을 기억하고 싶어서 컵을 만들었습니다.

지난주 Tuần qua | **제주도** Đảo Jeju | **유명하다** Nổi tiếng | **관광지** Điểm du lịch | **휴대전화** Điện thoại di động | **컵** Ly | **가지다** Có/
sở hữu | **서로** Nhau | **약속하다** Hứa/hẹn | **물건** Đồ vật

63-64

가격	Giá cả	Danh từ	시장에서 채소를 사면 가격이 쌉니다. Nếu bạn mua rau ở chợ thì giá cả rất rẻ.
발표	Phát biểu	Danh từ	우리 반 학생들 앞에서 발표를 했습니다. Tôi đã thuyết trình trước các bạn cùng lớp.
유학생	Du học sinh	Danh từ	저는 한국에 유학 온 유학생입니다. Tôi là du học sinh tại Hàn Quốc.
제목	Tựa đề	Danh từ	내일 보기로 한 영화 제목을 알려 주십시오. Hãy cho tôi biết tựa đề bộ phim bạn định xem vào ngày mai!
참석	Tham dự	Danh từ	유학생은 모두 이번 행사에 참석을 합니다. Tất cả du học sinh đều tham dự sự kiện này.
계획하다	Kế hoạch	Động từ	방학에 여행을 하고 싶어서 요즘 여행 일정을 계획하고 있습니다. Tôi muốn đi du lịch vào kỳ nghỉ nên dạo này đang lên kế hoạch.
모이다	Tập trung	Động từ	제 생일을 축하하려고 친구들이 모였습니다. Bạn bè của tôi đã tụ tập để chúc mừng sinh nhật của tôi.
소개하다	Giới thiệu	Động từ	제 고향을 친구들에게 소개하려고 합니다. Tôi định giới thiệu quê hương của mình với bạn bè.
신다	Mang (giày dép)	Động từ	날씨가 추워서 따뜻한 양말을 신었습니다. Trời lạnh nên tôi đi tất ấm.
열리다	Được tổ chức	Động từ	오늘은 학교에서 음악회가 열립니다. Hôm nay, một buổi biểu diễn âm nhạc được tổ chức tại trường học.
참가하다	Tham gia	Động từ	저는 이번 말하기 대회에 참가합니다. Tôi tham gia cuộc thi nói lần này.
초대하다	Mời	Động từ	생일에 친구들을 초대하려고 합니다. Tôi dự định mời bạn bè đến dự sinh nhật.
출발하다	Xuất phát	Động từ	비행기가 3시에 출발합니다. Máy bay xuất phát lúc 3 giờ.

확인하다	Xác nhận/ kiểm tra	Động từ	시험 결과를 확인했습니다. *Tôi đã kiểm tra kết quả bài thi.*
전	Trước	Danh từ/ định từ	시작 시간 10분 전까지 오시기 바랍니다. *Xin vui lòng đến trước giờ bắt đầu 10 phút!*
감사하다	Cám ơn/ biết ơn (trang trọng hơn 고맙다)	Động từ/ Tính từ	도와주셔서 감사합니다. *Xin cảm ơn sự giúp đỡ của anh.*
관심(이) 있다	Quan tâm		저는 한국 영화에 관심이 있어서 한국어를 배우게 됐습니다. *Vì tôi quan tâm đến phim Hàn Quốc nên học tiếng Hàn.*
알려 주다	Cho biết		저는 친구에게 한국 노래를 알려 주고 있습니다. *Tôi đang dạy bài hát tiếng Hàn cho bạn tôi.*
연락(을) 주다	Liên lạc		어려운 일이 있으면 저에게 연락 주십시오. *Nếu có việc gì khó khăn, hãy liên lạc cho tôi!*

63-64

이메일이나 인터넷 게시판과 같은 종류의 글을 읽고 물음에 답하는 문제입니다. 이메일과 인터넷 게시판의 제목을 통해 전체 주제나 중요한 정보를 얻을 수 있습니다. 대회(운동, 말하기, 글짓기), 문화 행사(음악회, 문화 체험)에 대한 안내나 물건 판매에 대한 광고와 같은 내용이 출제 됩니다. 지문은 5~6문장 정도로 나오며, 글을 읽기 전에 63번의 선택지부터 확인하는 것이 좋습니다. 그리고 나서 글 전체를 읽으면서 대략적인 내용을 파악해야 합니다. 64번 문제는 선택지와 글의 내용을 비교해 가면서 문제를 푸는 것이 효율적입니다.

Đây là dạng đề đọc các văn bản như e-mail hoặc bảng thông báo internet và trả lời câu hỏi. Dựa vào tựa đề của email và thông báo internet, chúng ta có thể biết được chủ đề của toàn bộ văn bản hoặc những thông tin quan trọng. Những nội dung thường xuất hiện trong dạng đề này là các đoạn hội thoại(tập thể dục, nói, viết văn), các hướng dẫn về các sự kiện văn hóa(chương trình âm nhạc, trải nghiệm văn hóa) và quảng cáo mua bán hàng hóa. Văn bản gồm khoảng 5-6 câu; trước khi đọc văn bản, bạn nên đọc đáp án câu 63. Sau đó, bạn nên đọc toàn bộ văn bản để nắm bắt đại ý. Đối với câu 64, để giải đề một cách hiệu quả, bạn nên so sánh các đáp án với nội dung của văn bản để tìm ra đáp án đúng.

63 글을 쓴 이유 고르기

왜 글을 썼는지 의도를 찾는 문제입니다. 선택지를 먼저 읽고 글을 읽으면서 이유를 찾는 것이 좋습니다. 첫 번째 문장이나 마지막 문장에 글을 쓴 이유가 자주 제시되므로 주의해서 봐야 합니다. 안내나 광고가 글을 쓴 이유이기 때문에 **선택지에는 '-(으)려고, -고 싶어서'와 같은 문법 표현과 아래와 같은 단어들이 자주 나옵니다.** 그러므로 이러한 표현들을 알아 두는 것이 좋습니다.

— 계획하다, 소개하다, 안내하다, 알려 주다, 신청 받다, 초대하다, 취소하다, 확인하다

63 Chọn lý do viết văn bản

Đây là dạng đề tìm ý định vì sao tác giả viết văn bản này. Để tìm ra lý do, bạn nên đọc đáp án trước trước khi đọc văn bản. Hãy đọc thật kỹ câu đầu tiên và câu cuối cùng vì lý do thường được đề cập ở 1 trong 2 câu này! Vì đây là lý do viết thông báo hoặc quảng cáo nên các đáp án thường sử dụng các cấu trúc ngữ pháp như '-(으)려고', '-고 sì̀ ì̀ sì̀ ', vv. Vì vậy, bạn nên nắm vững các cấu trúc này.

- Lập kế hoạch, giới thiệu, hướng dẫn, cho biết, nhận đơn đăng ký, mời, hủy bỏ, kiểm tra

64 글의 내용과 같은 것 고르기

전체 내용 이해보다 정보를 찾는 것이 더 중요하므로 정보 찾기 위주로 파악하며 읽어야 합니다. 장소, 시간, 일정을 파악하며 읽어야 합니다. 글을 읽으면서 해당되는 선택지가 맞는지 틀리는지 판단해야 합니다. **글의 내용과 선택지를 잘 비교해 가며 관련이 없는 내용을 하나씩 지워 나가면 답을 찾을 수 있습니다.** 그리고 선택지의 문장에 사용되는 표현들은 지문에 나온 표현을 그대로 사용하지 않는 경우도 있기 때문에 **유사한 어휘들을 알고 있어야 같은 의미를 찾아낼 수 있습니다.**

64 Chọn đáp án giống với nội dung của văn bản

Tìm kiếm thông tin quan trọng hơn việc hiểu toàn bộ nội dung của văn bản nên bạn phải đọc để tìm thông tin. Bạn phải đọc để nắm rõ địa điểm, thời gian và lịch trình. Trong khi bạn đọc văn bản, bạn nên phán đoán xem đáp án nào đúng, đáp án nào sai. Bạn nên so sánh nội dung của văn bản và các đáp án, xóa các nội dung không liên quan để tìm ra đáp án đúng. Ngoài ra, văn bản và các đáp án có thể không từ vựng sử dụng cùng từ vựng; vì vậy, để tìm được đáp án có cùng ý nghĩa với nội dung của văn bản, bạn cần biết các từ gần nghĩa.

63-64

🔍 문제분석 Phân tích đề thi

※[63~64] 다음을 읽고 물음에 답하십시오.

63 김윤미 씨는 왜 이 글을 썼습니까? **2점**

① 그림책을 팔고 싶어서

② 그림책을 바꾸고 싶어서

③ 그림책을 소개하고 싶어서

④ 그림책에 대해 물어보고 싶어서

64 이 글의 내용과 같은 것을 고르십시오. **3점**

① 이 그림책은 새 책입니다.

② 여러 번 읽었지만 깨끗합니다.

③ 초등학교 가기 전에 읽는 책입니다.

④ 책값에 배달 비용도 들어 있습니다.

　　①, ② 한 번밖에 안 읽어서 깨끗합니다
　　③ 초등학생들이 읽을 수 있습니다

〈TOPIK 36회 읽기 [63~64]〉

• 어린이 Trẻ em
• 용품 Hàng hóa/đồ dùng
• 게시판 Bảng thông tin/bảng thông báo
• 그림책 Truyện tranh
• 초등학생 Học sinh tiểu học
• 배달 비용 Chi phí giao hàng
• 포함하다 Bao gồm
• 아이들 Con cái
• 이메일 E-mail
• 초등학교 Trường tiểu học
• 들어 있다 Chứa

63

이 글은 인터넷 책 게시판의 내용입니다. 그림책에 대한 소개, 가격이나 판매 방법, 연락 방법 등의 내용이 나와 있습니다. 즉 그림책을 팔기 위해서 이 글을 썼다는 것을 알 수 있습니다. 따라서 정답은 ①입니다.

Bài viết này là nội dung của bảng thông báo sách trên internet. Nội dung bao gồm lời giới thiệu về truyện tranh, giá cả và phương thức bán hàng và thông tin liên hệ. Nói cách khác, bạn có thể biết người ta viết đoạn văn này để bán truyện tranh. Vì vậy, đáp án đúng là ①.

64

이 그림책은 초등학생들이 읽을 수 있으며, 한 번밖에 안 읽어서 깨끗합니다. 책값은 배달 비용을 포함하고 있습니다. '비용을 포함하다'와 '비용이 들어 있다'는 말은 유사한 의미를 갖습니다. 따라서 정답은 ④입니다.

Truyện tranh này các học sinh tiểu học có thể đọc được và rất sạch vì người ta chỉ đọc một lần mà thôi. Giá sách đã bao gồm chi phí giao hàng. Các cụm từ 'biểu phí bao hàm' và 'biểu phí nằm trong' có ý nghĩa tương tự nhau. Do đó, đáp án đúng là ④.

※[63~64] 다음을 읽고 물음에 답하십시오.

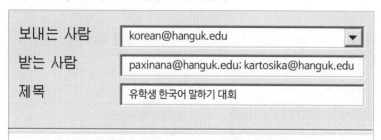

- 받는 사람 Người nhận
- 보낸 사람 Người gửi
- 말하기 대회 Cuộc thi nói
- 주제 Chủ đề
- 신청 Xin
- 바라다 Mong muốn
- 학생 Học sinh/sinh viên
- 한국어학당 Trung tâm tiếng Hàn
- 날짜 Ngày
- 사무실 Văn phòng

보내는 사람　korean@hanguk.edu ▼
받는 사람　paxinana@hanguk.edu; kartosika@hanguk.edu
제목　유학생 한국어 말하기 대회

유학생 여러분, 안녕하십니까?
'제3회 유학생 한국어 말하기 대회'가 다음 달 18일에 한국대학교에서 있습니다.
이번 대회의 주제는 한국을 소개하는 것입니다. 발표 시간은 10분입니다. 이 대회에 참가하고 싶은 학생은 이메일로 신청을 해 주시기 바랍니다. 참가 신청은 이번 주 금요일 오후 6시까지입니다. 많은 신청을 바랍니다.

한국대학교 한국어학당

63 한국어학당에서는 왜 이 글을 썼는지 맞는 것을 고르십시오. 2점

① 말하기 대회에 초대하려고
② 말하기 대회 날짜를 알려 주려고
③ 말하기 대회 참가 신청을 받으려고
④ 말하기 대회에서 한국을 소개하려고

63
말하기 대회 안내를 위한 이메일입니다. 말하기 대회에 대한 기본적인 정보와 함께 신청 방법에 대해 안내하고 있습니다. '많은 신청을 바랍니다'라는 말을 통해 말하기 대회 참가 신청을 받기 위한 메일이라는 것을 알 수 있습니다. 따라서 정답은 ③입니다.
Đây là email hướng dẫn về cuộc thi nói. Ngoài những thông tin cơ bản về cuộc thi, email này còn hướng dẫn cách đăng ký tham gia. Dựa vào câu '많은 신청을 바랍니다.', chúng ta biết được đây là email gửi đi nhằm nhận được đăng ký tham gia. Do đó, đáp án đúng là ③.

64 이 글의 내용과 같은 것을 고르십시오. 3점

① 이 대회에서는 10분 동안 발표를 해야 합니다.
② 말하기 대회는 이번 주 금요일 6시에 열립니다.
③ 참가 신청은 한국어학당 사무실로 가서 해야 합니다.
④ 유학생은 모두 말하기 대회에 참가 신청을 할 겁니다.

64
이번 주 금요일 6시는 신청 마감 시간입니다. 신청은 모든 학생이 아닌, 참가를 희망하는 학생만 이메일로 하면 됩니다. 발표 시간은 10분이 맞습니다. 따라서 정답은 ①입니다.
Hạn chót nộp đơn là 6 giờ chiều thứ sáu tuần này. Đây không phải là cuộc thi dành cho tất cả sinh viên mà dành cho sinh viên nào muốn tham gia, có thể đăng ký qua e-mail. Thời gian phát biểu là 10 phút. Vì vậy, đáp án đúng là ①.

63-64

※ [63~64] 다음을 읽고 물음에 답하십시오.

보내는 사람	korean@hanguk.edu ▼
받는 사람	paxinana@hanguk.edu; kartosika@hanguk.edu; perppermint@hanguk.edu
제목	학생 여러분, 안녕하십니까?

학생 여러분, '함께 서울 구경하기'를 신청해 주셔서 감사합니다.
'함께 서울 구경하기'는 5월 한 달 동안 매주 토요일에 서울을 구경합니다. 이번 토요일에는 경복궁에 갑니다.
오전 10시에 출발해서 오후 3시에 돌아옵니다. 신청한 학생은 한국대학교 정문으로 출발 시간 30분 전까지
오십시오. 많이 걸어야 하니까 편한 신발을 신고 오시기 바랍니다. 그럼 토요일에 뵙겠습니다.

한국대학교 학생회

63 학생회에서는 왜 이 글을 썼는지 맞는 것을 고르십시오. 2점

① 함께 서울 구경하기를 계획하려고
② 함께 서울 구경하기 참석을 확인하려고
③ 함께 서울 구경하기 참가 신청을 받으려고
④ 함께 서울 구경하기 시간과 장소를 안내하려고

64 이 글의 내용과 같은 것을 고르십시오. 3점

① 신청자는 열 시 반까지 모여야 합니다.
② 신청자는 모두 운동화를 신고 와야 합니다.
③ 신청자는 정문에서 모인 후에 함께 출발합니다.
④ 신청자는 5월에 토요일마다 경복궁에 갈 겁니다.

구경하다 Xem | 경복궁 Cung điện Gyeongbok | 오전 Buổi sáng | 오후 Buổi chiều | 정문 Cổng chính | 안내하다 Hướng dẫn |
뵙다 Gặp (từ khiêm nhượng của 보다) | 학생회 Hội sinh viên | 신발 Giày dép | 운동화 Giày thể thao | 돌아오다 Trở về

65-66

✏️ 오늘의 어휘 Từ vựng của ngày hôm nay

정도	Khoảng	Danh từ	집에서 학교까지 걸어서 10분 정도 걸립니다. Đi bộ từ nhà đến trường mất khoảng 10 phút.
최근	Gần đây	Danh từ	이 티셔츠는 최근 유행하는 옷입니다. Áo thun này là mốt gần đây(mới).
고르다	Chọn	Động từ	저는 옷을 살 때 옷을 고르기가 힘듭니다. Khi đi mua quần áo, tôi rất khó lựa chọn.
선택하다	Chọn (trang trọng hơn 고르다)	Động từ	먹고 싶은 음식을 선택하면 만들어 줍니다. Nếu bạn chọn thực phẩm bạn muốn ăn, tôi sẽ nấu cho bạn.
유행하다	Lây lan	Động từ	요즘 감기가 유행하고 있습니다. Dạo này, cảm cúm đang lây lan rộng.
준비하다	Chuẩn bị	Động từ	생일 선물을 준비하려고 선물 가게에 갔습니다. Tôi đến cửa hàng quà tặng để chuẩn bị một món quà sinh nhật.
참여하다	Tham dự	Động từ	한글날 행사에 참여하고 싶은 분은 연락을 주시기 바랍니다. Nếu bạn muốn tham dự sự kiện Ngày Hangul, hãy vui lòng liên hệ với chúng tôi!
피곤하다	Mệt	Tính từ	요즘 회사에 일이 많아서 너무 피곤합니다. Dạo này, công việc nhiều nên tôi rất mệt mỏi.
따라 하다	Làm theo	Động từ	엄마가 인사를 하니까 아이가 따라 합니다. Người mẹ chào nên đứa bé chào theo.

V-지 못하다	어떤 일을 할 능력이 안 되거나 할 수 없음을 나타냅니다. 비슷한 표현으로 '못 A/V'이 있습니다. Sử dụng khi không thể hoặc không được phép làm một việc nào đó. Cấu trúc này tương tự với '못 A/V'. 예 감기에 걸려서 회사에 가지 못했습니다. Tôi bị cảm lạnh nên không đi làm được. 　　감기에 걸려서 회사에 못 갔습니다. Tôi bị cảm lạnh nên không đi làm được.
V-아/어 있다	어떤 행동이나 변화가 끝나고 나서 그 끝난 상태가 계속됨을 나타냅니다. Sử dụng khi một hành động hoặc sự thay đổi nào đó đã kết thúc, trạng thái ấy vẫn tiếp diễn. 예 문이 열려 있습니다. 　　Cánh cửa đang được mở(= Một ai đó đã mở cửa và trạng thái mở vẫn được tiếp diễn).
V-아/어도 되다	어떤 일을 하는 것에 대해서 문제가 없거나 허락을 할 때 사용합니다. 허락하지 않을 때는 '-(으)면 안 되다'를 사용합니다. Sử dụng khi không có vấn đề gì hoặc cho phép làm một việc nào đó. Khi không cho phép, chúng ta sử dụng cấu trúc '-(으)면 안 되다'. 예 여기에서 수영을 해도 됩니다. Bạn được bơi ở đây. (= Việc bơi lội ở đây được cho phép.) 　　여기에서 수영을 하면 안 됩니다. Bạn không được bơi ở đây. (= Việc bơi lội ở đây không được cho phép.)

📖 유형분석 Phân tích dạng đề

글을 읽고 물음에 답하는 문제입니다. 지문은 5~7문장 정도로 나오며, 글을 읽기 전에 65번의 선택지부터 확인하는 것이 좋습니다. 그리고 나서 글 전체를 읽으면서 대략적인 내용을 파악해야 합니다. 66번 문제는 선택지와 글의 내용을 비교해 가면서 문제를 푸는 것이 효율적입니다.

초급에서 배우는 문법 중에서 난이도가 높은 아래와 같은 문법들이 나오기 시작합니다. 이러한 문법을 알고 있어야 65번 문제의 정답을 찾을 수있습니다. 높은 점수를 위해 꼭 알아 두시기 바랍니다. 자세한 설명은 오늘의 문법을 참고하시기 바랍니다.

※ 출제된 문법과 표현

1) V-아/어도 되다	2) V-(으)ㄹ 수 있다/없다	3) V-(으)ㄴ 적이 있다/없다
4) V-아/어 있다	5) V-아/어 보다	6) V-게 되다
7) V-(으)ㄹ까 하다	8) V-(으)ㄹ 것 같다	9) V-기 전에/(으)ㄴ 후에
10) V/A-(으)ㄹ 때		

Đây là dạng đề đọc và trả lời câu hỏi. Văn bản gồm khoảng 5-7 câu. Trước khi đọc văn bản, bạn nên đọc các đáp án của câu 65, sau đó, đọc toàn bộ văn bản để nắm bắt đại ý của nó. Đối với câu hỏi 66, sẽ hiệu quả hơn nếu bạn giải đề bằng cách so sánh các đáp án với nội dung của văn bản.

Từ phần này trở đi sẽ xuất hiện các cấu trúc ngữ pháp khó nhất trong số các cấu trúc ngữ pháp đã học ở trình độ sơ cấp. Để tìm được đáp án đúng, bạn cần biết các cấu trúc ngữ pháp này. Muốn đạt điểm cao, bạn cần nắm vững các cấu trúc ngữ pháp này. Hãy tham khảo giải thich chi tiết trong 'Ngữ pháp của ngày hôm nay'!

65 ㉠에 들어갈 알맞은 말 고르기

㉠에 들어갈 표현을 찾는 문제입니다. 따라서 특히 ㉠의 앞뒤 문장을 잘 읽어 보면 답을 쉽게 찾을 수 있습니다. 선택지는 주로 하나의 단어에 4개의 문법 표현이 나오거나 4개의 단어에 하나의 문법이 나옵니다. **하나의 단어에 4개의 문법 표현이 나오는 경우에는 단어의 의미보다는 문법 표현의 기능을 파악하는 것이 중요합니다. 4개의 단어에 하나의 문법 표현이 나오는 경우에는 단어의 의미를 파악**하는 것이 중요하므로 ㉠의 앞뒤 문장의 내용을 잘 파악해야 합니다.

65 Chọn cụm từ thích hợp điền vào ㉠

Đây là dạng đề tìm cụm từ thích hợp điền vào ㉠. Do đó, đặc biệt, nếu đọc kỹ câu trước và câu sau của ㉠, bạn có thể dễ dàng tìm được đáp án đúng. Thông thường, trong các đáp án, 1 từ đơn được trình bày dưới 4 dạng ngữ pháp, hoặc 4 từ được trình bày dưới 1 dạng ngữ pháp. Nếu 1 từ vựng được trình bày dưới 4 dạng ngữ pháp khác nhau, thì bạn cần nắm vững kỹ năng của các dạng ngữ pháp đó thay vì ý nghĩa của từ vựng. Ngược lại, nếu 4 từ vựng khác nhau được trình bày dưới cùng 1 dạng ngữ pháp, bạn cần nắm bắt ý nghĩa của từ vựng để chọn từ vựng thích hợp, cho nên, bạn phải nắm rõ nội dung của câu trước và câu sau ㉠.

66 글의 내용과 같은 것 고르기

전체적인 내용을 잘 읽고 같은 내용을 찾아야 합니다. 글을 읽으면서 해당되는 선택지가 맞는지 틀리는지 판단해야 합니다. **글의 내용과 선택지를 잘 비교해 가며 관련이 없는 내용을 하나씩 지워 나가면 답을 찾을 수 있습니다.** 그리고 선택지의 문장에 사용되는 표현들은 지문에 나온 표현을 그대로 사용하지 않는 경우도 있기 때문에 **유사한 어휘들을 알고 있어야 같은 의미를 찾아낼 수 있습니다.**

66 Chọn đáp án giống với nội dung của văn bản

Bạn nên đọc kỹ toàn bộ văn bản rồi tìm nội dung giống nhau. Trong khi đọc, bạn phải phán đoán đáp án nào đúng, đáp án nào sai. Khi so sánh nội dung của văn bản với các đáp án, xóa các nội dung không liên quan, bạn có thể tìm được đáp án đúng. Ngoài ra, vì văn bản và các đáp án có thể không sử dụng cùng từ vựng nên để tìm được đáp án đúng, bạn phải biết các từ gần nghĩa.

65-66

기출문제 Đề thi trước đây

※[65~66] 다음을 읽고 물음에 답하십시오.

> 저는 (㉠) 오랫동안 생각만 하고 빨리 결정하지 못합니다. 결정하는 것이 어려워서 혼자서는 필요한 물건을 잘 고르지 못합니다. 그래서 저는 친구가 옆에 있으면 친구가 하는 것을 따라 합니다. 그렇게 하면 제가 결정하지 않아도 돼서 마음이 편합니다. 하지만 지금부터는 제가 작은 일부터 하나씩 결정해 보려고 합니다.

〈TOPIK 41회 읽기 [65~66]〉
- 오랫동안 Lâu
- 결정하다 Quyết định
- 씩 Mỗi
- 그래서 Vì vậy
- 마음 Tấm lòng

65 ㉠에 들어갈 알맞은 말을 고르십시오. **2점**

① 마음이 편할 때　　② 힘든 일을 할 때
③ 친구가 생각날 때　　④ 어떤 것을 선택할 때

65
'결정하는 것이 어렵다, 물건을 잘 고르지 못한다'라는 표현을 통해 '저'는 어떤 것을 잘 선택하지 못한다는 것을 알 수 있습니다. 따라서 ㉠에 들어갈 정답은 ④입니다.
Dựa vào câu '결정하는 것이 어렵다' và '물건을 잘 고르지 못한다', chúng ta biết được 'tôi' không biết chọn cái nào. Do đó, đáp án đúng là ④.

66 이 글의 내용과 같은 것을 고르십시오. **3점**

① 제 친구는 내 결정을 따라 합니다.
② 저는 오래 생각하지 않고 결정합니다.
③ 저는 앞으로 친구와 함께 결정할 겁니다.
④ 저는 혼자 물건을 고르는 것이 어렵습니다.

① 저는 친구가 하는 것을 따라 합니다
② 오랫동안 생각만 하고
③ 지금부터 제가 결정해 보려고 합니다

66
'저'는 결정하는 것을 어려워해서 오래 생각하고 친구가 하는 것을 따라 합니다. '혼자서는 필요한 물건을 잘 고르지 못합니다'라고 했으므로 혼자 물건을 고르는 것이 어렵다는 것을 알 수 있습니다. 따라서 정답은 ④입니다.
'Tôi' gặp khó khăn trong việc đưa ra quyết định, vì vậy tôi thường suy nghĩ rất lâu và làm theo bạn bè. Dựa vào câu "혼자서는 필요한 물건을 잘 고르지 못합니다", chúng ta có thể biết được 'tôi' rất khó tự chọn đồ vật. Vì vậy, đáp án đúng là ④.

※[65~66] 다음을 읽고 물음에 답하십시오.

> 한 달 후면 방학입니다. 방학을 하면 여러 가지 일들을 하고 싶습니다. 방학 동안에 영어도 배우고 미술관에도 갈 겁니다. 그리고 친구와 같이 유럽 여행을 가 보고 싶습니다. 그래서 지난달부터 아르바이트를 시작했습니다. <u>수업도 들어야 하고 아르바이트도 해야 해서</u> 많이 피곤합니다. 피곤해도 여행을 (㉠   ) 힘이 납니다.

- 방학 Kỳ nghỉ
- 여러 가지 Nhiều/các
- 동안 Trong khoảng thời gian/sự kiện)
- 영어 Tiếng Anh
- 미술관 Trung tâm trưng bày mỹ thuật
- 유럽 여행 Du lịch châu Âu
- 수업 Lớp học
- 아르바이트 Việc làm thêm
- 힘이 나다 Khỏe/được khích lệ

65 ㉠에 들어갈 알맞은 말을 고르십시오. 2점

① 갈 생각을 하면   ② 갈 생각을 해도
③ 갈 생각을 해서   ④ 갈 생각을 하려고

65

㉠이 있는 문장을 살펴보면 '피곤해도, 힘이 납니다'라고 말합니다. 이 표현을 통해 '힘이 나는' 조건이나 가정을 나타내는 '-(으)면'이 오는 것을 알 수 있습니다. 따라서 ㉠에 들어갈 정답은 ①입니다.

Nội dung của ㉠ là "피곤해도, 힘이 납니다". Dựa vào câu này, chúng ta có thể biết phải điền '-(으)면' - cấu trúc ngữ pháp diễn đạt điều kiện hoặc giả định cho '힘이 납니다'. Do đó, đáp án đúng là ①.

66 이 글의 내용과 같은 것을 고르십시오. 3점

① 제 친구는 유럽 여행을 가고 싶어 합니다.
② 저는 친구와 같이 미술관에 가려고 합니다.
③ 저는 수업을 들으면서 아르바이트를 합니다.
④ 저는 방학에 유럽 여행을 가려고 영어를 배웁니다.

66

'저'는 방학에 영어를 배우고 미술관에 갈 겁니다. 그리고 유럽 여행을 가려고 지난달부터 아르바이트를 합니다. '수업도 들어야 하고 아르바이트도 해야' 한다는 표현을 통해 수업을 들으면서 아르바이트를 한다는 것을 알 수 있습니다. 따라서 정답은 ③입니다.

Trong kỳ nghỉ, 'tôi' sẽ học tiếng Anh và tham quan viện bảo tàng mỹ thuật. Và 'tôi' đã làm thêm từ tháng trước để đi du lịch Châu Âu. Dựa vào câu "수업도 들어야 하고 아르바이트도 해야", chúng ta biết được 'tôi' vừa nghe giảng(đi học) vừa làm thêm. Do đó, đáp án đúng là ③.

65-66

※[65~66] 다음을 읽고 물음에 답하십시오.

　5월은 가정의 달입니다. 다음 주 토요일에 서울 공원에서 가족들이 함께 즐길 수 있는 행복 나눔 콘서트가 열립니다. 이 콘서트는 오후 5시부터 8시까지이고 돈을 받지 않습니다. 10팀 정도의 가수가 참여하며 옛날 노래부터 최근 유행하는 노래까지 다양한 노래가 (　　㉠　　). 가족이 함께 오시면 작은 선물도 받을 수 있습니다.

---

65 ㉠에 들어갈 알맞은 말을 고르십시오. `2점`

　　① 준비해도 됩니다.　　　　　　　② 준비하려고 합니다.
　　③ 준비되어 있습니다.　　　　　　④ 준비된 적이 있습니다.

66 이 글의 내용과 같은 것을 고르십시오. `3점`

　　① 행복 나눔 콘서트는 무료로 볼 수 있습니다.
　　② 이 콘서트에 가면 다양한 노래를 부를 수 있습니다.
　　③ 이 콘서트에 가려면 작은 선물을 가지고 가야 합니다.
　　④ 이 콘서트는 가족이 함께 가지 않으면 들어갈 수 없습니다.

가정의 달 Tháng của gia đình | **즐기다** thưởng thức | **나눔** Chia sẻ | **콘서트** Buổi hòa nhạc | **돈** Tiền | **팀** Đội | **가수** Ca sĩ

✏️ 오늘의 어휘 Từ vựng của ngày hôm nay

가방	Cặp	Danh từ	제 가방 안에는 책과 공책이 있습니다. Trong cặp của tôi có sách và vở.
종류	Chủng loại	Danh từ	백화점에는 여러 종류의 물건이 있습니다. Cửa hàng bách hóa có nhiều chủng loại hàng hóa khác nhau.
나누다	Chia sẻ	Động từ	빵이 하나 있어서 친구하고 나누어 먹었습니다. Tôi có một ổ bánh mì nên tôi chia sẻ cho bạn tôi cùng ăn.
넣다	Cho vào/ cất vào	Động từ	음식을 냉장고에 넣습니다. Tôi cất thức ăn vào tủ lạnh.
놓다	Đặt lên	Động từ	책을 책상 위에 놓습니다. Tôi đặt cuốn sách trên bàn.
모으다	Tập trung/ thu thập	Động từ	여행을 가려고 돈을 모았습니다. Tôi đã dành dụm tiền để đi du lịch.
싸다	Gói	Động từ	여행 가기 전에 가방을 먼저 싸 놓습니다. Tôi gói ghém sẵn hành lý trước khi đi du lịch.
정리하다	Sắp xếp, dọn dẹp	Động từ	주말에 방을 깨끗하게 정리했습니다. Tôi đã dọn phòng sạch sẽ vào cuối tuần.

🥤 오늘의 문법 Ngữ pháp của ngày hôm nay

V-아/어 놓다/두다	어떤 일이 끝나고 그 상태를 유지함을 나타냅니다. Sử dụng khi một sự việc nào đó đã kết thúc nhưng vẫn duy trì trạng thái đó. 예 벽에 그림을 걸어 두었습니다. Tôi đã treo bức tranh lên tường.
V-는 것이 좋겠다	어떤 일을 하는 것이 더 괜찮음을 나타냅니다. '-는 것이 좋겠다'의 '것이'는 '-게'로 줄여서 사용할 수 있습니다. Sử dụng khi làm một việc nào đó tốt hơn. '것이' trong '-는 것이 좋겠다' có thể rút gọn thành '-게'. 예 창문을 조금 열어 두는 것이(게) 좋겠습니다. Chúng ta nên mở cửa sổ ra một lát.

67-68

📖 유형분석 Phân tích dạng đề

글을 읽고 물음에 답하는 문제입니다. 지문은 5~7문장 정도로 나오며, 글을 읽기 전에 67번의 선택지부터 확인하는 것이 좋습니다. 그리고 나서 글 전체를 읽으면서 대략적인 내용을 파악해야 합니다. 68번 문제는 선택지와 글의 내용을 비교해 가면서 문제를 푸는 것이 효율적입니다.

Đây là dạng đề đọc văn bản và trả lời câu hỏi. Văn bản gồm từ 5 đến 7 câu; trước khi đọc văn bản, bạn nên đọc đáp án câu 67. Sau đó, bạn nên đọc toàn bộ văn bản để nắm bắt đại ý. Đối với câu 68, việc giải đề sẽ đạt hiệu quả hơn khi bạn so sánh đáp án với nội dung của văn bản.

67 ㉠에 들어갈 알맞은 말 고르기

㉠에 들어갈 표현을 찾는 문제입니다. 따라서 특히 ㉠의 앞뒤 문장을 잘 읽어 보면 답을 쉽게 찾을 수 있습니다. 선택지는 주로 하나의 단어에 4개의 문법 표현이 나오거나 4개의 단어에 하나의 문법이 나옵니다. **하나의 단어에 4개의 문법 표현이 나오는 경우에는 단어의 의미 보다는 문법 표현의 기능을 파악**하는 중요합니다. **4개의 단어에 하나의 문법 표현이 나오는 경우에는 문법의 기능 보다는 단어의 의미를 파악**하는 것이 중요합니다.

67 Chọn cụm từ thích hợp điền vào ㉠

Đây là dạng đề tìm cụm từ thích hợp điền vào ㉠. Do đó, nếu đọc kỹ câu trước và câu sau của ㉠, bạn có thể dễ dàng tìm được đáp án đúng. Thông thường, ttrong các đáp án, 1 từ được trình bày dưới 4 dạng ngữ pháp, hoặc 4 từ được trình bày dưới 1 dạng ngữ pháp. Nếu 1 từ vựng được trình bày dưới 4 dạng ngữ pháp khác nhau, thì bạn cần nắm bắt kỹ năng của các dạng ngữ pháp đó thay vì ý nghĩa của từ vựng. Ngược lại, nếu 4 từ vựng khác nhau được trình bày dưới cùng 1 dạng ngữ pháp thì bạn cần nắm bắt ý nghĩa của từ vựng để chọn từ vựng thích hợp.

68 글의 내용과 같은 것 고르기

전체적인 내용을 잘 읽고 같은 내용을 찾아야 합니다. 글을 읽으면서 해당되는 선택지가 맞는지 틀리는지 판단해야 합니다. **글의 내용과 선택지를 잘 비교해 가며 관련이 없는 내용을 하나씩 지워 나가면 답을 찾을 수 있습니다.** 그리고 선택지의 문장에 사용되는 표현들은 지문에 나온 표현을 그대로 사용하지 않는 경우도 있기 때문에 **유사한 어휘들을 알고 있어야 같은 의미를 찾아낼 수 있습니다.**

68 Chọn đáp án giống với nội dung của văn bản

Đây là dạng đề đọc toàn bộ văn bản rồi tìm nội dung giống nhau. Trong khi đọc, bạn phải phán đoán đáp án nào đúng, đáp án nào sai Khi so sánh nội dung của văn bản với các đáp án, xóa các nội dung không liên quan, bạn có thể tìm được đáp án đúng. Ngoài ra, vì văn bản và các đáp án có thể không sử dụng cùng từ vựng nên để tìm được đáp án đúng, bạn phải biết các từ gần nghĩa.

67-68

기출문제 Đề thi trước đây

※[67~68] 다음을 읽고 물음에 답하십시오. 각 3점

> 꽃이나 나무가 오래 살려면 물과 공기, 햇빛이 중요합니다. (㉠) 막으려면 화분을 한곳에 모아 놓아야 합니다. 물에 젖은 수건을 화분 아래에 놓는 것은 좋은 방법입니다. 또 집안에서 공기가 잘 통할 수 있게 방문을 열어 놓으면 좋습니다. 마지막으로, 여행을 오래 할 때는 햇빛이 잘 들어오지 않는 곳에 화분을 놓는 것이 좋습니다.

〈TOPIK 37회 읽기 [67~68]〉

- 꽃 Hoa
- 나무 Cây
- 물 Nước
- 공기 Không khí
- 햇빛 Ánh nắng
- 막다 Ngăn chặn
- 화분 Bồn hoa
- 한곳 Một chỗ
- 젖다 Ướt
- 수건 Khăn
- 집안 Trong nhà
- 통하다 Thông qua
- 방문 Thăm
- 마지막 Cuối cùng
- 피다 Nở
- 없어지다 Biến mất

67 ㉠에 들어갈 알맞은 말을 고르십시오.

① 햇빛을 보는 것을
② 공기가 들어오는 것을
③ 화분에 꽃이 피는 것을
④ 물이 빨리 없어지는 것을

67

㉠ 앞에 있는 문장을 살펴보면 꽃이나 나무가 오래 살려면 물과 공기, 햇빛이 중요하다고 말합니다. ㉠ 뒤에 있는 문장에서 물에 젖은 수건을 화분 아래에 놓는 것이 좋은 방법이라고 말합니다. ㉠에는 물과 관련된 것이 나와야 합니다. 따라서 정답은 ④입니다.
Câu trước ㉠ nói rằng muốn sống lâu, chúng ta cần nước, không khí, ánh sáng. Câu sau ㉠ cho biết lót khăn ướt dưới bình hoa là phương pháp tốt. Cụm từ cần điền vào ㉠ phải là cái gì đó liên quan đến nước. Vì vậy, đáp án đúng là ④.

68 이 글의 내용과 같은 것을 고르십시오.

① 수건을 화분 안에 넣어 놓아야 합니다.
② 화분을 여러 방에 나누어 놓아야 합니다.
③ 방문을 열어서 공기가 통하게 해야 합니다.
④ 여행 전에는 화분을 햇빛에 놓고 가야 합니다.

① 화분 아래
② 한곳에 모아 놓아야 합니다
④ 햇빛이 잘 들어오지 않는 곳

68

젖은 수건을 화분 아래에 놓아 두거나 화분을 한곳에 모아 놓으면 꽃이나 나무가 오래 살 수 있습니다. 그리고 여행 전에는 화분을 햇빛이 잘 들어오지 않는 곳에 놓습니다. 집안에서는 공기가 잘 통하게 방문을 열어 놓는 것이 좋습니다. 따라서 정답은 ③입니다.
Khi chúng ta lót khăn ướt dưới bình hoa hoặc gom các bìm hoa vào một chỗ, hoa hoặc cây sẽ sống lâu hơn. Ngoài ra, trước khi đi du lịch, chúng ta nên đặt bình hoa ở nơi không có nhiều ánh sáng mặt trời. Trong nhà, chúng ta nên mở cửa sổ cho thông thoáng. Vì vậy, đáp án đúng là ③.

※[67~68] 다음을 읽고 물음에 답하십시오. 각 3점

김민수 씨는 유명한 화가입니다. 매주 목요일에 인천 초등학교에 갑니다. 그림을 배우고 싶지만 (㉠) 학생들에게 무료로 그림을 가르쳐 줍니다. 그 대신에 학생들은 모델이 되어 줍니다. 김민수 씨는 요즘 아이들의 웃는 얼굴을 그리는 것이 즐겁습니다. 학생들이 그린 그림과 학생들의 얼굴 그림을 모아서 다음 달에 전시회를 하려고 합니다.

- 화가 Họa sĩ
- 인천 Incheon(thành phố Tây Nam của Seoul)
- 초등학교 Trường tiểu học
- 대신 Thay vì
- 모델 Người mẫu
- 얼굴 Gương mặt
- 전시회 Chương trình triển lãm

67 ㉠에 들어갈 알맞은 말을 고르십시오.

① 모델이 될 수 없는 ② 그림을 좋아하지 않는
③ 전시회를 하지 못 하는 ④ 돈이 없어서 못 배우는

67

㉠ 뒤에 있는 문장을 살펴보면 김민수 씨가 학생들에게 무료로 그림을 가르쳐 주는 대신에 학생들은 모델이 되어 준다는 내용이 나옵니다. '무료'라는 단어를 통해 그림을 배우고 싶지만 돈이 없어서 못 배운다는 것을 알 수 있습니다. 따라서 ㉠에 들어갈 정답은 ④입니다.
Nội dung của câu sau ㉠ là các học sinh làm người mẫu thay vì anh Kim Min Su dạy miễn phí cho họ cách vẽ tranh. Dựa vào từ '무료', chúng ta biết được học sinh muốn học vẽ, nhưng không có tiền nên không học được. Vì vậy, đáp án đúng là ④.

68 이 글의 내용과 같은 것을 고르십시오.
① 김민수 씨는 목요일마다 초등학교에서 그림을 배웁니다.
② 학생들은 전시회를 하려고 그림을 배우기 시작했습니다.
③ 학생들의 얼굴 그림만 모아서 다음 달에 전시회를 엽니다.
④ 김민수 씨에게 그림을 배우는 학생들은 모델이 되어 줍니다.

68

김민수 씨는 목요일마다 초등학교에서 그림을 가르쳐 줍니다. 김민수 씨에게 그림을 배우는 학생들은 돈을 내지 않는 대신에 모델이 되어 줍니다. 따라서 정답은 ④입니다.
Anh Kim Min Su dạy vẽ tại trường tiểu học vào thứ năm hàng tuần. Những học sinh vẽ từ anh Kim Min Su sẽ làm người mẫu thay vì trả tiền. Do đó, đáp án đúng là ④.

67-68

※[67~68] 다음을 읽고 물음에 답하십시오. 각 3점

> 여행을 갈 때 필요한 물건이 많습니다. 여러 가지 물건을 정리하지 않고 넣으면 나중에 물건을 찾기가 어렵고 많이 넣을 수도 없습니다. 그래서 가방을 쌀 때 비슷한 물건끼리 (㉠   ) 넣는 것이 좋습니다. 작은 가방에 물건을 나누어 넣고 다시 여행 가방에 넣으면 쉽게 정리할 수 있습니다. 그리고 여행지에서 살 물건도 넣을 자리를 생각해 두는 것이 좋습니다.

67 ㉠에 들어갈 알맞은 말을 고르십시오.

① 나누어서
③ 나누거나
② 나누려면
④ 나누면서

68 이 글의 내용과 같은 것을 고르십시오.

① 여행을 가서 작은 가방을 많이 살 겁니다.
② 작은 가방이 많으면 물건 찾기가 어렵습니다.
③ 여행할 때는 많은 물건을 가지고 가야 합니다.
④ 같은 종류의 물건을 모아서 넣는 것이 좋습니다.

여러 가지 Các loại | 나중 Sau này | 끼리 Cùng nhau | 다시 Lại | 여행지 Địa điểm du lịch | 자리 Chỗ | 같은 Giống/cùng

69-70

✏️ 오늘의 어휘 Từ vựng của ngày hôm nay

나라	Đất nước	Danh từ	가: 어느 나라 사람입니까? / 나: 저는 한국 사람입니다. A: Anh là người nước nào? / B: Tôi là người Hàn Quốc.
내년	Năm tới	Danh từ/ trạng từ	올해 열심히 공부해서 내년에는 꼭 대학교에 들어갈 겁니다. Năm nay, tôi sẽ học chăm chỉ để vào đại học vào năm tới.
모임	Cuộc gặp mặt/cuộc họp	Danh từ	가족 모임에 참석했습니다. Tôi đã tham dự cuộc họp gia đình.
다른	Khác	Tính từ	저는 사과만 좋아합니다. 다른 과일은 좋아하지 않습니다. Tôi chỉ thích táo. Tôi không thích các loại hoa quả khác.
점점	Dần dần	Trạng từ	요즘 날씨가 점점 추워지고 있습니다. Dạo này, thời tiết đang trở nên lạnh dần.
다치다	Bị thương	Động từ	친구는 교통사고가 나서 많이 다쳤습니다. Bạn tôi gặp tai nạn giao thông nên bị thương nặng.
달리다	Chạy	Động từ	아침에 일찍 일어나서 운동장을 달렸습니다. Tôi thức dậy vào sáng sớm và chạy trong sân vận động.
드시다(들다)	Ăn (kính ngữ của 먹다)	Động từ	제가 만든 요리입니다. 많이 드십시오. Đây là một món ăn tôi nấu đấy. Anh ăn nhiều vào nhé!
맛없다	Không ngon	Tính từ	음식이 맛없어서 조금만 먹었습니다. Thức ăn không ngon nên tôi ăn ít.
친하다	Thân	Tính từ	저는 우리 반 친구들과 친합니다. Tôi thân với các bạn cùng lớp.
거의	Gần	Danh từ/ trạng từ	가: 그 일 다 했습니까? / 나: 조금만 기다려 주십시오. 거의 다 했습니다. A: Anh đã làm xong việc đó chưa? / B: Vui lòng đợi tôi một chút! Tôi làm gần xong rồi ạ.

ㄹ 탈락	'**ㄹ**'로 끝나는 모든 동사나 형용사가 '-(으)ㅂ, -(으)ㅅ, -(으)ㄴ, -(으)ㄹ'로 시작하는 문법 앞에서 '**ㄹ**'이 탈락합니다. '-(으)려고, -(으)러'의 경우에는 탈락하지 않습니다. Khi đứng trước các dạng ngữ pháp bắt đầu bằng '-(으)ㅂ, -(으)ㅅ, -(으)ㄴ, hoặc -(으)ㄹ'. 'ㄹ' của tất cả các động từ hoặc tính từ kết thúc bằng 'ㄹ' được lược bỏ. Nhưng khi kết hợp với '-(으)려고' và '-(으)러', 'ㄹ' không được lược bỏ. — 알다, 살다, 놀다, 팔다, 울다, 길다, 들다, 만들다 Biết, sống, chơi, bán, khóc, dài, giơ, làm

구분	탈락			탈락하지 않음			
	-ㅂ/습니다	-(으)세요	-(으)네요	-(으)려고	-(으)러	-지만	-아/어요
살다	삽니다	사세요	사네요	살려고	살러	살지만	살아요
만들다	만듭니다	만드세요	만드네요	만들려고	만들러	만들지만	만들어요

예 한국 음식을 만듭니다. Tôi thích món ăn Hàn Quốc.
    저는 한국에 삽니다. Tôi sống ở Hàn Quốc.

으 탈락	'**ㅡ**'로 끝나는 모든 동사나 형용사가 '-아/어'로 시작하는 문법 앞에서 '**ㅡ**'가 탈락합니다. Khi đứng trước các dạng ngữ pháp bắt đầu bằng '-아/어', 'ㅡ' của tất cả các động từ hoặc tính từ kết thúc bằng 'ㅡ' được lược bỏ. — 쓰다, 끄다, 크다, 아프다, 바쁘다, 예쁘다 Viết, tắt, to, ốm, bận rộn, đẹp

구분	탈락		탈락하지 않음	
	-았/었어요	-아/어서	-(으)면	-고
쓰다	썼어요	써서	쓰면	쓰고
예쁘다	예뻤어요	예뻐서	예쁘면	예쁘고
바쁘다	바빴어요	바빠서	바쁘면	바쁘고

예 제 친구는 예뻐서 인기가 많습니다. Bạn tôi đẹp nên được yêu thích.
    편지를 써서 친구에게 줬습니다. Tôi đã viết thư để gửi cho bạn tôi.

ㅂ 불규칙	'**ㅂ**'으로 끝나는 동사나 형용사가 '-아/어'나 '-으'로 시작하는 문법 앞에서 '**ㅂ**'이 '**우**'로 바뀝니다. '**ㅂ**' 불규칙에서 대부분의 경우 '**ㅂ**'이 '**우**'로 변합니다. 그러나 '곱다'와 '돕다'는 '-아/어'를 만나면 '**오**'로 변합니다.
	
	Khi đứng trước '-아/어' hoặc '-으', 'ㅂ' của động từ hoặc tính từ kết thúc bằng 'ㅂ' chuyển thành '우'. Trong hầu hết các trường hợp bất quy tắc của động từ hoặc tính từ kết thúc bằng 'ㅂ', 'ㅂ' chuyển thành '우' nhưng riêng trường hợp '곱다' và '돕다', khi đứng trước '-아/어', 'ㅂ' chuyển thành '오'.
	
	— 불규칙 : 맵다, 덥다, 춥다, 곱다, 돕다, 고맙다, 두껍다, 아름답다
	         Cay, nóng, lạnh, đẹp, giúp đỡ, cám ơn, dày, đẹp.
	— 규　칙 : 입다, 잡다, 좁다
	         Mặc, bắt, nắm, chật hẹp

구분	변함		변하지 않음	
	-아/어요	-(으)면	-ㅂ/습니다	-지만
춥다(불규칙)	추워요	추우면	춥습니다	춥지만
고맙다(불규칙)	고마워요	고마우면	고맙습니다	고맙지만
돕다(불규칙)	도와요	도우면	돕습니다	돕지만
입다(규칙)	입어요	입으면	입습니다	입지만

㉮ 날씨가 추워서 두꺼운 옷을 입었습니다. Thời tiết lạnh nên tôi đã mặc áo ấm.
　　도와주셔서 고마워요. Xin cám ơn vì đã giúp đỡ tôi.

ㄷ 불규칙

'ㄷ'으로 끝나는 동사나 형용사가 '-아/어'나 '-으'로 시작하는 문법 앞에서 'ㄷ'이 'ㄹ'로 바뀝니다.
Khi đứng trước các dạng ngữ pháp bắt đầu bằng '-아/어' hoặc '-으', 'ㄴ', 'ㄷ' của động từ hoặc tính từ kết thúc bằng 'ㄷ' chuyển thành 'ㄹ'.
　　— 불규칙 : 듣다, 걷다, 묻다(질문하다) Nghe, đi bộ, hỏi
　　— 규　칙 : 받다, 닫다, 믿다 Nhận, đóng, tin

구분	변함			변하지 않음	
	-아/어요	-아/어서	-(으)니까	-ㅂ/습니다	-고
듣다(불규칙)	들어요	들어서	들으니까	듣습니다	듣고
닫다(규칙)	닫아요	닫아서	닫으니까	닫습니다	닫고

㉮ 음악을 들으면서 밥을 먹습니다. Tôi vừa nghe nhạc vừa ăn cơm.
　　집에서 학교까지 걸어서 갑니다. Tôi đi bộ từ nhà đến trường.

ㅅ 불규칙

'ㅅ'으로 끝나는 동사나 형용사가 '-아/어'나 '-으'로 시작하는 문법 앞에서 'ㅅ'이 탈락합니다. '나아요'는 '나요'로, '나으려면'은 '나려면'으로 쓰지 않습니다. 다른 'ㅅ 불규칙'도 마찬가지입니다.
Khi đứng trước các dạng ngữ pháp bắt đầu bằng '-아/어' hoặc '-으', 'ㅅ' của các động từ hoặc tính từ kết thúc bằng 'ㅅ' được lược bỏ. '나아요' không được rút gọn '나요', và '나으려면' không được rút gọn thành '나려면'. Các động từ hoặc tính từ bất quy tắc kết thúc bằng 'ㅅ' khác cũng vậy.
　　— 불규칙 : 낫다, 짓다, 붓다 khỏi(bệnh), xây dựng, rót
　　— 규　칙 : 벗다, 씻다, 웃다 cởi(giày/áo), rửa, cười

구분	변함		변하지 않음	
	-아/어요	-(으)려고	-ㅂ/습니다	-지만
낫다(불규칙)	나아요	나으려고	낫습니다	낫지만
짓다(불규칙)	지어요	지으려고	짓습니다	짓지만
벗다(규칙)	벗어요	벗으려고	벗습니다	벗지만

㉮ 약을 먹으면 감기가 빨리 나아요. Nếu bạn uống thuốc thì sẽ nhanh khỏi cảm.

| | ‘ㅎ’로 끝나는 동사나 형용사가 ‘-아/어’로 시작하는 문법 앞에서 ‘ㅎ’이 탈락하고 모음 ‘-아/어’는 ‘애’로 변하고, ‘야/여’는 ‘얘’로 변합니다. ‘-으’로 시작하는 문법 앞에서는 ‘ㅎ’만 탈락합니다.

Khi đứng trước các dạng ngữ pháp bắt đầu bằng ‘-아/어’, ‘ㅎ’ của các động từ hoặc tính từ kết thúc bằng ‘ㅎ’ được lược bỏ và nguyên âm ‘-아/어’ chuyển thành ‘애’, và ‘야/여’ chuyển thành ‘얘’. Đứng trước các dạng ngữ pháp bắt đầu bằng ‘-으’, chỉ ‘ㅎ’ được lược bỏ.

   — 불규칙 : 어떻다, 이/저/그렇다, 빨갛다, 까맣다, 파랗다, 하얗다, 노랗다
        Như thế nào/ này/kia/như vậy, đỏ, đen, xanh, trắng, vàng
   — 규   칙 : 괜찮다, 많다, 싫다, 좋다, 놓다
        Không sao, nhiều, không thích, thích, đặt

ㅎ 불규칙

구분	변함		변하지 않음	
	-아/어요	-(으)면	-(으)ㄴ	-고
이렇다(불규칙)	이래요	이러면	이런	이렇고
하얗다(불규칙)	하얘요	하야면	하얀	하얗고
좋다(규칙)	좋아요	좋으면	좋은	좋고

예 얼굴이 하얘서 빨간색이 잘 어울립니다. Da mặt bạn trắng nên hợp với màu trắng.
   어떤 영화를 좋아합니까? Bạn thích thể loại phim nào?

르 불규칙

‘르’로 끝나는 동사나 형용사가 ‘아/어’로 시작하는 문법 앞에서 ‘ㅡ’가 탈락하고 ‘ㄹ’는 ‘ㄹㄹ’로 바뀝니다.

Khi đứng trước các dạng ngữ pháp bắt đầu bằng ‘아/어’, ‘ㅡ’ của các động từ hoặc tính từ kết thúc bằng ‘ㅡ’ được lược bỏ và ‘ㄹ’ chuyển thành ‘ㄹㄹ’.

   — 모르다, 다르다, 빠르다, 부르다 Không biết, khác, nhanh, gọi

구분	변함		변하지 않음	
	-아/어요	-아/어서	-(으)니까	-고
다르다	달라요	달라서	다르니까	다르고
부르다	불러요	불러서	부르니까	부르고

예 노래를 불러요. Tôi hát.
   퇴근 시간에는 지하철이 버스보다 빨라요. Vào giờ tan tầm, tàu điện ngầm nhanh hơn xe buýt.

69-70

📖 유형분석 Phân tích dạng đề

글을 읽고 물음에 답하는 문제입니다. 지문은 6~8문장 정도로 나오며, 글을 읽기 전에 문제와 69번의 선택지부터 확인하는 것이 좋습니다. 그러고 나서 글 전체를 읽으면서 대략적인 내용을 파악해야 합니다. 70번 문제는 선택지와 글의 내용을 비교해 가면서 문제를 푸는 것이 효율적입니다.

Đây là dạng đề đọc văn bản và trả lời câu hỏi. Văn bản gồm 6-8 câu trước khi đọc văn bản, bạn nên đọc đáp án câu 69. Sau đó, bạn nên đọc toàn bộ văn bản để nắm bắt đại ý. Đối với câu 70, việc giải đề sẽ đạt hiệu quả hơn khi bạn so sánh các đáp án với nội dung của văn bản.

69 ㉠에 들어갈 알맞은 말 고르기

㉠에 들어갈 표현을 찾는 문제입니다. 따라서 특히 ㉠의 앞뒤 문장을 잘 읽어 보면 답을 쉽게 찾을 수 있습니다. 선택지는 주로 하나의 단어에 4개의 문법 표현이 나오거나 2개의 단어에 4개의 문법 표현이 나옵니다. 단어와 문법 표현이 복합적으로 나오는 경우도 있으므로 **단어와 문법 표현의 의미와 기능을 알아야 문제를 풀 수 있습니다.**

69 Chọn cụm từ thích hợp điền vào ㉠

Đây là dạng đề tìm cụm từ thích hợp điền vào ㉠. Do đó, nếu đọc kỹ câu trước và câu sau của ㉠, bạn có thể dễ dàng tìm được đáp án đúng. Thông thường, trong các đáp án, 1 từ vựng được trình bày dưới 4 dạng ngữ pháp, hoặc 2 từ vựng được trình bày dưới 4 dạng ngữ pháp. Cũng có trường hợp từ vựng và ngữ pháp cùng xuất hiện; vì vậy, để giải được dạng đề này, bạn cần nắm rõ ý nghĩa và chức năng của từ vựng và ngữ pháp.

70 글의 내용으로 알 수 있는 것 고르기

글의 내용으로 알 수 있는 것을 고르는 문제입니다. 글을 읽고 글에서 말하고 싶은 것이 무엇인지를 파악하는 것이 중요합니다. 말하고 싶은 내용은 주로 두 번째 문장이나 마지막 문장에 나옵니다. 그러나 이 문제는 글의 내용과 같은 것을 고르는 문제와 비슷합니다. **글의 내용과 선택지를 잘 비교해 가며 관련이 없는 내용을 하나씩 지워 나가면 답을 찾을 수 있습니다.** 그리고 선택지의 문장에 사용되는 표현들은 지문에 나온 표현을 그대로 사용하지 않는 경우도 있기 때문에 **유사한 어휘들을 알고 있어야 같은 의미를 찾아낼 수 있습니다.**

70 Chọn đáp án giống với nội dung của văn bản

Đây là dạng đề chọn điều có thể biết được thông qua nội dung văn bản. Bạn nên đọc kỹ toàn bộ văn bản rồi tìm nội dung giống nhau. Trong khi đọc, bạn phải phán đoán đáp án nào đúng, đáp án nào sai. Khi so sánh nội dung của văn bản với các đáp án, xóa các nội dung không liên quan, bạn có thể tìm được đáp án đúng. Ngoài ra, vì văn bản và các đáp án có thể không sử dụng cùng từ vựng nên để tìm được đáp án đúng, bạn phải biết các từ gần nghĩa.

69-70

🔍 문제분석 Phân tích đề thi

※ [69~70] 다음을 읽고 물음에 답하십시오. 각 3점

> 아버지는 요리에 관심이 없어서 거의 요리를 하지 않으셨습니다. 그런데 지난달에 어머니가 다리를 다쳐서 요리를 못 하게 되었습니다. 그때부터 아버지는 요리를 (㉠). 아버지의 요리는 맛있을 때도 있고 맛없을 때도 있었습니다. 그런데 음식의 맛과 관계없이 어머니는 항상 맛있게 드셨습니다. 그 후로 아버지는 <u>요리하는 것을 좋아하게 되셨습니다</u>.

69 ㉠에 들어갈 알맞은 말을 고르십시오.

① 하실 수 없었습니다　　② 하실 것 같았습니다

③ 하시기 시작했습니다　　④ 해 주신 적이 없었습니다

70 이 글의 내용으로 알 수 있는 것을 고르십시오.

① 아버지는 요즘 요리에 관심을 갖게 되셨습니다.

② 아버지는 오래 전부터 요리 학원에 다니셨습니다.

③ 어머니는 아버지가 요리하는 것을 도와주셨습니다.

④ 아버지가 만든 음식의 맛이 점점 좋아지고 있습니다.

　② 요리에 관심이 없어서

　③ 요리를 못 하게 되었습니다

　④ 맛있을 때도 있고 맛없을 때도 있었습니다

〈TOPIK 41회 읽기 [69~70]〉

• 아버지　Bố
• 관심(이) 없다　Không quan tâm
• 다리　Chân
• 맛　Vị
• 관계없이　Bất kể
• 그때　Khi đó
• 어머니　Mẹ
• 관심을 갖다　Quan tâm
• 요리 학원　Trường dạy nấu ăn

69

㉠ 뒤에 있는 문장을 살펴보면 아버지가 하신 요리의 맛에 대한 내용이 나옵니다. 어머니가 다리를 다쳐서 요리를 못 하게 되었습니다. '그때부터'라는 표현을 통해 아버지가 요리를 하기 시작했다는 것을 알 수 있습니다. 따라서 ㉠에 들어갈 정답은 ③입니다.

Nội dung của câu sau ㉠ nói về hương vị của món ăn mà bố 'tôi' nấu. Mẹ 'tôi' bị thương ở chân nên không nấu ăn được. Dựa vào cụm từ '그때부터', chúng ta có thể biết được bố 'tôi' đã bắt đầu nấu ăn. Do đó, cụm từ cần điền vào ㉠ là ③.

70

이 글은 아버지가 요리를 시작하게 된 이유에 대해서 말하고 있습니다. 아버지는 요리에 관심이 없으셨지만 어머니가 다치신 이후에 요리를 하게 되었다는 내용이 나옵니다. 마지막 문장에서 아버지는 요리하는 것을 좋아하게 되셨다고 말합니다. 이를 통해 아버지가 요즘 요리에 관심을 갖게 된 것을 알 수 있습니다. 따라서 정답은 ①입니다.

Văn bản này giải thích lý do tại sao bố 'tôi' bắt đầu nấu ăn.Trong bài có nội dung bố 'tôi' vốn không thích nấu ăn nhưng bắt đầu nấu ăn kể từ khi mẹ 'tôi' bị thương. Câu cuối cùng nói rằng giờ đây, bố 'tôi' thích nấu ăn. Dựa vào chi tiết này, chúng ta có thể biết được dạo này, bố 'tôi' đã quan tâm đến nấu nướng. Vì vậy, đáp án đúng là ①.

※[69~70] 다음을 읽고 물음에 답하십시오. 각 3점

> 저는 지난달부터 맛집 여행 모임을 하고 있습니다. 맛있는 음식을 먹으면 (㉠) 이 모임에 가는 것이 즐겁습니다. 어제는 경복궁 근처에 있는 식당에서 삼계탕을 먹었습니다. 그 식당은 삼계탕만 팝니다. 식당에 사람이 너무 많아서 우리는 삼십 분을 기다렸습니다. 지금까지 먹어 본 삼계탕 중에서 제일 맛있었습니다. 다음 주 어머니 생신에도 <u>그 식당</u>에 가야겠습니다.

• 맛집 Quán ăn ngon
• 경복궁 Cung điện Gyeongbokgung
• 삼계탕 Samgyetang(gà hầm sâm)
• 제일 Nhất
• 생신 Sinh nhật(kính ngữ của 생일)
• 식당 Quán ăn
• 찾아다니다 Đi tìm

69 ㉠에 들어갈 알맞은 말을 고르십시오.

① 행복하지 못해서
② 행복할 수 없어서
③ 행복해지기 때문에
④ 행복해야 하기 때문에

69

'저'는 맛집 여행 모임을 하고 있으며 이 모임에 가는 것이 즐겁다는 내용이 나옵니다. ㉠에는 '모임에 가는 것이 즐거운' 이유나 원인이 나와야 하며 '맛있는 음식을 먹으면' 어떠한 상태가 되는지를 표현해야 합니다. 그래서 여기에서는 어떤 행동의 원인이나 이유를 나타내는 문법 표현인 '-기 때문에'와 어떠한 상태로 되는 것을 나타내는 문법 표현인 '-아/어지다'가 나와야 합니다. 따라서 ㉠에 들어갈 정답은 ③입니다.

Đoạn văn này nói rằng 'tôi' đang tham dự một một cuộc họp du lịch ẩm thực và người ta nói rằng rất vui khi tham gia sự kiện này. Trong ㉠, 'tôi' phải nêu lý do hoặc nguyên nhân của '모임에 가는 것이 즐거운' và trạng thái gì sẽ diễn ra '맛있는 음식을 먹으면'. Vì vậy, cụm từ này phải có '-기 때문에' - cấu trúc ngữ pháp diễn đạt nguyên nhân hoặc lý do của một hành động nào đó- hoặc '-아/어/지다' - cấu trúc ngữ pháp diễn đạt trạng thái nào đó, Do đó, đáp án đúng là ③.

70 이 글의 내용으로 알 수 있는 것을 고르십시오.

① 저는 음식 중에서 삼계탕을 제일 좋아합니다.
② 저는 기분이 안 좋을 때 맛있는 음식을 먹습니다.
③ 저는 지난달부터 삼계탕을 파는 식당을 찾아다닙니다.
④ 저는 다음 주 어머니 생신에도 삼계탕을 먹을 겁니다.

70

이 글은 맛집 여행에 대해서 이야기하고 있습니다. '저'는 어제 먹은 삼계탕이 맛있어서 다음 주 어머니 생신에도 삼계탕을 먹으려고 합니다. 따라서 정답은 ④입니다.

Đoạn văn bản này nói về một chuyến tham quan ẩm thực. Món samgyetang 'tôi' đã ăn hôm qua rất ngon nên tôi dự định cũng sẽ ăn samgyetang vào sinh nhật của mẹ tôi tuần tới. Vì vậy, đáp án đúng là ④.

연습문제 Đề thi thực hành

※[69~70] 다음을 읽고 물음에 답하십시오. 각 3점

저에게는 보고 싶은 친구가 한 명 있습니다. 우리는 어릴 때 운동장에서 많이 달렸습니다. 우리는 달리기를 한 후에 학교 앞 가게에서 파는 아이스크림을 자주 먹었습니다. 그리고 우리는 서로의 이름을 재미있게 바꿔서 불렀습니다. 그런데 지금은 그 친구를 (㉠). 친구가 2년 전에 다른 나라로 가서 살게 되었습니다. 저는 내년에 그 친구를 만나러 갈 겁니다.

69 ㉠에 들어갈 알맞은 말을 고르십시오.

① 만나기 싫습니다
② 만날 것 같습니다
③ 만날 수 없습니다
④ 만난 적이 있습니다

68 이 글의 내용으로 알 수 있는 것을 고르십시오.

① 저는 어릴 때 친한 친구를 만나러 갈 겁니다.
② 저는 운동장에서 달리기를 하면서 운동을 합니다.
③ 저는 어릴 때 부른 이름과 지금 부르는 이름이 다릅니다.
④ 저는 친구가 생각나서 아이스크림을 자주 먹지 않습니다.

운동장 Sân vận động | 달리기 Chạy | 가게 Cửa hàng | 아이스크림 Kem | 서로 Nhau

〈 읽기 연습문제 정답 및 해설 〉

31 ② '춥다, 눈이 내리다'라는 표현을 통해 날씨를 이야기하고 있음을 알 수 있습니다. 따라서 정답은 ②입니다.

Dựa vào cụm từ '춥다' và '눈이 내리다', chúng ta có thể đoán được văn bản nói về thời tiết. Do đó, đáp án đúng là ②.

32 ④ '농구를 좋아하다, 독서를 자주 하다'라는 표현을 통해 '저'와 '제 친구'의 취미를 이야기하고 있음을 알 수 있습니다. 따라서 정답은 ④입니다.

Dựa vào các cụm từ '농구를 좋아하다' và '독서를 자주 하다', chúng ta có thể đoán được văn bản đang kể về sở thích của 'tôi' và 'bạn tôi'. Do đó, đáp án đúng là ④.

33 ③ '옷을 사다, 구두를 사다'라는 표현을 통해 쇼핑을 한다는 것을 유추할 수 있습니다. '저'와 '제 동생'이라는 단어를 보고 '가족'을 생각할 수 있지만 가족에 대한 내용이 아니라 '저'와 '제 동생'이 쇼핑을 하는 내용입니다. 따라서 정답은 ③입니다.

Dựa vào cụm từ '옷을 사다' và '구두를 사다', chúng ta có thể suy luận rằng 'tôi' đang đi mua sắm. Dựa vào các từ 'tôi', 'anh trai tôi' và 'gia đình', chúng ta có thể liên tưởng đến 'gia đình' nhưng đây không phải là văn bản nói về việc mua sắm của 'tôi' và 'em tôi'. Do đó, đáp án đúng là ③.

34 ④ 한국어 수업의 시작 시간을 이야기하고 있습니다. '9시'와 같이 '시간'을 나타내는 명사에 사용하는 문법(조사)은 '에'입니다. 따라서 정답은 ④입니다.

Văn bản này nói về thời gian bắt đầu của lớp học tiếng Hàn. '에' là ngữ pháp(trợ từ) được sử dụng cho các danh từ chỉ 'thời gian', ví dụ như '9 giờ''. Vì vậy, đáp án đúng là ④.

35 ③ 길을 모를 때는 길을 찾기 위해 지도를 봅니다. 따라서 정답은 ③입니다.

Khi không biết đường, chúng xem bản đồ để tìm đường. Do đó, đáp án đúng là ③.

36 ④ 뒤 문장에 '그래서'가 있으므로 공부를 하지 않은 결과를 이야기하면 됩니다. 공부를 하지 않아서 시험이 어렵다고 유추할 수 있습니다. 따라서 정답은 ④입니다.

Trong câu sau có '그래서' nên 'tôi' cần nói hậu quả của việc không học bài. Chúng ta có thể suy luận bài thi khó vì 'tôi' không học bài. Vì vậy, đáp án đúngi là ④.

37 ③ 앞 문장에서 한국 사람이 아니라고 했습니다. 그러므로 뒤 문장에 한국 사람이 아니기 때문에 나타날 수 있는 결과를 찾아야 합니다. 그 결과로 '모릅니다'를 고르면 됩니다. 따라서 정답은 ③입니다.

Trong câu trước, 'tôi' đã nói rằng 'tôi' không phải là người Hàn Quốc. Vì vậy, trong câu sau, chúng ta phải tìm kết quả có thể diễn ra vì lý do 'tôi' không phải là người Hàn Quốc. Vì vậy, bạn có thể chọn '모릅니다'. Do đó, đáp án đúng là ③.

38 ③ 방을 청소하지 않았기 때문에 더럽습니다. '더럽다'라는 단어 앞에 '아주, 너무' 등의 부사를 사용할 수 있습니다. 따라서 정답은 ③입니다.

Căn phòng bẩn vì không được quét dọn. Trước '더럽다', chúng ta có thể sử dụng các trạng từ như '아주', '너무'. Do đó, đáp án đúng là ③.

39 ②	앞 문장에서 파티를 한다고 했습니다. 뒤 문장에서는 파티를 하기 때문에 친구와 같이 파티에서 먹을 음식을 만들 거라는 것을 알 수 있습니다. '만듭니다'는 '만들다'와 '-ㅂ/습니다'가 만나 'ㄹ'이 탈락된 것입니다. 따라서 정답은 ②입니다.	Câu trước nói rằng 'tôi' sẽ tổ chức một bữa tiệc. chúng ta biết được câu sau nói rằng 'tôi' tổ chức bữa tiệc nên sẽ cùng với bạn bè làm thức ăn cho bữa tiệc. '만듭니다' là '만들다' kết hợp với '-ㅂ/습니다' nên 'ㄹ' được lược bỏ. Do đó, đáp án đúng là ②.
40 ④	부동산 광고입니다. 한국대학교에서 걸어서 3분이 걸리기 때문에 가깝습니다. 방 안에는 에어컨과 냉장고가 있습니다. 집세는 월, 즉 한 달에 30만 원입니다. 방을 구하는(찾는) 사람은 이 광고에 있는 전화번호로 전화를 걸면 됩니다. 따라서 정답은 ④입니다.	Đây là quảng cáo bất động sản. Căn nhà cách Đại học Hàn Quốc 3 phút đi bộ. Trong phòng có máy điều hòa nhiệt độ và tủ lạnh. Giá thuê được tính theo tháng, 300.000 won mỗi tháng. Ai đang tìm phòng có thể gọi cho số điện thoại trong quảng cáo này. Vì vậy, đáp án đúng là ④.
41 ②	지현 씨가 민수 씨에게 보낸 이메일입니다. 이번 주 토요일이 마이클 씨 생일입니다. 그래서 토요일 오후 7시에 마이클 씨 집에서 생일파티를 합니다. 마이클 씨 집은 학교 옆에 있기 때문에 학교에서 가깝습니다. 그래서 지현 씨와 민수 씨는 토요일에 학교에서 만날 겁니다. 따라서 정답은 ②입니다.	Đây là email từ chị Ji Hyun gửi cho anh Min Su. Thứ bảy tuần này là sinh nhật của anh Michael. Vì vậy, lúc 7 giờ tối thứ bảy, mọi người sẽ tổ chức tiệc sinh nhật tại nhà của anh Michael. Nhà của anh Michael ở ngay cạnh trường nên rất gần trường. Vì vậy, chị Ji Hyun và anh Min Su sẽ gặp nhau ở trường vào thứ bảy. Vì vậy, đáp án đúng là ②.
42 ①	대학교의 학생들에게 무료로 영화를 보여 주는 행사의 안내문입니다. 영화는 7월, 8월 두 달 동안 볼 수 있습니다. 영화 시간은 매주 토요일 8시입니다. 영화를 보는 장소는 한국대학교 학생회관 101호입니다. 음료수와 음식은 가지고 들어가면 안 됩니다. 그리고 대학교에서 음료수를 주는지는 알 수 없습니다. 따라서 정답은 ①입니다.	Đây là hướng dẫn sự kiện chiếu phim miễn phí cho sinh viên trường đại học. Sinh viên có thể xem phim trong hai tháng: tháng 7 và tháng tá. Giờ chiếu phim là 8 giờ tối thứ bảy hàng tuần. Địa điểm xem phim là phòng 101, tòa nhà Hội sinh viên, Đại học Hàn Quốc. Đồ uống và thức ăn không được phép mang vào bên trong. Và chúng ta không biết trường đại học có cung cấp nước uống hay không. Do đó, đáp ăn đúng là ①.
43 ②	'저'는 오늘 친구 집에 놀러 갔고, 친구와 생일 파티를 했습니다. '저'는 책을 사서 친구에게 생일 선물로 주었습니다. 따라서 정답은 ②입니다.	'Hôm nay, 'tôi' đã đến chơi nhà một người bạn và đã tổ chức tiệc sinh nhật với bạn. 'Tôi' đã mua một cuốn sách để tặng cho bạn như một món quà sinh nhật. Vì vậy, đáp án đúng là ②.
44 ④	'저'는 심심할 때 노래방에 가서 한국 노래를 부릅니다. 한국 노래를 알고 있으므로 좋아하는 한국 노래를 부를 수 있습니다. 노래방에 가면 한국 노래를 부를 수 있어서 재미있습니다. 따라서 정답은 ④입니다.	Khi buồn, 'tôi' đến quán karaoke và hát những bài hát tiếng Hàn. Biết các bài hát tiếng Hàn nên 'tôi' có thể hát những bài hát tiếng Hàn mà mình yêu thích. Khi đến quán karaoke hát những bài hát tiếng Hàn, 'tôi' cảm thấy vui. Vì vậy, đáp án đúng là ④.
45 ③	'저'는 내일 오후에 공원에 가서 친구를 만납니다. 그리고 내일 친구와 함께 운동을 합니다. 따라서 정답은 ③입니다.	Chiều mai, 'tôi' sẽ đến công viên để gặp một người bạn. Và ngày mai, 'tôi' sẽ tập thể dục với bạn. Vì vậy, đáp án đúng là ③.
46 ④	'저'는 키가 커서 보통 바지를 사면 짧습니다. 그 결과 바지 사는 것이 어렵습니다. 그렇기 때문에 중심 생각은 바지 사는 것이 어렵다는 것입니다. 따라서 정답은 ④입니다.	'Tôi' cao nên khi mua quần thường bị ngắn. Kết quả là, 'tôi' rất khó mua quần. Do đó, ý chính là khó mua quần. Do đó, đáp án đúng là ④.

47	③	주말에 제주도에 가면 사진을 많이 찍을 거니까 빨리 주말이 오면 좋겠습니다. 그러므로 중심 생각은 빨리 주말이 와서 제주도에 가고 싶다는 것입니다. 따라서 정답은 ③입니다.	Vì cuối tuần, khi đi đảo Jeju, tôi sẽ chụp nhiều ảnh nên tôi mong cuối tuần đến thật nhanh. Vì vậy, ý chính là mong cuối tuần đến thật nhanh để 'tôi' đi đảo Jeju. Do đó, đáp án đúng là ③.
48	①	'저'는 한국 음식을 만들 줄 모릅니다. 그 결과 형이 한국 음식을 자주 만들어 주는데, 형이 만든 한국 음식은 모두 맛있습니다. 그렇기 때문에 중심 생각은 형이 한국 음식을 자주 만들어 주는데 맛있다는 것입니다. 따라서 정답은 ①입니다.	'Tôi' không biết nấu món ăn Hàn Quốc. Do đó, anh trai tôi thường nấu món ăn Hàn Quốc, tất cả các món ăn Hàn Quốc anh trai tôi nấu đều ngon. Vì vậy, ý chính là anh trai tôi thường xuyên nấu món ăn Hàn Quốc và nó rất ngon. Do đó, đáp án đúng là ①.
49	③	㉠의 선택지는 우리 집이 편리한 이유를 말하고 있습니다. 뒤 문장은 '하지만'으로 시작하며 오빠가 회사가 멀어서 불편한 점을 설명합니다. 그러므로 앞에서는 가까워서 좋은 점을 말해야 하고, 첫 문장에서 '지금 학교 앞에서' 산다고 했습니다. 따라서 정답은 ③입니다.	Các đáp án của ㉠ giải thích lý do tại sao ngôi nhà của 'chúng tôi' thuận tiện. Câu cuối cùng bắt đầu bằng '하지만' và giải thích rằng công ty anh trai tôi ở xa nên rất bất tiện. Bởi vậy, câu trước phải nói nhà gần nên tốt và câu đầu tiên đã nói rằng 'Bây giờ học trước trường học.' Do đó, đáp án đúng là ③.
50	②	저는 학교 앞에서 오빠와 같이 살고 있습니다. 우리 집은 방도 넓고, 화장실도 깨끗합니다. '오빠는 회사가 멀어서 매일 한 시간씩 버스를 탑니다'라고 했으므로 오빠가 버스를 타고 회사에 간다는 것을 알 수 있습니다. 따라서 정답은 ②입니다.	'Tôi' sống cùng anh trai ở trước trường học. Phòng trong căn nhà 'chúng tôi' rộng rãi và nhà vệ sinh sạch sẽ. Dựa vào câu "오빠가 회사가 멀어서 매일 한 시간씩 버스를 탑니다", Công ty của anh trai tôi ở xa nên mỗi ngày, anh trai 'tôi', chúng ta có thể biết được anh trai 'tôi' đi xe buýt đến công ty. Do đó, đáp án đúng là ②.
51	④	첫 번째 문장에서 '1345는 외국인의 한국 생활을 도와주는 안내 전화'라고 했고, 두 번째 문장에서는 '한국에서 생활하고 있는 외국인들이 모두 이용할 수 있다'라고 했습니다. 그러므로 외국인들이 한국 생활에서 필요한 정보가 있으면 1345에 전화해서 물어보고 안내를 받을 겁니다. 따라서 ㉠에 들어갈 정답은 ④입니다.	Câu đầu tiên nói rằng "1345 là số điện thoại hướng dẫn hỗ trợ sinh hoạt dành cho người nước ngoài." và câu thứ hai nói rằng "Tất cả người nước ngoài đang sinh sống tại Hàn Quốc có thể sử dụng". Vì vậy, khi có bất kỳ thông tin nào cần thiết cho cuộc sống tại Hàn Quốc, người nước ngoài gọi điện đến số 1345 để hỏi thông tin thì sẽ được hướng dẫn. Do đó, đáp án đúng là ④.
52	③	1345는 외국인의 한국 생활을 도와주는 안내 전화입니다. 그래서 한국어를 몰라도 괜찮고, 은행이나 우체국 이용 방법을 친절하게 가르쳐 주고, 비자를 신청하는 방법도 확인해 줍니다. 즉 1345에 전화하면 받을 수 있는 서비스 내용들을 설명하고 있습니다. 따라서 정답은 ③입니다.	1345 là số điện thoại hướng dẫn hỗ trợ cho người nước ngoài sinh sống tại Hàn Quốc. Vì vậy, bạn không biết tiếng Hàn cũng không sao, họ sẽ tận tình hướng dẫn bạn cách sử dụng ngân hàng hoặc bưu điện, kiểm tra cách xin cấp thị thực giúp bạn. Nói cách khác, khi gọi đến số 1345. Nhân viên tổng đài sẽ giải thích nội dung của các dịch vụ mà bạn có thể sử dụng. Do đó, đáp án đúng là ③.
53	②	㉠이 있는 문장을 살펴보면 '저'는 '계절마다 한라산에 올라가 보고 싶습니다'라고 합니다. 이것은 '특히 저는 등산을' 좋아하기 때문이라는 것을 알 수 있습니다. 그러므로 ㉠에는 이유를 나타내는 '-아/어서'가 나타남을 알 수 있습니다. 따라서 ㉠에 들어갈 정답은 ②입니다.	Câu có ㉠ nói rằng Halla mỗi mùa một lần. Dựa vào câu này, chúng ta có thể biết được lý do là 'tôi đặc biệt thích leo núi'. Do đó, có thể nhận thấy trong ㉠ cần xuất hiện '-아/어서' diễn đạt lý do. Do đó, đáp án đúng là ②.

| 54 | ③ | 제주도는 봄, 여름, 가을, 겨울의 경치가 다르고, 푸른 바다와 한라산을 모두 가지고 있습니다. '저'는 계절마다 한라산에 가고 싶어서 이번 주말에도 제주도에 가려고 합니다. 따라서 정답은 ③입니다. | Phong cảnh của đảo Jeju thay đổi tùy theo mùa: xuân, hạ, thu, đông, hòn đảo này có biển xanh và núi Halla. 'Tôi' muốn đến núi Halla mỗi mùa một lần, vì vậy, cuối tuần này, tôi cũng dự định đến đảo Jeju. Do đó, đáp án đúng là ③. |

| 55 | ① | ㉠ 앞의 문장에서는 '설날에 만둣국을 먹는 이유로 (만두의 속처럼) 올해 농사가 잘 되기를 바란다'는 내용이 나오며 ㉠ 뒤의 문장에서는 '설날이 되면 북쪽 지방에서는 만둣국을 먹는다'는 내용이 나옵니다. ㉠ 앞뒤 문장이 원인-결과의 형태로 제시되고 있으므로 ㉠에는 '그래서'가 와야 합니다. 따라서 정답은 ①입니다. | Nội dung của câu trước ㉠ là "Tôi hy vọng sản xuất nông nghiệp năm nay được mùa(giống như ruột mandu vì 'tôi' đã ăn tteokkuk vào ngày Tết)". Câu sau ㉠ nói rằng người miền Bắc ăn mandukuk vào ngày Tết Nguyên đán. Vì các câu trước và câu sau ㉠ trình bày nguyên nhân - kết quả, nên chúng ta phải điền '그래서' vào ㉠. Vì vậy, đáp án đúng là ①. |

| 56 | ④ | 한국의 설날과 설날에 먹는 특별한 음식에 대해 소개하고 있습니다. 설날 아침에는 밥과 떡국을 먹는 것이 아니라 밥은 먹지 않고 떡국이나 만둣국을 먹습니다. 북쪽 지방 사람들은 만둣국을 먹고 남쪽 지방 사람들은 떡국을 먹습니다. 그래서 지방마다 음식이 다릅니다. 떡국을 먹는 이유는 (긴 떡처럼) 오래 살기를 희망하기 때문입니다. 따라서 정답은 ④입니다. | Đây là văn bản giới thiệu những món ăn đặc biệt trong Tết của Hàn Quốc. Vào buổi sáng ngày đầu năm mới, người Hàn Quốc không ăn cơm với tteokkuk mà ăn tteokkuk hoặc mandukuk. Người miền Bắc ăn mandukuk, và người miền Nam ăn tteokkuk. Vì vậy, mỗi vùng miền lại có những món ăn khác nhau. Người Hàn Quốc ăn tteokkuk vì mong sống lâu(giống bánh tteok dài). Vì vậy, đáp án đúng là ④. |

| 57 | ③ | 룸메이트를 소개한 문장 (가)가 첫 문장이 되며, 그 룸메이트인 마이클을 다시 제시한 문장 (나)가 두 번째 문장이 됩니다. 그리고 마이클을 더 자세하게 소개한 (라)가 세 번째 문장이 되고, 그런 '마이클처럼 친구가 많았으면 좋겠다'는 자신의 느낌을 정리한 (다)가 네 번째 문장이 됩니다. 따라서 정답은 ③입니다 | Câu giới thiệu bạn cùng phòng(가) là câu đầu tiên, và câu (나) giới thiệu lại người bạn cùng phòng là Michael là câu thứ 2. Câu giới thiệu chi tiết hơn về Michael(라) là câu thứ 3, và câu tóm tắt cảm xúc "Ước gì tôi có nhiều bạn bè giống như Michael"(다)- câu cuối cùng. Vì vậy, đáp án đúng là ③. |

| 58 | ② | 시간 표현 '지난 주말~'이 있는 문장 (나)가 첫문장이 되며, 지시대명사 '그곳'이 사용된 문장 (가)가 두번째 문장이 됩니다. (가)에서 말한 비빔밥을 자세하게 소개한 문장 (다)가 세 번째 문장이 되며, 비빔밥의 반응을 정리한 (라)가 마지막 문장이 됩니다. 따라서 정답은 ②입니다 | Câu có cụm từ chỉ thời gian '지난 주말'(나) là câu đầu tiên, câu có đại từ chỉ định '그곳'(가) là câu thứ 2, câu giới thiệu chi tiết cụ thể hơn về bibimbap là câu thứ 3, câu tóm tắt về phản ứng đối với bibimbap(라) là câu cuối cùng. Vì vậy, đáp án đúng là ②. |

| 59 | ④ | 지문은 한국 유학 생활을 통해 달라진 것을 설명하는 내용입니다. 유학을 오기 전까지는 어머니의 도움(빨래, 청소, 요리 등)을 받았지만 지금은 스스로 알아서 한다는 내용이며, 제시문은 달라진 이후의 모습이므로 ㉣에 어울리는 내용입니다. 따라서 정답은 ④입니다. | Đây là Đoạn văn diễn tả sự thay đổi của 'tôi' thông qua quá trình du học tại Hàn Quốc. Trước khi du học, 'tôi' được mẹ giúp đỡ(giặt giũ, quét dọn, nấu nướng, vv) nhưng giờ đây, tôi tự làm mọi việc. Đoạn văn được trình bày nói về 'tôi' sau khi thay đổi nên phù hợp với ㉣. Cho nên, đáp án là ④. |

60 ④ 청소와 빨래를 하면 기분이 좋아지는 것이 아니라 엄마처럼 음악을 들으면서 요리를 할 때 기분이 좋아진다고 했습니다. 고향에서 요리한 적이 한 번도 없었다고 했으므로 어머니의 일에는 관심이 없었으며 전혀 돕지 않았다는 것을 알 수 있습니다. 따라서 정답은 ④입니다.

Văn bản cho biết 'tôi' cảm thấy vui vẻ không phải khi quét dọn và giặt giũ mà là khi vừa nghe nhạc, vừa nấu ăn giống mẹ của mình. Dựa vào chi tiết hồi còn ở quê, 'tôi' chưa từng nấu ăn, chúng ta biết được 'tôi' không quan tâm tới công việc của mẹ, và cũng không hề giúp đỡ mẹ. Cho nên, đáp án đúng là ④.

61 ④ ㉠에는 추억을 만들기 위해 컵을 하나씩 만들어 가졌다는 내용이 들어가야 합니다. ㉠에는 어떤 행위를 하는 의도나 목적을 나타내는 '-(으)려고'와 같은 표현이 필요합니다. 따라서 정답은 ④입니다.

Nội dung của câu có ㉠ phải là 'tôi' đã làm từng cái ly một để tạo nên những kỷ niệm. Câu ㉠ cần cấu trúc ngữ pháp diễn đạt ý định hoặc mục tiêu của một hành động nào đó, ví dụ '-(으)려고'. Cho nên đáp án đúng là ④.

62 ④ 두 사람은 여행을 하면서 재미있는 경험을 했습니다. 두 사람의 사진을 넣은 특별한 컵을 만들어 가지면서 커피를 마실 때마다 서로 생각하기로 약속했습니다. 따라서 정답은 ④입니다.

Trong khi đi du lịch, hai người đã trải nghiệm nhiều điều thú vị. Họ hứa sẽ cùng nhau làm một cái ly đặc biệt đặt tấm hình của mình vào đó, để mỗi khi uống cà-phê thì nghĩ về nhau. Vì vậy, đáp án đúng là ④.

63 ④ '함께 서울 구경하기' 안내를 위한 이메일입니다. '함께 서울 구경하기' 신청자에게 이번 토요일에 갈 장소 및 모이는 장소와 시간에 대해 안내하고 있습니다. 따라서 정답은 ④입니다.

Đây là e-mail hướng dẫn về chuyến tham quan Seoul(함께 서울 구경하기). Nó thông báo cho những người đã đăng ký chuyến đi này địa điểm sẽ tham quan vào thứ bảy tuần này, địa điểm và thời gian tập trung. Vì vậy, đáp án đúng là ④.

64 ③ 신청자는 아홉 시 반까지 정문에 모이면 됩니다. 이번 토요일에는 경복궁에 갈 겁니다. 많이 걸어야 해서 편한 신발을 신으면 좋습니다. 정문에서 모여서 함께 출발합니다. 따라서 정답은 ③입니다.

Những người đã đăng ký cần tập trung tại cổng chính lúc 9 rưỡi sáng. Thứ bảy tuần này sẽ tham quan cung điện Kyungbok. Vì sẽ đi bộ nhiều nên mọi người cần mang giày dép thoải mái. Mọi người sẽ tập trung ở cổng chính để cùng nhau xuất phát. Vì vậy, đáp án đúng là ③.

65 ③ '옛날 노래부터 최근 유행하는 노래까지 다양한 노래'라는 표현을 통해 다양한 노래가 준비되어 있는 것을 알 수 있습니다. 따라서 ㉠에 들어갈 정답은 ③입니다.

Dựa vào cụm từ 'nhiều bài hát từ bài hát thời xưa tới bài hát gần đây', chúng ta có thể đoán được nhiều bài hát được chuẩn bị. Cho nên, đáp án đúng là ③.

66 ① 이 콘서트에 가면 다양한 노래를 들을 수 있고 가족이 함께 가면 작은 선물도 받을 수 있습니다. 그리고 '돈을 받지 않습니다'라는 표현을 통해 이 콘서트가 무료라는 것을 알 수 있습니다. 따라서 정답은 ①입니다.

Trong chương trình âm nhạc này, người ta có thể nghe nhiều bài hát khác nhau, và người nào tham dự cùng gia đình sẽ được nhận một món quà nhỏ. Ngoài ra, dựa vào cụm từ 'không nhận tiền', chúng ta biết được đây là chương trình âm nhạc miễn phí. Vì vậy, đáp án đúng là ①.

67 ① ⊙ 뒤에 있는 문장을 살펴보면 작은 가방에 물건을 나누어 넣는 것이 여행 가방을 쉽게 정리할 수 있는 방법이라고 말합니다. 작은 가방에 비슷한 물건끼리 먼저 나누고 그 다음에 작은 가방을 여행 가방에 넣습니다. 여기에서는 행위의 시간 순서에 따라 연결하는 문법 표현인 '-아/어서'가 나와야 합니다. 따라서 ⊙에 들어갈 정답은 ①입니다.

Câu sau ⊙ nói rằng phân chia đồ đạc để vào các túi nhỏ là cách sắp xếp va-li du lịch một cách dễ dàng. Trước tiên, chúng ta nên phân chia 'những đồ đạc tương tự nhau' và cho vào các túi nhỏ, sau đó cho các túi nhỏ đó vào va-li. Khi diễn đạt trình tự thời gian của hành động, chúng ta phải sử dụng cấu trúc ngữ pháp '-이/어서'. Vì vậy, đáp án đúng là ①.

68 ④ 여행 가방을 쌀 때 작은 가방에 비슷한 물건끼리 나누어 넣습니다. 그 다음에 작은 가방을 여행 가방에 넣는 것이 좋습니다. '비슷한 물건끼리'는 '같은 종류의 물건'이라는 표현과 유사한 의미를 가집니다. 따라서 정답은 ④입니다.

Khi sắp xếp hành lý, chúng ta nên phân chia '비슷한 물건끼리(những đồ đạc tương tự nhau)' rồi cho vào các túi nhỏ. Sau đó, nên cho các túi nhỏ vào va-li. '비슷한 물건끼리' có ý nghĩa tương tự với '같은 종류의 물건(những đồ đạc cùng chủng loại)'. Vì vậy, đáp án đúng là ④.

69 ③ ⊙ 뒤에 있는 문장을 살펴보면 친구가 2년 전에 다른 나라로 가서 살게 된 내용이 나옵니다. 그래서 지금은 그 친구를 만날 수 없다는 것을 알 수 있습니다. 따라서 ⊙에 들어갈 정답은 ③입니다.

Câu sau ⊙ có nội dung cách đây 2 năm, bạn của 'tôi' đã chuyển đến một nước khác sinh sống. Chúng ta biết được, vì thế hiện nay, 'tôi' không thể gặp bạn ấy. Vì vậy đáp án đúng là ③.

70 ① 이 글은 어릴 때 친구에 대해서 말하고 있습니다. '저'는 친구와 어릴 때 달리기를 하고 아이스크림을 먹고 서로의 이름을 재미있게 바꿔 불렀다는 내용을 보면 두 사람이 '친한 친구'라는 것을 알 수 있습니다. 또한 마지막 문장에서 내년에 친구를 만나러 갈 거라고 말합니다. 이를 통해 친한 친구를 만나러 갈 것이라는 것을 알 수 있습니다. 따라서 정답은 ①입니다.

Văn bản này nói về người bạn thời thơ ấu. Khi còn nhỏ, 'tôi' và bạn cùng chạy đua, ăn kem và đổi tên cho nhau một cách vui vẻ. Dựa vào chi tiết đổi tên cho nhau một cách vui vẻ, chúng ta có thể biết được hai người là 'bạn thân'. Ngoài ra, trong câu cuối cùng, 'tôi' nói rằng sẽ đi thăm bạn vào năm tới. Dựa vào đó, chúng ta biết rằng 'tôi' sẽ đi thăm người bạn thân. Vì vậy, đáp án đúng là ①.

한국어능력시험 TOPIK I
듣기, 읽기

성명 (Name)	한국어 (Korean)	
	영어 (English)	

수 험 번 호

				7				

(숫자 기입란 0~9)

※ 결 시 결시자의 영어 성명 및 수험번호 기재 후 표기
확인란

※ 답안지 표기 방법(Marking examples)
바른 방법(Correct) ●
틀린 방법(Incorrect) ⊘ ⊙ ⊖ ⊗ ⬤ ○

※ 위 사항을 지키지 않아 발생하는 불이익은 응시자에게 있습니다.

감독관 확인
본인 및 수험번호 표기가 정확한지 확인 (인)

문항	답 란
1	① ② ③ ④
2	① ② ③ ④
3	① ② ③ ④
4	① ② ③ ④
5	① ② ③ ④
6	① ② ③ ④
7	① ② ③ ④
8	① ② ③ ④
9	① ② ③ ④
10	① ② ③ ④
11	① ② ③ ④
12	① ② ③ ④
13	① ② ③ ④
14	① ② ③ ④
15	① ② ③ ④
16	① ② ③ ④
17	① ② ③ ④
18	① ② ③ ④
19	① ② ③ ④
20	① ② ③ ④

문항	답 란
21	① ② ③ ④
22	① ② ③ ④
23	① ② ③ ④
24	① ② ③ ④
25	① ② ③ ④
26	① ② ③ ④
27	① ② ③ ④
28	① ② ③ ④
29	① ② ③ ④
30	① ② ③ ④
31	① ② ③ ④
32	① ② ③ ④
33	① ② ③ ④
34	① ② ③ ④
35	① ② ③ ④
36	① ② ③ ④
37	① ② ③ ④
38	① ② ③ ④
39	① ② ③ ④
40	① ② ③ ④

문항	답 란
41	① ② ③ ④
42	① ② ③ ④
43	① ② ③ ④
44	① ② ③ ④
45	① ② ③ ④
46	① ② ③ ④
47	① ② ③ ④
48	① ② ③ ④
49	① ② ③ ④
50	① ② ③ ④
51	① ② ③ ④
52	① ② ③ ④
53	① ② ③ ④
54	① ② ③ ④
55	① ② ③ ④
56	① ② ③ ④
57	① ② ③ ④
58	① ② ③ ④
59	① ② ③ ④
60	① ② ③ ④

문항	답 란
61	① ② ③ ④
62	① ② ③ ④
63	① ② ③ ④
64	① ② ③ ④
65	① ② ③ ④
66	① ② ③ ④
67	① ② ③ ④
68	① ② ③ ④
69	① ② ③ ④
70	① ② ③ ④

문항	답란			
1	①	②	③	④
2	①	②	③	④
3	①	②	③	④
4	①	②	③	④
5	①	②	③	④
6	①	②	③	④
7	①	②	③	④
8	①	②	③	④
9	①	②	③	④
10	①	②	③	④
11	①	②	③	④
12	①	②	③	④
13	①	②	③	④
14	①	②	③	④
15	①	②	③	④
16	①	②	③	④
17	①	②	③	④
18	①	②	③	④
19	①	②	③	④
20	①	②	③	④

문항	답란			
21	①	②	③	④
22	①	②	③	④
23	①	②	③	④
24	①	②	③	④
25	①	②	③	④
26	①	②	③	④
27	①	②	③	④
28	①	②	③	④
29	①	②	③	④
30	①	②	③	④
31	①	②	③	④
32	①	②	③	④
33	①	②	③	④
34	①	②	③	④
35	①	②	③	④
36	①	②	③	④
37	①	②	③	④
38	①	②	③	④
39	①	②	③	④
40	①	②	③	④

문항	답란			
41	①	②	③	④
42	①	②	③	④
43	①	②	③	④
44	①	②	③	④
45	①	②	③	④
46	①	②	③	④
47	①	②	③	④
48	①	②	③	④
49	①	②	③	④
50	①	②	③	④
51	①	②	③	④
52	①	②	③	④
53	①	②	③	④
54	①	②	③	④
55	①	②	③	④
56	①	②	③	④
57	①	②	③	④
58	①	②	③	④
59	①	②	③	④
60	①	②	③	④

문항	답란			
61	①	②	③	④
62	①	②	③	④
63	①	②	③	④
64	①	②	③	④
65	①	②	③	④
66	①	②	③	④
67	①	②	③	④
68	①	②	③	④
69	①	②	③	④
70	①	②	③	④

한국어능력시험
TOPIK I
듣기, 읽기

성 명 (Name)	한국어 (Korean)
	영 어 (English)

수 험 번 호

7

※ 결시자의 영어 성명 및 수험번호 기재 후 표기

결시
확인란 ○

※ 답안지 표기 방법(Marking examples)

바른 방법(Correct) ●

틀린 방법(Incorrect) ⊘ ⊙ ⊗ ◑

※ 위 사항을 지키지 않아 발생하는 불이익은 응시자에게 있습니다.

감독관
확인 본인 및 수험번호 표기가
정확한지 확인 (인)

문번	답 란
1	① ② ③ ④
2	① ② ③ ④
3	① ② ③ ④
4	① ② ③ ④
5	① ② ③ ④
6	① ② ③ ④
7	① ② ③ ④
8	① ② ③ ④
9	① ② ③ ④
10	① ② ③ ④
11	① ② ③ ④
12	① ② ③ ④
13	① ② ③ ④
14	① ② ③ ④
15	① ② ③ ④
16	① ② ③ ④
17	① ② ③ ④
18	① ② ③ ④
19	① ② ③ ④
20	① ② ③ ④

문번	답 란
21	① ② ③ ④
22	① ② ③ ④
23	① ② ③ ④
24	① ② ③ ④
25	① ② ③ ④
26	① ② ③ ④
27	① ② ③ ④
28	① ② ③ ④
29	① ② ③ ④
30	① ② ③ ④
31	① ② ③ ④
32	① ② ③ ④
33	① ② ③ ④
34	① ② ③ ④
35	① ② ③ ④
36	① ② ③ ④
37	① ② ③ ④
38	① ② ③ ④
39	① ② ③ ④
40	① ② ③ ④

문번	답 란
41	① ② ③ ④
42	① ② ③ ④
43	① ② ③ ④
44	① ② ③ ④
45	① ② ③ ④
46	① ② ③ ④
47	① ② ③ ④
48	① ② ③ ④
49	① ② ③ ④
50	① ② ③ ④
51	① ② ③ ④
52	① ② ③ ④
53	① ② ③ ④
54	① ② ③ ④
55	① ② ③ ④
56	① ② ③ ④
57	① ② ③ ④
58	① ② ③ ④
59	① ② ③ ④
60	① ② ③ ④

문번	답 란
61	① ② ③ ④
62	① ② ③ ④
63	① ② ③ ④
64	① ② ③ ④
65	① ② ③ ④
66	① ② ③ ④
67	① ② ③ ④
68	① ② ③ ④
69	① ② ③ ④
70	① ② ③ ④

MEMO

MEMO